तुमचे भविष्य, तुम्हीच आपल्या हाताने उत्तमरित्या घडवावे, असे सायमनना अगदी मनापासून वाटते. त्यासाठी ते सर्व मदत करायला तयार आहेत. प्रत्यक्ष भेटीतून, त्यांची व्याख्याने ऐकून किंवा पुस्तक वाचून सायमनकडून मिळणारे विचार तुम्हाला आवडतील. तसेच आपण कसे बनावे, काय करावे इथंपासूनच्या तुमच्या मनातल्या इच्छा-आकांक्षा साकार करण्याची स्फूर्ती तुम्हाला त्यांच्या विचारांतून मिळेल. त्यांच्या हाकेला तुम्ही प्रतिसाद दिलात, तर तुमच्यात बुद्धिवैभव आहे आणि अपरिमित अशी क्षमताही आहे, हे तुम्हाला नक्कीच जाणीवपूर्वक कळेल. हे पुस्तक वाचल्यावर आपण पूर्वीपेक्षा कितीतरी पटीने चांगले बनल्याचे तुम्हाला जाणवेल.

– **मार्क व्हिक्टर हॅन्सेन,** 'चिकन सूप फॉर द सोल'चा लेखक

तब्बल चार हजार सहकारी असलेल्या कंपनीचा मी प्रमुख आहे. आम्ही इतर कुठल्याही पुस्तक विक्रेत्यापेक्षा विमानतळावर जास्त पुस्तके खपवतो. मी अशा प्रकारची स्वावलंबन शिकवणारी अनेक पुस्तके वाचली आहेत. माझा अनुभव सांगतो की, हे पुस्तक खूपच चांगले व उच्च दर्जाचे आहे.

– **जो. डीडोमिझिओ,** सीओओ, हडसन समूह

स्वत:च्या सुखासीन आयुष्याचा त्याग करून ज्यांना आत्मविश्वासाने स्वत:ची प्रगती, उन्नती करावयाची आहे, त्यांना योग्य तो ज्ञानप्रकाश दाखविणारे हे पुस्तक आहे. आपली बुद्धिमत्ता वाया जाऊ नये, म्हणून बुद्धिमान बनण्यासाठी बेली वाचकांना प्रवृत्त करतो.

– **मेरिलीन डी. जॉन्सन,** व्हीपी, आयबीएम

तुम्ही सायमन बेलीचे पुस्तक वाचता तेव्हा शिक्षण आणि मनोरंजन दोन्ही एकाच वेळी करण्याच्या त्याच्या विलक्षण क्षमतेने तुम्ही खूपच भारावून जाता. तो अत्यंत कळकळीने, योग्य त्या शिफारशी करतो. याहून महत्त्वाचे म्हणजे तो या सर्व गोष्टी इतक्या छान पद्धतीने गुंफतो की, त्या अमलात आणण्याजोग्या तर असतातच पण तुम्ही त्याचा ताबडतोब वापरही करू लागता.

– **फिलिप बेरी,** व्हीपी ॲन्ड कॉर्पोरेट ऑफिसर,
ग्लोबल वर्कप्लेस इनिशिएटीव्हज, कोलगेट पामोलिव्ह

दररोजच्या या जीवघेण्या धकाधकीच्या जीवनात माणसे परिस्थितीच्या रगाड्याखाली भरडली जात आहेत. सायमन बेली तुमच्या परिस्थितीतील बदलासाठी धावून येतो. त्याने स्वत: अशी दुर्दैवी परिस्थिती अनुभवली आहे आणि त्यानंतरच त्याने तिच्यावर मातही केली आहे. म्हणूनच त्याच्या स्वत:च्या जीवनविषयक धारणेचा तो जिवंत पुरावा बनला आहे. सायमन यात जे काही सांगतो आहे, त्या गोष्टी त्याने स्वत:वर प्रयोग करून सिद्ध केल्या आहेत; त्यामुळेच त्याच्या पूर्वग्रहरहित आणि अनुभवसिद्ध लेखनातून तुम्हालाही प्रगतिपथावर जायला मदत होईल.

– **जे. डग्लस हॉलाडे,** माजी राजदूत

तुमच्या वैयक्तिक आणि व्यावसायिक कामगिरीचा दर्जा उंचावण्यासाठी, त्या मार्गावर यशस्वी आगेकूच करण्यासाठी 'रिलीज युवर ब्रिलियन्स' हा सहजसोपा आणि उत्तम महामार्ग आहे.

– **सॅन्डी बुझर,** व्हीपी, एचआर, ब्लू केअर नेटवर्क, मिशिगन

कार्यक्षमता आणि परिणामकारकता वाढवण्यासाठी अगदी वाचलेच पाहिजे असे पुस्तक. अत्यंत उत्साहवर्धक आणि प्रयोगसिद्ध ग्रंथ.

– **निडो आर क्युबेन,** अध्यक्ष, हाय पॉइंट युनिव्हर्सिटी,
अध्यक्ष, ग्रेट हार्वेस्ट ब्रेड कंपनी

सायमनचे हे पुस्तकच एक 'तेजस्वी हिरा' ठरले आहे. मी स्वत: तर यातून कायम स्फूर्ती घेतच असतो, पण इतरांनाही ते वाचण्याची शिफारस करतो. अगदी नवख्या, उमेदवारी करणाऱ्या व्यावसायिकापासून मोठ्यातल्या मोठ्या उद्योजकानेसुद्धा स्वत:कडे बाळगण्यासारखा हा 'हिरा' आहे.

– टिना थॉमसन, 'बिझनेस वुमेन्स असोसिएशन ऑफ साउथ आफ्रिका'च्या माजी सीईओ

बाजारात अशा प्रकारचे अनेक जण तुम्हाला चांगल्या कामाला प्रवृत्त करणारे आहेत. स्वत:च्या आयुष्याचे काहीतरी भले करावे असे वाटणारे, तसे स्वप्न बघणाऱ्या मंडळींशी तादात्म्य पावणारे एकमेवाद्वितीय असे व्यक्तिमत्त्व आणि मानसिकदृष्ट्या अंतर्दृष्टी असणारा असा हा सायमन आहे. महत्त्वाकांक्षेला कवेत आणणारा आणि ती पूर्ण करायला ऊर्जा पुरवणारा असा तो आहे. सगळ्यात महत्त्वाचे म्हणजे तो 'बोले तैसा चाले' या प्रकारचा आहे; त्यामुळे त्याच्या तत्त्वज्ञानाला अनुभवसिद्धतेचा पाया प्राप्त झालेला आहे.

– जॉन बिअरडेन, अध्यक्ष व प्रमुख अधिकारी, जीमॅक होम सर्व्हिसेस

धन्यवाद, सायमन! मनापासून आभार! या रत्नामाणकांच्या भेटीबद्दल आभार! मन आणि आत्मा यांच्या संयोगातून उमटलेले अप्रतिम, श्रेष्ठतम काम आहे. तुझे विचार, शब्द आणि कल्पना यांनी भारित अशा पुस्तकाने मी नुसताच अंत:प्रेरित झालो नाहीतर ती ऊर्जाही मला प्राप्त झाली. तुमच्यातील बुद्धिमत्तेला वाव देण्यासाठी मांडलेला हा प्रपंच अगदी योग्य वेळी आणि त्याची निकड असतानाच प्रकाशित झाला आहे. प्रत्येक वाचकाला याचा निश्चित फायदा होणार आहे. यातील उदाहरणे व धडे अगदी सर्वांसमोर उदारहस्ते, निरलसपणे तू पुढे ठेवले आहेस, त्याचाही उपयोग सर्वांना झाल्याशिवाय राहणार नाही.

झकास! सुंदर! आम्हाला अगदी वाचनीय असा खजिनाच मिळाला आहे.

– जॉर्ज सी. फ्रेझर, *'सक्सेस रन्स इन अवर रेस'*चा लेखक

सर्वप्रथम मी जेव्हा सायमन बेलीला भेटलो, तेव्हाच मला माझ्या जीवनपथावरील प्रवासासाठी एक छान सहप्रवासी मिळाल्याचे जाणवले.

खरेतर बऱ्याच वर्षांपूर्वीच सायमनने त्याच्या स्वाभाविक हुशारीची प्रचिती दिली होती. त्यामुळे 'रिलीज युवर ब्रिलियन्स'मधून त्याने दिलेली शिकवण ही फार आश्चर्यकारक किंवा विस्मयजनक वाटली नाही. स्वत:च्या जीवितकार्याची पूर्तता करता करताच ते ज्ञान इतरांनाही देण्यासाठी, अत्यंत कळकळीने ते ज्ञान इतरांना वाटण्यासाठीच हे पुस्तक त्याने लिहिलेले आहे.

– रिक गोइंग्ज, अध्यक्ष व सीईओ,
टपरवेअर ब्रॅन्डस कॉर्पोरेशन

तुम्ही एक शिकाऊ उमेदवार आहात की प्रमुख अधिकारी आहात हे लक्षात न घेता, स्वत:ला स्वत:च्या अस्तित्वाचा, कर्माच्या आणि उपभोगाच्या नवीन जीवनमार्गावर जर कोणी नेणार असेल, तर ते तुम्ही स्वत:च! त्या सुप्त खजिन्याचा शोध घ्यायला सायमन आपल्याला मदत करतो. ती अंत:शक्ती बाहेर यायची वाट पाहतेय. तेव्हा ताबडतोब कार्यरत व्हा! हुशारीला वाव द्या आणि अंत:स्फूर्तीला कडकडून भेटा.

– जेन टुम्बस, एक्झी. डायरेक्टर,
सीईओ, काउन्सिल ऑफ टेम्पा बे, फ्लोरिडा

'रिलीज युवर ब्रिलियन्स' या वेगळ्या प्रकारच्या पुस्तकात आपल्या प्रत्येकाकडे जीवन आहे आणि आपण हुशारी घेऊनच जन्माला आलो आहोत, असा विश्वास सायमन टी. बेली आपल्याला देतो.

त्याने शिकवलेल्या धड्यांमधून आपली बुद्धिमत्ता आणि कौशल्ये

यांचा शोध घेणे, त्यांना ओळखणे आणि आकार देणे, या गोष्टी करण्यास आपण शिकतो. अर्थातच त्यामुळे आपला आत्मविश्वास वाढीला लागतो. आपल्या जीवनातही आपण आवश्यक बदल घडवू शकतो आणि स्थैर्याचे जीवन जगू शकतो, असा आत्मविश्वास आपल्या मनात निर्माण होतो.

— **ख्रिस्टीन डफी,** अध्यक्ष व प्रमुख, मारिटस ट्रॅव्हल कंपनी

सुप्त हुशारीला जगात मुक्त करण्यासाठी वाचकाला वैचारिक खाद्य देण्याचे काम सायमनच्या पुस्तकातील अनुभव देतात. यातील डोळ्यांत अंजन घालणारी उदाहरणे, कार्यप्रवृत्त करणारे मार्ग तुमची उत्पादकता वाढवतात आणि जीवनातील तारेच्या कसरतीमध्ये त्यातील नीतियुक्त बोध, आपला तोल सांभाळायला मदत करतो. सायमनला स्वत:लाच जीवनाप्रती प्रचंड उत्साह आणि प्रेम आहे. तो स्वत: एक कार्यप्रवृत्त नेता आहे; त्यामुळेच तुम्ही काम करत असलेल्या ठिकाणाचे नंदनवन करण्यासाठी त्याचा दृष्टिकोन उपयुक्त ठरेल.

— **डेव्हिड बॅगवेल,** एक्झी. व्हाइस प्रेसिडेंट,
टिशमन हॉटेल कॉर्पोरेशन

एक कुशल प्रशिक्षक व कारकिर्द घडविण्यासाठी स्थापन झालेल्या केंद्राचा प्रमुख म्हणून प्रत्येकाची शक्ती शोधणे आणि त्यांची जिद्द जागृत करणे, हे माझे काम आहे; त्यामुळे ते लोक स्वत:ची प्रगती साधून स्वत:चा ठसा उमटवू शकतात. माझ्या मते मनुष्यविकास अधिकारी, सेवायोजन सल्लागार, प्रशिक्षक अशा सर्वांनी हे पुस्तक स्वत: जवळ ठेवून त्याच मार्गावरून चालण्याचा प्रयत्न केला पाहिजे.

— **जोसेफ पालुम्बो,** एमबीए, सीएमए, इक्झी. कोच, करिअर
डेव्हलपमेंट सेंटर, शुलीच स्कूल ऑफ बिझिनेस,
यॉर्क युनिव्हर्सिटी.

'रिलीज युवर ब्रिलियन्स' हे एक कार्यप्रवण करणारे पुस्तक असून तुमच्यातील सुप्त शक्तींचा शोध घेण्याच्या कामी ते उपयुक्त ठरते. सायमन तुम्हाला कंबर कसून काम करायला उद्युक्त करतो आणि तुमच्या उज्ज्वल भवितव्याकडे वाटचाल करायलाही मदत करतो.

– **हॅरिस रोझेन,** सीईओ, रोझेन हॉटेल्स ॲन्ड रिसॉर्ट्स

आपल्या सभोवतालच्या जगातील उत्तमोत्तम शक्यतांचा शोध घेऊन, बुद्धिमत्तेला खतपाणी घालून ती फुलवायची आणि यशाच्या उत्तुंग शिखरावर तुम्हाला नेऊन ठेवायचा; अत्यंत दुर्मिळ गुण सायमनमध्ये आहे. मी या पुस्तकाची नेहमीच सर्वांना शिफारस करेन.

– **लिन्डा एल.** बुर्झीन्स्की, अध्यक्ष व
सीईओ, लिबर्टी फिटनेस होल्डिंग्ज, एलएलसी

मी हे पुस्तक एकदा वाचले आणि आता वारंवार वाचत आहे. प्रत्येक पान वाचून झाल्यावर प्रेरणा देणारी नवनवीन 'रत्ने' मला मिळत आहेत. मुख्यत: ज्या अर्थवाही पद्धतीने याचे लिखाण केलेले आहे, जी सहजसुंदर आणि आपुलकीची भाषा वापरलेली आहे, ते बघू जाता सायमनच्या तोंडून अगदी समोर बसून त्याचे भाषण आपण ऐकतो आहोत, असा अनुभव येतो.

– **ॲन्ड्र्यू मार्टिनेझ,** अध्यक्ष व
सीईओ,'द ग्रेटर ऑस्टिन हिस्पॅनिक चेंबर ऑफ कॉमर्स'

तुमच्या क्षमतांना आव्हान देणाऱ्या कामात जेव्हा तुम्ही व्यग्र होता, तुम्ही तुमच्या उत्कटतेला खतपाणी घालता, तेव्हा जगाला ज्याची गरज आहे, त्याची पूर्तता करण्याच्या कार्याला तुम्ही वाहून घेता. तिथेच तुम्हाला 'तुमचा' आवाज मिळतो, तुमची कळकळ जाणवते आणि तुमच्या आत्म्याचे अभिधान मिळते.

– **डॉ. स्टिफन कोव्हे,** लेखक

'रिलीज युवर ब्रिलियन्स' या इंग्रजी पुस्तकाचा मराठी अनुवाद

तिळा, तिळा दार उघड!

तुमच्या आयुष्याचा कायापालट घडवणाऱ्या
चार सूत्रांची सविस्तर माहिती

मूळ लेखक
सायमन टी. बेली

अनुवाद
प्रमोद शेजवलकर

मेहता पब्लिशिंग हाऊस

Please contact us at **Mehta Publishing House,** 1941, Madiwale Colony, Sadashiv Peth, Pune 411030.

© +91 020-24476924 / 24460313

Email : info@mehtapublishinghouse.com
production@mehtapublishinghouse.com
sales@mehtapublishinghouse.com

Website : www.mehtapublishinghouse.com

- *या पुस्तकातील लेखकाची मते, घटना, वर्णने ही त्या लेखकाची असून त्याच्याशी प्रकाशक सहमत असतीलच असे नाही.*

RELEASE YOUR BRILLIANCE by SIMON T. BAILEY

Published by Arrangement with Harper Business,
an imprint of HarperCollins Publishers.

Translated into Marathi Language by Pramod Govind Shejwalkar

तिळा, तिळा दार उघड! / माहितीपर

अनुवाद : प्रमोद गोविंद शेजवलकर
२, सुगम, ३६/७, एरंडवणे, पुणे - ३८.
Email : Shejawalkar.pramod@gmail.com

प्रकाशक : सुनील अनिल मेहता, मेहता पब्लिशिंग हाऊस,
१९४१, सदाशिव पेठ, माडीवाले कॉलनी, पुणे - ४११०३०.

मुखपृष्ठ : फाल्गुन ग्राफिक्स

प्रथमावृत्ती : जानेवारी, २०१५

ISBN 978-81-8498-627-3

माझ्या वडिलांना –

या विश्वातले सगळ्यात उत्तम 'वडील' तुम्ही आहात. सच्चा माणूस कसे बनावे, याची मला शिकवण दिल्याबद्दल मी तुमचा ऋणी आहे. तुम्ही माझे हीरो आहात, माझा आदर्श आहात आणि माझे सगळ्यात मोठे गुरू आहात. डॅनिअल आणि मॉउसन यांना होणारी संतती तुमच्यासारखी आणि आईसारखी व्हावी, अशी माझी मनीषा आहे. बाबा, माझे तुमच्यावर मनापासून प्रेम आहे, कारण तुम्हीसुद्धा एक तेजस्वी हिराच आहात.

माझ्या आईला –

मी तुझ्या गर्भात असतानाच, मी एक 'खास' व्यक्ती आहे, हे तू माझ्या त्या छोट्या गर्भ बीजावर बिंबवले होतेस. आता मला या जगात येऊन चाळीस वर्षे झाली तेव्हा मला उमगले की, तूच एक 'खास' व्यक्ती आहेस. तुझ्या हुशारीला सलाम. मी तुझ्यावर खूप प्रेम करतो.

तुमच्या कायापालटाची सुरुवात आजच करा

आपण सारे हुशारी, बुद्धिमत्ता घेऊनच जन्माला आलो आहोत. नंतरच आपण, इतर लोक, परिस्थिती आणि अनुभवाच्या ओझ्याखाली आपल्या हुशारीला मूठमाती देऊन दिवस कंठत राहतो. आपल्याकडे अलौकिक बुद्धिमत्ता, खास कौशल्ये होती हेसुद्धा आपण कालौघात विसरून जातो. ती सर्व हुशारी, ते तेज आपल्या अंतर्मनाच्या गर्तेत गाडले जाते. आपण या पृथ्वीतलावर कशासाठी जन्म घेतला आहे हे विसरून; आहे त्यात समाधान मानत राहतो.

'रिलीज युवर ब्रिलियन्स' हे पुस्तक त्या सुप्त खजिन्याची गुरुकिल्ली आहे. पराभूत मनाच्या भ्रमभारित आणि नैराश्यपूर्ण अवस्थेत ३२ वर्षे आयुष्य कंठल्यावर सायमन टी. बेलीने स्वत:चा तो कोश फोडून स्वत:च्या आयुष्याची घडी पूर्णपणे वेगळ्या पद्धतीने बसवली, जीवनाला एक वेगळे वळण दिले आणि एक प्रचंड यशस्वी उद्योजक, आदरणीय कुटुंबप्रमुख आणि एक सामाजिक नेता म्हणून स्वत:ची ओळख निर्माण केली. अनघड हिऱ्याला जसे योग्य त्या प्रमाणात घासून-पुसून, पैलू पाडले जातात, त्याला झळाळी चकाकी आणली जाते, तद्वत माणसातील हुशारीचा शोध घेऊन, तिला चेतना देऊन अंत:शक्तीला प्रज्वलित करून त्याच्यातील क्षमतांना न्याय देण्याचे महत्त्कार्य सायमनने केले आहे. वैयक्तिक मूल्यमापनाचे प्रयोग, हिऱ्याला पैलू पाडण्याच्या प्रक्रियेच्या पायऱ्या आणि अशा जिवंत हिऱ्यांच्या सत्यकथा यांसारख्या आंतरक्रियात्मक साधनांच्या मदतीने तुमच्या या कायापालटाला सायमन मार्गदर्शन करतो.

सायमनबरोबर चर्चा करून, त्याच्या व्याख्यानांना जाऊन स्वत:च्या आयुष्यावर कायमस्वरूपी चांगला परिणाम घडवून स्वत:च्या बुद्धिमत्तेला वाव देणाऱ्या इतर हजारो लोकांसारखे चमकदार व्हा!

अनुवादकाचे मनोगत

आपल्या मुलांची नावे पेपरात झळकावीत, त्यांच्या चांगल्या कामाचा गौरव व्हावा आणि 'अक्षर'रूपात ती नावे टिकावीत, असे आमच्या वडिलांना फार मनापासून वाटत असे. पूर्वी मॅट्रिकच्या निकालाच्या वेळीच काय तो तसा योग (जर योगायोगाने पास झालो असू तर!) येत असे. पुढे तेही बंद झाले. नंतर नाटकाच्या किंवा वाद्यवृंदाच्या जाहिरातीत नाव छापून येई. एवढेच नव्हे, तर आकाशवाणीच्या कार्यक्रमांतून भाग घेतल्यावर रेडिओवरूनही नाव ऐकता आले, पण ते तेवढ्यापुरतेच!

पुढे माझी फिरतीची नोकरी, लग्न इत्यादींमुळे त्यांची ती मनिषा दूरच राहिली. १९७५च्या आणीबाणीविरोधात कारावास भोगला, त्या प्रीत्यर्थ युतीच्या काळात शासनातर्फे सन्मानपत्र मिळून गौरव झाला. त्या वेळी त्यांच्या इच्छेनुसार पेपरमध्ये नाव झळकले, पण ते पाहायला ते स्वत: हयात नव्हते.

२००५च्या दरम्यान प्रसिद्ध लेखक आणि माझा मावसभाऊ रवींद्र देसाईने सहज म्हणून एक इंग्रजीमधील लेख मराठीत भाषांतर करायला दिला. मीही गमतीने त्याचे भाषांतर करून त्याला दिले. त्याने त्याचे प्रकाशक श्री. दिलीप माजगावकरांना ते दाखवले. त्यांना तो खूप आवडला. मला त्यांनी टाटा-मॅकग्रहिलचे हे व्यवस्थापन शास्त्रावरचे एक पुस्तकच भाषांतरासाठी दिले. त्याचे पुस्तक बनून आले. ते पुस्तक आमचे सर डॉ. बापट यांनी वाचले आणि त्यांनीही पिअर्सनचे एक पुस्तक दिले. त्याचेही पुस्तक बनून २०१० मध्ये बाजारात आले.

त्याच दरम्यान मेहता प्रकाशनच्या सौ. राजश्री देशमुख यांची गाठ पडली. त्यांनी प्रस्तुतचे हे पुस्तक भाषांतरासाठी दिले. पहिल्या दोन पुस्तकांप्रमाणेच या अनुवादालाही चांगला प्रतिसाद मिळेल याची

खातरी वाटते.

अक्षररूपात आपल्या मुलांची नावे टिकून राहावी, ही माझ्या वडिलांची आकांक्षा त्यांच्या पश्चात का होईना, या पुस्तकरूपाने साकारता आली. याचेच थोडेसे समाधान आहे.

श्री. रवींद्र देसाई आणि ८४व्या वर्षी संगणकाचे शिक्षण, ज्ञान आत्मसात करून, स्वत:च्या आठवणी मराठीत संगणकावर लिहून काढणारी माझी मावशी श्रीमती रुक्मिणीबाई देसाई यांनी मला माझ्या प्रत्येक उपक्रमात नेहमीच प्रोत्साहन दिले. माझी पत्नी सौ. शुभांगी व मुलगी मधुरा यांनीही प्रथम वाचक बनून या लेखन प्रपंचाला खूप मदत केली. इतर सुहृदांनीही माझ्या या लेखनात वेळोवेळी मला साहाय्य केले. त्या सर्वांच्या ऋणातच मी राहू इच्छितो.

मेहता प्रकाशनने हे पुस्तक अनुवाद करायला दिले, त्याबद्दल त्यांचे मन:पूर्वक आभार!

धन्यवाद!

– प्रमोद गोविंद शेजवलकर

अनुक्रमणिका

अनघड हिरा

''आपण प्रत्येक जण एखाद्या हिऱ्यासारखेच असतो. आणि आपल्यापैकी प्रत्येकाकडे हिऱ्याप्रमाणेच चमकण्याचे सामर्थ्य असते.''

तुमच्या हातात असलेले आणि आलेले हे पुस्तक तुमचा कायापालट करणारे आहे. हे मला कसे कळले? असा प्रश्न तुम्हाला पडला असेल. हे मला माहीत असण्याचे कारण म्हणजे या पुस्तकातील कल्पना आणि योजनांनी माझ्या आयुष्याला कायमचीच संपूर्ण कलाटणी दिलेली आहे. 'रिलीज युवर ब्रिलियन्स' ही एक संपूर्ण कायाकल्प घडवणारी प्रणाली आहे – गुटीका आहे. ज्याप्रमाणे एखादा कसबी कारागीर अनघड अशा कार्बनच्या दगडातून सुघड हिरा घडवितो, त्याचप्रमाणे तुम्हीदेखील ही प्रणाली वापरून तुमच्या जीवनाला सुंदर आकार देऊ शकाल. तुमच्यात सुप्तपणे दडून असणारी बुद्धीची कुपी उघडून हिऱ्याप्रमाणे लखलखणारी तुमची हुशारी जगापुढे आविष्कारीत करू शकाल. हे पुस्तक तुमच्यातील अनघड खड्याचे तुमच्या इच्छेनुसार, चमचमणाऱ्या हिऱ्यात रूपांतर करणारे आहे.

ज्याला-ज्याला किंवा जिला-जिला....

- जीवनाच्या अंतरंगातील दैवी गुणांचा साक्षात्कार अनुभवायचा आहे.
- व्यक्तीशः व्यावसायिक पद्धतीने अक्षरशः आणि पूर्ण सामर्थ्यानिशी

या जगाला बेधडक धक्का द्यायचा आहे.

◗ स्वत:च्या आयुष्यात काहीतरी भव्यदिव्य करण्याची क्षमता आपल्यात आहे, याची ज्याला खातरी आहे, पण ते नेमकं काय याचा शोध लागत नाहीये.

◗ या सतत बदलत्या जागतिक रंगभूमीवर काहीतरी नवीन शोधण्याची आणि त्या जगाला काहीतरी देण्याची आस लागून राहिली आहे.

◗ चिरंतन सहचर्याची ओढ लागून राहिली आहे.

◗ उर्वरित आयुष्य हे अत्युत्तमच असणार आहे. असा आत्मविश्वास आहे.

◗ तुमच्या आयुष्याची इतिकर्तव्यता कशात आहे, हे ओळखून तुम्ही समाधानी आहात; पण त्याहूनही जास्त असे काहीतरी तुम्हाला करायचे आहे.

◗ केवळ पाट्या टाकून महिन्याच्या महिन्याला पगार आणि इतर फायदे घेण्यापेक्षा आपले आयुष्य कुठेतरी अपूर्ण आहे, याची जाणीव आहे.

◗ जीवनातील मजा आणि असुसलेपणाचा अभाव जाणवतो आहे.

◗ कायम आपण दुर्लक्षिलेले उपेक्षित आहोत, अशी टोचणी लागून राहिली आहे.

◗ काहीतरी किंवा काहीही करून एक 'संपूर्ण' माणूस म्हणून जगायचे आहे.

अशा प्रत्येकाला आणि प्रत्येकीला, हे सर्व घडवून आणण्यासाठी मी ही साद घालतो आहे.

काही लोकांच्या पदरी सर्व गोष्टी अगदी सहज सुखाने पडतात, ते दिसायला सुंदर असतात, जीवनातल्या सर्व सुवर्णसंधी त्यांनाच प्राप्त होतात, ते इच्छा करतील त्या सर्व गोष्टीत त्यांना सहज यश प्राप्त होते, या सर्व गोष्टींबद्दल तुम्हाला कधी आश्चर्य वाटले आहे का? हे असेच का हा प्रश्न तुम्हाला डसला आहे का? मला नेहमी नवल वाटते की, यांना भेटणारी सर्व माणसे यांनाच धार्जिणी कशी असतात? हे सर्व त्यांच्याच बाबत घडते, माझ्या का नाही?

त्या काळात मी पराभूत होत होतो, उद्विग्न होत होतो, निराशेने

ग्रासलो होतो. आयुष्याशी झगडत होतो, अशी सुरुवातीची बत्तीस वर्षे मी सारे सहन केले आणि वरील गोष्टींवर विचार करत राहिलो. माझे आयुष्य हे भरकटलेले तारू आहे, असे मला वाटत होते. एकटा, एकाकी, जगापासून, समाजापासून तुटलेला असा मी आहे, असे मला वारंवार वाटत असे. मी लोकांत मिसळण्याचा प्रयत्न करत असे. त्यांना मी आवडावा म्हणूनही प्रयत्न करत असे, पण खरे तर मीच माझ्यापासून दुरावलो होतो. मला माझीच किंमत वाटत नव्हती, मी आत्मविश्वास गमावला होता, माझे स्वत्वच नाहीसे झाले होते. मला मरण आले तर बरे असे अनेक वेळा मला वाटत असे.

असे बघा की, मी एका अशा जगात राहत होतो, जिथले तरुण हबशी (काळे) लोक व्यसनाधीन, गुन्हेगार, बहिष्कृत असेच समजले जात होते. मी अशा आयुष्याची का स्वप्ने पाहिली होती? काळ्या लोकांच्या प्रगतीला मारक अशीच एकूण परिस्थिती त्या वेळी अमेरिकेत होती. माझा काळा वर्ण हाच या स्थितीला कारण आहे, असे मला खातरीपूर्वक वाटत होते. लहान असताना दुसऱ्या एका मुलाने सांगितलेले वाक्य माझ्या काळजावर कोरले गेले होते. तो म्हणाला होता, 'मी अगदी डांबरासारखा काळा आणि घाणीहूनही किळसवाणा आहे.' अशा शब्दांनी जखमा होत नाहीत, असे जे कोणी महाभाग म्हणत असतील, ते अगदी धादांत खोटे बोलत असतात.

माझी खातरीच होती, जर माझी कातडी गोरी असती, माझे केस सोनेरी असते, माझे डोळे जर निळे असते, तर मी अगदी ताबडतोब स्वीकारार्ह ठरलो असतो. मी माझ्या पालकांचा तिरस्कार करत होतो आणि मी गोऱ्या कुटुंबातच जन्मायला हवा होतो, असे मनाशी घोकत होतो. गोरे लोक जे करतात तेच बरोबर आहे आणि काळे लोक जे करतात ते सर्व चुकीचे आहे, असेच माझ्या आजूबाजूला आणि शाळेतही मला प्रतीत होत होते. एकूण जे चित्र माझ्या नजरेसमोर चितारले जात होते. ते असेच होते. मी एका गर्तेसमान असलेल्या ज्यूंच्या वस्तीत राहत होतो. मी नुसते शरीरानेच नव्हे; तर मानसिकदृष्ट्याही गर्तेत अडकलो होतो. मी कशातही यशस्वी होऊच शकणार नाही, असा मला विश्वास होता. एक तरुण माणूस या जगात स्वत:ची योग्य जागा शोधत होता. या जगाचा वेगळा अनुभव घेण्यासाठी झगडत

होता. आपण पुढे कोण होणार, काय होणार याचा विचार करत मी घराच्या आढ्याकडे पाहत रात्र-रात्र जागून काढत होतो. माझे मार्गदर्शक आणि गुरू डॉ. मार्क चिरोन्ना मला भेटले आणि माझा पूर्ण कायापालट झाला. त्यांनी मला साक्षात्कार घडविला की, तुझ्या कातडीच्या काळ्या रंगाच्या न्यूनगंडामध्ये तू आणि तुझे भावविश्व पूर्णपणे गाडले गेले आहे. त्यात गुंतून पडण्यासाठी तुझा जन्म झालेला नाही. तू एक लखलखता हिरा आहे. त्यांनी माझ्या जीवाची उलघाल बघितली आणि मला विश्वास दिला की, आता तुझा उज्ज्वल भवितव्याचा मार्ग तुला शोधायचा आहे. माझे अंतर्मन मला बजावत होते की, याहून वेगळ्या कारणासाठी मी जन्मलो आहे. पण त्या खोलवरच्या गर्तेतून बाहेर कसे पडायचे, हे माझे मलाच उमजत नव्हते, कळत नव्हते.

काळा रंग हा इतर कुठल्याही रंगाप्रमाणेच एक सुंदर रंग आहे, हे वास्तव आणि त्रिकालाबाधीत सत्य आहे, असा विश्वास मला डॉ. चिरोन्ना यांनी दिला. त्यांची स्वत:ची तशी धारणा होती. कारण ते स्वत: गोऱ्या त्वचेचे असूनही त्यांनी, त्यांच्या पत्नीने दोन आफ्रो-अमेरिकन मुलांना दत्तक घेतले होते. त्यांनी माझ्यातील उपजत आणि अंगभूत कौशल्याचा, हुशारीचा शोध घेण्याकरता, त्याची जाणीव करून देण्यासाठी आणि जिला योग्य वळण देण्यासाठी मला प्रोत्साहन दिले. तो दिवस मी कधीही विसरणार नाही. त्या दिवशी मी एखाद्या लहान मुलासारखा रडलो, अगदी माझ्या मनातील दु:खाचे सर्व कढ संपेस्तोवर मनसोक्त रडलो.

त्यांच्या आवाहनाला मी अनुकूल प्रतिसाद दिला. माझ्या भावी आयुष्याला नवे वळण देण्यासाठी एक नवा धाडशी आराखडा – नवा आकृतिबंध तयार करायला सिद्ध झालो. मी अनेक पुस्तके वाचली, एक रोजनिशी बाळगू लागलो. जीवनाला नवा आयाम देणाऱ्या अभ्यास वर्गात उत्साहाने भाग घेऊ लागलो आणि माझ्या आत खोलवर दडलेल्या दु:खावर मात करण्याच्या कामात व्यग्र झालो. मी स्वत: अंतर्बाह्य बदलल्याशिवाय काहीही चांगले घडणार नाही, हे माझ्या ध्यानात आले होते. माझे सर्व विचार, माझ्या श्रद्धा, माझी कृतिशीलता या सर्वांत आमूलाग्र बदल करणे आवश्यक आहे. माझ्या जीवनातील सर्व महत्त्वाच्या घटनांचा परामर्श आणि जबाबदारी घेण्याची गरज

आहे. हेही माझ्या लक्षात आले होते. मी रडलो, झगडलो, हसलो, माझ्या जीवनाचा त्रयस्थ नजरेने अभ्यास केला. खरोखर सात वर्षे यावर प्रचंड अभ्यास केला, काम केले.

माझ्या स्वत:च्या लक्षात आले की, माझा हा कायापालट आश्चर्यकारक होता. माझ्या भरकटलेल्या जीवनाला मी एका शिस्तीच्या मार्गावर आणले. माझ्या मनातील दुष्ट आणि टाकाऊ विचारांवर ताबा मिळवला. माझ्याच सर्व चुकांना माफ करून पुन्हा त्या गर्तेत न पडण्याचे तंत्र शिकलो. माझ्यात एक नवा 'मी' तयार झाला. आत्मविश्वास आणि भविष्यात काहीतरी खास करून दाखविण्याची उर्मी दाटून आली. आज जेव्हा मी मागे वळून पाहतो तेव्हा जाणवते की, मी माझे आयुष्य नुसते घालवत नाही; तर एका प्रेरणेने जगत आहे. मी एका आसुसलेपणाने जगत आहे. दिवसाचा प्रत्येक क्षण जीवनातील नवनवोन्मेषी पद्धतीने जगण्याची उर्मी माझ्या मनात सतत उसळत असते. परमेश्वरकृपेने या पृथ्वीतलावरील काही अत्यंत असामान्य अशा लोकांबरोबर माझे गणगोत जमले आहे. खरोखरीच माझा प्रत्येक दिवस हा लाखमोलाचा खजिनाच ठरत आहे.

या सात वर्षांच्या कायाकल्पाच्या प्रवासात डॉ. चिरोन्नांनी सांगितल्यानुसार, 'माझा जन्म हा काहीतरी खास करून दाखविण्यासाठी झालेला आहे, या वाक्याचा मागोवा घेण्यात गेला.' माझे गेल्या बत्तीस वर्षांचे आयुष्य एवढे आळशीपणाने आणि काळवंडलेले गेले असूनही, मी एक देदीप्यमान हिरा म्हणून जन्मलो आहे, असे जे डॉ. चिरोन्ना म्हणतात त्याचा मथितार्थ काय? रसेल कॉनवेलचे 'एकर्स ऑफ डायमंड्स' हे पुस्तक वाचताना एके दिवशी मला त्याचे उत्तर सापडले.

आपण प्रत्येक जण एखाद्या हिऱ्यासारखेच असतो आणि प्रत्येकात त्याच्यासारखी देदीप्यमान बनण्याची पात्रता असते. या त्यांच्या सहजसुंदर निवेदनाने माझा विचारप्रवाह बदलला आणि मला जीवनाचे सूत्र सापडले. माझी जिज्ञासा जागृत झाली आणि मी हिऱ्यासंबंधी अधिक संशोधन करू लागलो. जसजसा मी अधिक अभ्यास करू लागलो, तसतसा मला उलगडा होत गेला की, आपण ठरवले, तर त्यानुसार कसकसे घडत जाऊ शकते, हे पडताळण्यासाठी हिरा हे अगदी योग्य असे उदाहरण आहे.

हिरासुद्धा एका कोळशाच्या खाणीत पृथ्वीच्या अगदी खोलवर आढळणारा एक लाव्हारसाने तयार झालेला ओतीव दगड असतो. त्यानंतर त्याचे एका अत्यंत आश्चर्यकारक पद्धतीने अनघड दगडात रूपांतर होते आणि नंतर त्याचा कायापालट होऊन अमूल्य अशा हिरा निर्माण होतो.

उत्क्रांतीपूर्ण कायापालट

आश्चर्यकारक घडणीतून रूपांतर घडणे म्हणजे एका साध्या निम्न दर्जापासून उच्च दर्जात विशिष्ट आणि सुघटित रूपांतर घडणे होय. रूपांतर म्हणजे रूपात, कार्यात आणि स्वभावात बदल होणे होय.

ज्याप्रमाणे एका सामान्य कार्बनच्या संयुगापासून एक अनघड दगड बनतो आणि त्यापासून चमकता हिरा बनण्याची प्रक्रिया होते, तसेच आपणही एका उत्क्रांतीकारक प्रक्रियेतून रूपांतरित होऊ शकतो. माणसाशिवाय या पृथ्वीतलावरील कुठलाही इतर प्राणी स्वत:चा कायापालट करू शकत नाही. स्वत:भोवतीची आणि स्वत:ची परिस्थिती एवढी बदलू शकत नाही. तुमच्यात असलेल्या पात्रतेनुसार एक देदीप्यमान हिरा होण्यासाठी तुमच्या आयुष्यात यापूर्वी तुम्ही कोण होता, आता कोण आहात, तुमच्या पूर्वीच्या आयुष्यात काय घडले, या कशा-कशाचाही संबंध नाही. जगाच्या पाठीवर तुम्ही कोठे राहता आणि तुम्ही कसे दिसता, कसे आहात ही परिस्थिती तुमचे भवितव्य ठरवत नसते. तुम्ही कोठून सुरुवात करता यापेक्षा किती मोठे होणार, चांगले होणार हे महत्त्वाचे आहे. तुमच्यात तेवढे मोठे होण्याची, एक चमकता हिरा होण्याची क्षमता असते. या व्यतिरिक्त बाकी कुठल्याही गोष्टीचा अर्थाअर्थी काहीही संबंध नाही.

माझ्या या विषयातील अधिक अभ्यासामुळे माझ्यापुढे आणखीही काही प्रश्न उभे राहिले.

ही बुद्धिमत्ता म्हणजे आहे तरी काय? तिला एवढे महत्त्व कशासाठी? त्यामुळे जीवनात नेमका काय फरक पडतो?

थोडक्यात सांगायचे तर, ‘रिलिजिंग युवर ब्रिलियन्स’ म्हणजे तुमच्यातील प्रखर बुद्धिमत्तेची पारख करा. बुद्धीला धार द्या, त्या

हुशारीला फुलू द्या. तुमच्या अंत:शक्तीला ललकारा, त्या शक्तीचा शोध घ्या आणि तिचा साक्षात्कार इतरांना घडवा. तुमच्यातील असामान्यत्वाची, तुमच्या बुद्धीची चमक, तुमच्यातील देवदत्त हुशारीचा शोध घ्या आणि तिची प्रगल्भता सर्वांना दिसू द्या.

हिऱ्याची चमक, त्याची दीप्ती होय. हा त्याचा गुणधर्म त्याच्या इतर कुठल्याही वैशिष्ट्यांपेक्षा महत्त्वाचा आहे, दुसरे काहीही नाही. तेच त्याचे सामर्थ्य आहे, जीवन आहे. त्यातून फाकणारी प्रभा, त्याचे तेज आणि चमक आपले सर्व लक्ष वेधून घेते. त्याची दीप्ती हा सर्वांच्या आकर्षणाचा विषय बनतो. त्यातून निघणारे तेज पाहूनच त्याच्या जवळ जाणाऱ्या प्रत्येकाच्या तोंडातून तो प्रशंसा आणि वाहवा मिळवत असतो.

तुमच्यातील हुशारीचे – बुद्धिमत्तेचे तेज जेव्हा लोकांसमोर येते. तेव्हा हेच सर्व घडते. तुमच्यातील त्या आगळ्या तेजाकडे सर्व जण आकर्षित होतात. तुमच्यात वसत असणारे 'ते' म्हणजेच एक विशिष्ट वेगळी अशी गोष्ट असते. तिचे वर्णन शब्दांत करणे अशक्य आहे. ती म्हणजे फक्त तिचे अस्तित्व, त्यातील चमत्कृती आणि उत्साहाचे कारंजे नव्हे, त्याहूनही पलीकडचे काहीतरी आहे. ते खूप सखोल आणि भव्य-दिव्य आहे. ह्या बुद्धिप्रभावाकडे केवळ दुसऱ्यांना आकर्षित करणे एवढेच आपले ध्येय नसते; तर तुमच्यातील हुशारीचे तेज बाहेर काढणे, हे आपले ध्येय असते आणि या प्रकारामुळे दुसऱ्या कुणापुढील तरी अंधकार (बुद्धिमांद्य) नाहीसा करणे, हा मुख्य हेतू असतो. तुमच्यातील बुद्धिमत्तेचे तेज बाहेर येणे एवढे महत्त्वाचे का असते? कल्पना करा की, तुमच्यातील हुशारीला तुम्ही बाहेर पडू दिले नाहीतर काय होईल? तुमच्या त्या बुद्धिमत्तेच्या अभावी तुम्ही चैतन्यहीन व्हाल. तुम्ही केवळ तुमची दैनंदिन कामकाज करत राहाल. याहून काहीही जास्त करणार नाही. जीवनाविषयी कुठलाही उत्साह अथवा आस न राहता, केवळ पाट्या टाकत राहाल. ध्येयहीन आणि अचेतन आयुष्य कंठत राहाल. त्यामुळे तुमची ती अंतर्गत धग आतल्याआत दबून जाईल. तुमच्या हुशारीला धुमारे फुटणार नाहीत. एक विचित्र जीवन तुमच्या वाट्याला येईल. त्यामुळे तुमचे कुटुंब आणि परिवार यांच्याविषयी असलेली तुमची काळजीची, प्रेमाची भावनाच नष्ट होऊन जाईल.

असे आयुष्य जगण्यात काय अर्थ आहे, मला सांगा. आणि तसे

ते असताच कामा नये. तुमच्या बुद्धिमत्तेचा योग्य वापर जेव्हा तुम्ही करू लागता, तेव्हाच तुम्हाला खरे जीवन कळू लागते, जीवनाशी निगडीत असल्याचे जाणवते आणि जीवनाला उभारी येऊ लागते. तुमची हुशारी, तुमच्यातील देवदत्त बुद्धिमत्ता, तुमच्या जीवनाच्या काजळीवर फुंकर घालते आणि तुमच्या सहवासातील इतरांच्या जीवनातही चैतन्य आणते. तुमच्या या हुशारीचा उपयोग तुमचे कुटुंब, परिवार, मित्रमंडळी, सहकारी एवढेच नव्हे, तर तुम्ही काम करत असलेल्या संस्थेलाही होतो. कल्पना करा, या विश्वातील प्रत्येक पुरुषाने आणि स्त्रीने आपल्यातील या सुप्त हुशारीला ललकारले, जोजवले तर काय होईल? खरोखर कुणीही, कधीही पाहिले नसेल अशा एका नव्या आणि उत्क्रांत जगात या विश्वाचे रूपांतर झालेले अनुभवाला येईल.

माझ्यात वसत असलेल्या देवदत्त हुशारीला, बुद्धिमत्तेला आणि सामर्थ्याला प्रत्यक्ष खुले सोडण्याचा वसा मी घेतला, तेव्हा एक नवाच बहर मला अनुभवायला मिळाला. माझ्यातील हुशारीचा मलाच शोध लागला. माझ्या बुद्धिमत्तेला खरे तेज कसे चढेल हे मला उमजले आणि माझ्यातील ती चमक अनादी अनंत आणि नाश न पावणारी असीम असल्याचे माझ्या ध्यानात आले.

माझ्या कामाच्या स्वरूपामुळे – ओघामुळे मी अक्षरश: हजारो लोकांच्या संपर्कात येत असतो. काही जण प्रत्यक्ष भेटीत, काही ई-मेलद्वारे, तर काही फोनवरून परिस्थितीच्या कचाट्यात सापडलेले असे किती तरी लोक बघून बरेच वेळा मला खूप वाईट वाटते. अनेक तेजस्वी स्त्री-पुरुषांचे जीवनाविषयीचे निराशेने भरलेले सूर ऐकत मी किती तास व्यतीत केले आहेत, याची गणना करणेच मी सोडून दिले आहे. एके काळी यातील अनेक जण खूप उत्साही आणि तेज:पुंज हुशार म्हणून गणले गेले आहेत. परंतु काळाच्या ओघात त्यांच्यातील तो उत्साह आणि तेज लोप पावलेले, मी पाहिले आहे.

या अशा लोकांना पाहिले की, मला प्रश्न पडतो की, आपल्यातील प्रत्येकाकडे असलेल्या या तेजाला, हुशारीला जास्तीतजास्त जण वेळीच तोंड का फोडत नाहीत? फार थोडे लोकच चमकतात, बाकीचे का नाही चमकत? अशा अनेक प्रश्नांनी मला आणखी आत्मपरिक्षण आणि आत्मचिकित्सा करणे भाग पाडले. सरते शेवटी मला पटणारे आणि

वाटणारे असे उत्तर मला सापडले. ते म्हणजे आपण कसे चमकू शकतो, याचाच आपल्याला विसर पडलेला असतो. आपण प्रत्यक्षात अनमोल असा एक स्वयंभू हिरा आहोत, हेच आपण विसरून गेलो आहोत.

प्रत्येक मूल ठासून भरलेली हुशारी घेऊनच जन्माला आलेले असते. परमेश्वराने कुणाकडेही दुर्लक्ष केलेले नाही. कुणीही हुशारीला पारखा नाही. या हुशारीचा, तेजाचा परिसस्पर्श तुम्हाला व मला सर्वांनाच झालेला आहे. आपण जेव्हा लहान असतो, तेव्हा आपल्यातील या तेजाची तारीफ आणि वाखाणणी सर्व जग करत असते. आपल्यातील बुद्धिमत्ता आणि हुशारीचा गवगवा सर्व जण करत असतात. पण आपण जसजसे मोठ होत जातो, तसतसे या हुशारीची लकाकी फिकी पडत जाते.

वीस वर्षांहून अधिक काळ या हुशारी संदर्भात संशोधन करणारे हॉर्वर्डमधील प्रशिक्षण तज्ज्ञ हॉर्वर्ड गार्डनर यांनी बालपणापासून प्रौढपणापर्यंतच्या अनेकांगी बुद्धिमत्तेसंबंधात काही कसोट्याही तयार केलेल्या आहे. (या संबंधात आणि अनेकांगी बुद्धिमत्तेच्या संकल्पनेसंबंधी अधिक माहितीसाठी त्यांचे 'फ्रेमस ऑफ माइंड : दि थिअरी ऑफ मल्टिपल इंटेलिजन्सेस' हे पुस्तक वाचावे.) त्यांच्या या संशोधनातून आणि कसोट्यांमधून त्यांना व त्यांच्या सहकाऱ्यांना असे आढळून आले की, जवळजवळ सर्वच मुले त्यांच्या वयाच्या चौथ्या वर्षी अलौकिक बुद्धिमत्तेची असतात. परंतु विसाव्या वर्षी त्यातील फक्त १० टक्केच मुले तशीच हुशार राहतात. तर विसाव्या वर्षांनंतर ही टक्केवारी दोन टक्क्यांपर्यंत घसरत जाते.

हे वाचून तुम्हाला आश्चर्य वाटले ना? की त्यांच्या हुशारीला झाले तरी काय? ती हुशारी कुठे नाहीशी झाली? खरे सांगू? प्रत्यक्षात ती हुशारी कुठेही गेलेली नसते. तर ती त्यांच्या आत खोलवर लपून बसलेली असते. लोक जन्मत: हुशारच असतात. उर्वरित आयुष्यात त्यांच्या भोवतालचे लोक त्यांची ही बुद्धिमत्ता दडपून टाकतात.

मूल लहान असताना आपण जगातील वेगवेगळ्या गोष्टींचा उलगडा करायचा प्रयत्न करत असतो. आपल्या भोवतालची गूढे उकलण्याचा यत्न करत असतो. तर, जग आपल्यावर त्यांची मते, त्यांचे अनुभव बिंबवत असते. आपल्या पालकांच्या मनात खरेतर

आपले चांगलेच करण्याचा हेतू असतो. पण सर्वप्रथम तेच आपल्यातील या हुशारीचा गळा घोटत असतात. सारखं 'चांगलं वागा!' 'ते घेऊ नकोस, जागेवर ठेव.', 'तू हे-हे करायचं नाहीस.', 'तुला काय वाटतं, याच्याशी मला घेणं-देणं नाही. मी सांगतो तेच आणि तसंच झालं पाहिजे.' असं बजावत असतात. पुढे आपण शाळेत जातो. तिथेही शिक्षक आणि वर्गमित्र तेच करतात. ''आखून दिलेल्या रेषेतच रंगव.' 'हे असंच झालं पाहिजे.', 'काय मूर्खासारखे प्रश्न विचारतोयस.' 'तू हे काम बरोबर करत नाहीस (तुला ते येत नाही.),' इत्यादी. मुले शाळेत जाऊ लागल्याच्या वयापर्यंत खरोखरी फारच चौकस बुद्धीची असतात. हे वाचायला विचित्र वाटेल, पण शाळा या चौकसपणाला नख लावतात. कारण तिथे फक्त, 'सांगतो ते ऐक.' या पद्धतीने शिकवले जाते. आणि त्यामुळे मुलांमधील चौकसपणा निर्मितीक्षमता ओहोटीला लागते. दु:खाची गोष्ट ही आहे की, आपल्या या तथाकथित पारंपरिक शिक्षणपद्धतीमध्ये यशस्वी होण्याच्या धडपडीत आपल्यातील उपजत बुद्धिमत्तेकडे आपण दुर्लक्ष करू लागतो. जेवढे जास्त शिकत जातो, तेवढी ही बुद्धिमत्ता आक्रसत जाते. आर.एस. इंगरसोल या लेखकाने एके ठिकाणी म्हटलेच आहे की, ''गारगोट्यांना जिथे चकाकी आणली जाते आणि हिऱ्यांची चमक जिथे घालवली जाते, अशा संस्था म्हणजे महाविद्यालये होत.''

वास्तविक हे अगदी सत्य आहे की, आपल्या पालकांना आणि शिक्षकांना काही मुद्दाम आपल्याला अशी हानी पोहचवायची नसते. प्रत्यक्षात त्यांना अगदी उलट वाटत असते. आपल्याला पुरेसे संरक्षण देऊन आधार देण्याचाच त्यांचा हेतू असतो. हेही सत्य आहे की, त्यात ते बहुतांशी यशस्वी होत असतात. परंतु त्याच वेळी अशाही गोष्टी घडत असतात. जेणेकरून आपल्या विकासास मर्यादा पडतात आणि आपल्या हुशारीला कुंपण पडत जाते. हळूहळू आपण हे एवढेच करू शकतो. (याहून जास्त काही करायला आपण अपात्र आहोत.) असेच आपल्याला वाटू लागते. आपण कधीकाळी आपल्या हुशारीने तळपलो हातो. त्या वेळी आपल्याला कशी सुंदर प्रचिती आली होती, हे आपण विसरू लागतो. अर्थातच त्यामुळे कोण्या एके काळी आपण बुद्धिमान

होतो, आपल्यात काही वेगळी हुशारी होती, याचाही आपल्याला विसर पडत जातो.

आपला अंतरात्मा (मात्र) हे विसरत नाही.

तुमच्यातील असामान्यत्वाची गरज या जगाला आहे, हे तर सर्वज्ञातच आहे. त्यामुळे तुमच्यातील हुशारी तुमच्या आत गाडून टाकली जाते – कुठपर्यंत? तर तिला पुन्हा उजाळा मिळत नाही तोपर्यंतच!

जसजसे दिवस लोटतात तसतशी तुमची साहेबमंडळी, मित्रपरिवार, बायको किंवा नवरा एवढंच काय; तुमची मुलेदेखील तुमच्या हुशारीला काही किंमत नाही हे तुमच्या मनावर ठसवत असतात. कुणीही तुमची हुशारी खिजगणतीत धरत नाही. एवढेच कशाला, तुम्हाला स्वत:लाही त्याची जाणीव राहत नाही.

कालांतराने अशी काही सुप्त शक्ती तुमच्यात आहे, हे तुम्हीदेखील विसरता.

तुमचे जीवितकार्य काय आहे. हे सर्व विसरून, जे काय दृग्गोचर होत आहे तेवढेच काय ते सत्य; असे तुम्हीही मानू लागता. तुम्ही 'कळपातले एक मेंढरू' होऊन जाता. आणि इतर सामन्यांशी स्वत:ची तुलना करू लागता. 'एन एनिमी कॉल्ड ॲव्हरेज'चा लेखक जॉन मेसन म्हणतो त्याप्रमाणे – "तुम्ही एक स्वतंत्र वाघ म्हणून अस्तित्व घेऊन जन्मलेले असता. पण मरता मात्र किडामुंगीसारखे!"

कधीतरी दबलेल्या खजिन्याच्या फटीतून कवडसा दिसावा, तशी तुमची बुद्धिमत्ता तिचे अस्तित्व जाणवून देते, त्या हिऱ्याचा प्रकाश क्षणभर चमकतो. त्या साक्षात्काराच्या वेळी तुम्हाला पुन्हा उल्हसित वाटते. जीवनाच्या मुख्य स्रोतात आल्यासारखे वाटते आणि... आणि ते कवाड पुन्हा अचानक बंद होते. त्या दरवाजाची किल्ली तुमच्याकडे नसल्यामुळे तुम्ही ते दार पुन्हा उघडू शकत नाही. तुम्ही पुन्हा पूर्वीच्याच त्या सुरक्षित आणि सुखासीन कोशात परतता आणि चैतन्यहीन जीवन कंठू लागता. या सर्वांत दैवदुर्विलासाची गोष्ट आहे की, तुम्ही ज्या देदीप्यमान जीवनासाठी जन्मला आहात; त्याला स्पर्श होतो न होतो, तोच ते तुमच्या हातून वाळूसारखे निसटून जाताना तुम्हाला बघावे लागते.

तर तुमच्या लक्षात आले का की, हाच तो थांबा आहे, 'खोडा' आहे. तुमच्या आत खोलवर ती हुशारी दडून बसली आहे आणि या खजिन्याची चावी शोधण्याची तसदी घेणेसुद्धा तुम्ही कधीच थांबवलेले आहे. त्या खजिन्याची चावी शोधून तो खुला करण्यासाठी तुम्हाला कुणीही मदतनीस किंवा प्रेषित मिळत नाहीये. पण हे फक्त आजपर्यंत या क्षणापर्यंत....

तुमच्यात वसत असलेल्या अमूल्य खजिन्याचा आणि हुशारीचा हे सुप्त ठेवा खुला करण्यासाठी आणि तुमच्या जीवनाचा कायापालट करण्यासाठीच मी हे पुस्तक लिहिण्याचा घाट घातला आहे, हा सगळा प्रपंच केला आहे. तुमच्यातील त्या हुशारीला पुनरुज्जीवित करण्याची माझी ही धडपड आहे. तुमच्या लुप्त होत चाललेल्या प्रज्ञेला चेतना देणे, त्या चेतनेला जागृत करणे, हीच माझी तुमच्याप्रती इतिकर्तव्यता आहे. हेच माझ्या जीवनाचे कार्य आहे. तुमच्या या सुप्त शक्तीला तुम्हीच जागृत करू शकता. तो वन्ही तुम्हीच चेतवू शकता. हे माझ्या आजवरच्या अनुभवातून मला ज्ञात आहे. पण ते करण्यासाठी तुमच्या जीवनाचा लेखाजोखा तपासावा लागेल. तुमच्या श्रद्धांचा अभ्यास करावा लागेल आणि तुमच्या अंतरंगात डोकवावे लागेल. मग हा सुप्त खजिना उघडण्याची किमया तुम्ही स्वत:च करू शकता, ती तुमच्या अंतरंगातूनच उकलली पाहिजे. हे बोधवाक्य कायम लक्षात ठेवा.

'यश' ही एक दुर्मीळ गोष्ट आहे, असे तुमच्या मनावर बिंबवणारी बरीच मंडळी असतात. बहुश: हिरे हे फारच दुर्मीळ असतात, असे म्हणणारेच हे लोक असतात. या असल्या भाकडकथांवर अजिबात विश्वास ठेवू नका. खरं तर इतर अनेक मूल्यवान रत्नांपेक्षा नैसर्गिक हिरे कितीतरी अधिक प्रमाणात उपलब्ध असतात. त्याचप्रमाणे यशही दुर्मीळ नाही आणि ती काही खास आणि नशिबवान लोकांची मिरासदारी नाही. 'तुम्ही' एक खास असा दीप्तीमान हिरा आहात आणि जीवनात घवघवीत यश मिळवण्याची पूर्ण क्षमता तुमच्यात आहे. ही काळ्या दगडावरची पांढरी रेघ आहे. फक्त ती क्षमता, ती पात्रता पूर्णपणे धसास कशी लावावी, हे शिकण्याचीच काय ती खोटी आहे.

अनघड हिरा ही संज्ञा तुम्ही नक्की ऐकली असेल. याची मला खातरी आहे. 'ज्या हिऱ्याला विलक्षण दर्जा आणि क्षमता आहे; परंतु

त्याला अजून पैलू पाडलेले नाहीत, त्याच्यावर लकाकी आणणे इत्यादी. संस्कार झालेले नाहीत, असा ओबडधोबड हिरा म्हणजे अनघड हिरा,' अशी व्याख्या मेरिअम-वेब्स्टर कॉलेजीएट डिक्शनरीमध्ये दिलेली आहे. हे दगड खाणीतून जेव्हा सापडतात किंवा काढले जातात. तेव्हा ते अगदी प्राथमिक अवस्थेत ओबडधोबड असतात. नुसत्या नजरेने त्याच्यातील अंगभूत तेजावर, दीप्तीवर तुमचा विश्वासही बसणार नाही; पण त्याला पैलू पाडल्यावर आणि योग्य लकाकी आणल्यावर त्याच्यातील तेजस्वीपणा बघत राहण्यासारखा दिसतो. अगदी तसेच माणसातही ते तेज, क्षमता, आधीपासूनच अस्तित्वात असते. आपण सर्वच जण असे हिरो असतोच. काही अजून त्या खाणीतच लाव्हाच्या रूपात अनघड हिरे बनण्याच्या प्रक्रियेत असतात. काही अनघड हिरे बनलेले असतात; परंतु त्यांना पैलू पाडण्याचा आणि लकाकी आणण्याच्या स्थितीत असतात. अशा अत्यंत समर्पक शब्दांत बफेलो, न्यू यॉर्कचे विज्ञान शिक्षक हिथर बॉनहॅम यांनी अलीकडेच एका लेखात म्हटले आहे.

तर मित्रांनो, तुमच्यातील हिऱ्याला लकाकी आणण्याच्या आणि त्याला अधिक दीप्तीमान करण्याच्या तुमच्या प्रवासात या पुस्तकाचा तुम्हाला कोठे ना कोठे, उपयोग झाल्याशिवाय राहणार नाही. संधीची नवनवीन दालने उघडण्याच्या आणि नवनिर्मितीच्या या प्रक्रियेच्या, जीवनाच्या पुनरुज्जीवनाच्या नवीन पर्वात मी तुमचे स्वागत करतो. तुम्हाला आवाहन करतो. तुमच्या जीवनातील या कालखंडात तुम्ही हे करणार आहात....

- तुमचे जीवनकार्य काय आहे, याचा पुनर्विचार करा.
- तुमच्यातील आशावाद जीवन-आस, प्रेम, आनंदीपणा व विश्वास पुन्हा जागृत करा.
- नाहिशा होत चाललेल्या तुमच्यातील अंत:प्रेरणेचा पुनर्शोध घ्या.
- जीवनात येणाऱ्या नवनवीन संधीची दारे ठोठावून तुमच्यातील आत्मविश्वासाला नवा मुलामा द्या.
- तुमच्या उज्ज्वल भवितव्यासाठी तुमच्यातील सुप्त शक्तींचा परिपोष करा.

जीवनात काहीतरी भव्यदिव्य करा, असे सांगणारे तसा विश्वास

आपल्यात निर्माण करणारे, आपल्याला जीवनात फारच क्वचित वेळा भेटतात. आज मी तुम्हाला तसे आवाहन करत आहे. तशी ललकारी देत आहे. सायमन म्हणतो आहे, 'रिलिज युवर ब्रिलियन्स!'

मौक्तिक

तुम्ही कोठे राहता आणि तुम्ही कोण आहात, कसे आहात, यावर तुमचे भवितव्य ठरत नाही.

हिऱ्याला पैलू पाडू या!

"मी साधा एक कोळशाचा तुकडा आहे. पण एक ना एक दिवस मी हिरा होईनच. मी एवढा चमचमणारा आणि मोठा होईन की, जो-जो माझ्या सान्निध्यात येईल, त्याच्या मुखावर आनंदाने हसू फुटल्याशिवाय राहणार नाही."
— बिली जो शेव्हर, याच्या 'आय ॲम जस्ट ॲन ओल्ड चंक ऑफ कोल' या गाण्यातील ओळी

आपल्यापैकी प्रत्येकाला हिऱ्यासंबंधी थोडी का होईना; पण माहिती असतेच. हिरे खूपच मोहक, आकर्षक, किमती आणि मौल्यवान असतात. पण ते तसे होण्याआधी त्यांना प्रचंड कठीण आणि आश्चर्यकारक प्रक्रियेतून जावे लागते. हे आपणास माहीत आहे का? कोळशाच्या त्या दगडाला भयंकर तापमानाला आणि दबावाला तोंड द्यावे लागते, तेही हजारो नव्हे लाखो वर्षांपर्यंत! अनंत वर्षांनी त्या कोळशाच्या तुकड्याचे हिऱ्यात रूपांतर होते. भयंकर अशा लाव्हा रसाच्या उत्सर्जनातून ते हिऱ्याचे तुकडे कोळशाच्या खाणीतून पृथ्वीच्या वरच्या एक-दोन मैलांच्या पृष्ठभागात येतात.

या अनघड खड्यांना खाणीतून वर काढल्यानंतरही त्यांना स्वच्छ करण्याच्या, पैलू पाडण्याच्या आणि चमक आणण्याच्या मोठ्या आणि खडतर प्रक्रियेला तोंड द्यावे लागते. यातली पहिली पायरी असते. ती 'मार्कींग'ची. मार्कर किंवा आपण त्याला 'गुण शोधक' म्हणू या. तो

त्या दगडाची काळजीपूर्वक पाहणी करतो. त्या दगडाचा कुठला आणि किती भाग काढून टाकायचा हे तो ठरवतो. दुसरी पायरी म्हणजे प्रत्यक्ष तो भाग काढून टाकणे. हा भाग काढून टाकणारे किंवा पैलू पाडणारे हिऱ्याचा आकार कसा होईल, हे ठरवतात. ही तर पैलू पाडण्याची प्रक्रिया खूपच कष्टप्रद आणि जिकीरीची असते. छिन्नी-हातोड्याने करावयाची ही क्रिया खरेतर अगदी थोडक्या वेळातच होते. त्यानंतर हा अनघड हिरा अत्यंत कसबी आणि खास अशा जवाहिऱ्याकडे पैलू पाडण्यासाठी जातो. तो त्या हिऱ्याला प्राथमिक आकार देतो आणि मगच तो कारागिराकडे पैलू पाडण्यासाठी येतो.

पैलू पाडणे म्हणजे त्या हिऱ्याचे बाहेरील भागातील अनावश्यक भाग काढून टाकणे आणि त्या हिऱ्याची चमक वाढवून त्याच्या सौंदर्यात व मूल्यात भर टाकणे होय. हिऱ्याच्या वरच्या (मुकुटावर) आणि त्याच्या खालील भागावर पैलू पाडले जातात जेणेकरून त्याचे पूर्ण व सुंदर हिऱ्यात रूपांतर होते. अशा चमकदार पूर्ण हिऱ्याला जवळजवळ सत्तर पैलू असतात.

हिऱ्याची किंमत किंवा चमक त्यावर पडलेल्या प्रकाशाच्या परावर्तित्वाच्या श्रेणीवर ठरते. ते पैलू योग्य ठिकाणी व योग्य प्रमाणात असण्यावरच हिऱ्याचे वैशिष्ट्य ठरते. तुम्ही हा हिरा जेव्हा पूर्ण प्रकाशात धरता त्या वेळी त्यातून त्याची चमक आणि तेजोमयता दृग्गोचर होत जाते. त्यालाच हिऱ्याचे 'तेज' म्हणतात. त्या पैलूंना जेवढी सुंदर धार किंवा गुळगुळीतपणा असेल, त्या प्रमाणातून त्याचे तेज जाणवत राहते.

ज्या प्रमाणे एखाद्या अनघड कोळशाच्या दगडाला तेजोमय हिऱ्यात रूपांतरित होताना अनंत प्रक्रियांमधून जावे लागते, त्याचप्रमाणे खडतर कष्टांची मालिका तुमचाही कायापालट होत असताना पार पाडावी लागते. तुम्हाला एखादा मार्कर जसा कच्च्या हिऱ्यातील कोणता भाग तासून काढायचा हे पूर्ण परीक्षण करून ठरवतो, तसेच तुम्हीही तुमच्या आजवरच्या जीवनाकडे पाहिले पाहिजे. तुमच्यातील अकार्यक्षमता, अनावश्यकता आणि हीण काढून टाकले पाहिजे. तुमच्यातील आळस, काही टाकाऊ सवयी टाळल्या पाहिजेत. ते करत असताना साक्षात्कार घडवणारे क्षण तुमच्या जीवनात येतील. तुमच्यातील काही गुण तर काही अवगुण अचानक जाणवतील. एखाद्या कसबी कारागिराच्या

हलक्याशा आघाताने हिऱ्याचा अनावश्यक भाग वा टवका निघून त्याची चमक लख्खकन नजरेत भरावी. तसे तुम्ही जीवनात ज्या ज्ञानाची, हुशारीची आस धरलेली असते. त्याचा कवडसा अशा साक्षात्कारी क्षणांत तुम्हाला जाणवून जाईल.

तुमच्यातील त्या हुशारीला बुद्धिमत्तेला धार आणण्यासाठी तुम्हाला चार सोपान चढावे लागतील. एखाद्या हिऱ्याची पारख जशी वेगवेगळ्या चार कसोट्यांमधून केली जाते. त्याचप्रमाणे तुमच्या कायाकल्पाच्या प्रक्रियेतही चार 'सी' चा समावेश करायला हवा. पहिली पायरी म्हणजे स्पष्टता (Clarity). दुसरी म्हणजे श्रद्धा किंवा धारणा (Color). तिसरी म्हणजे तुम्ही आखायची आहेत, ती धाडसी योजना (Cut). चौथी म्हणजे तुम्हाला नेमके काय व्हायचं आहे, ते अंतिम स्वप्न (Carat). त्यावरून तुमची किंमत जगाला कळणार असते.

आपण या पुस्तकाच्या पहिल्या भागात हे सर्व कसे अमलात आणायचे ते बघणार आहोत आणि दुसऱ्या भागात आपण या चारही पायऱ्यांवरून वाटचाल करून तुमच्यातील हुशारीला वा बुद्धिमत्तेला योग्य तो आकार देणार आहोत. एखाद्या हिऱ्याला असतात. तसेच तुमच्या व्यक्तिमत्त्वालाही अनेक पैलू असतात. उदा. वेगवेगळे विचार, श्रद्धा, तुमचा आचार, वागणूक या गोष्टी तुमचे व्यक्तिमत्त्व घडवत असतात. या पुढील प्रत्येक प्रकरणात आपण तुमच्यातील या पैलूंवरच काम करून त्यातून तुमचे झळाळते श्रेष्ठत्व सिद्ध करणार आहोत.

हे करताना आपल्या दैनंदिन व्यवहारातल्याच तत्त्वांना आणि कल्पनांना आपण सामोरे जाणार आहोत, हे तुमच्या लक्षात येईल. यात काहीही नवे नाही. तसे वाटले तरी ते खरे नाही. आणि खरे असेल, तर नवे नाही. यातील सत्य, ज्ञान आणि शहाणपणा आधीपासूनच या विश्वात अस्तित्वात आहे. फक्त त्याचा अर्थ उलगडून त्याचा तुमच्या जीवनावर योग्य परिणाम होण्याचाच काय तो अवकाश आहे.

या पैलूंची ओळख जसजशी होत जाईल, तसतशी त्यातील उपायांचा अगर साधनांचा तुमच्या व्यक्तिमत्त्वाला उजाळा देण्यासाठी उपयोग होईल.

◗ व्यक्तिगत मूल्यमापन

एखादा जवाहिर जसे दागिन्यांचे मूल्यमापन करतो. तसेच हे व्यक्तिगत मूल्यमापन, तुमची पात्रता वा किंमत (श्रेष्ठत्व या अर्थी) ठरविण्याच्या कामी उपयुक्त ठरते. तुम्हाला पडलेला प्रत्येक प्रश्न, समस्या तुमच्या अंतर्मनात जाऊन तुमच्यातील हुशारी बाहेर आणण्यासाठी मदत करेल. त्या तेजाला उजाळा देण्यासाठी प्रोत्साहित करेल. तुमच्या प्रत्येक समस्येवरचे उत्तर, तोडगा लिहून ठेवा आणि ठरावीक कालांतराने तो तोडगा तुमच्या परिस्थितीशी ताडून पाहा. त्यातूनच तुमच्या प्रगतीची तुम्हाला शहानिशा करता येईल.

◗ हिऱ्याला झळाळी आणा

यात तीन तऱ्हेने प्रक्रिया केली जाते, जेणेकरून तुमच्या आत वसत असलेल्या सुप्त शक्तींचा शोध घेता येतो. त्याप्रमाणे हिऱ्याला जेवढे पॉलिश कराल तेवढी त्याची चमक वाढते. तसेच तुमची हुशारी जेवढी वापराल, तेवढी अधिक प्रगल्भ होत जाईल.

◗ तुमच्यासाठी एक खास मौक्तिकरूपी सल्ला

थोडक्यात या पुस्तकाचे सार, प्रत्येक पैलू एखाद्या सूत्राप्रमाणे सांगितला आहे. जशी एखादी गुटीका आपण मुलांना देतो, तसे यातील सत्य आणि सार इतरांना शिकवा जेणेकरून तुमच्या बुद्धिमत्तेचे तेज आणखीच झळाळून उठेल.

या पुस्तकात ठिकठिकाणी 'लिव्हिंग डायमंड्स' जिवंत अनुभवांची अभिव्यक्ती अशा नावाने काही परिच्छेद दिसतील. सामान्य माणसांनी या पुस्तकातील तत्त्वे आणि कल्पना वापरून स्वत:मधील सुप्त गुणांना कशी धार चढवली, त्यांचा कसा योग्य उपयोग केला, याची जिवंत उदाहरणे त्यात तुम्हाला अनुभवायला मिळतील. माझ्या दैनंदिन कामकाजात तसेच माझ्या पाक्षिकांतून भेटलेल्या, जगभरातल्या अनेक सामान्य व्यक्तींच्या त्या कहाण्या आहेत. त्यांचे खासगीपण जपण्यासाठी आणि त्यांचे अत्यंत खासगी प्रश्नही तुमच्यापर्यंत पोहचविण्यासाठी मी त्यांची नावे अर्थातच बदलली आहेत. माझ्याप्रमाणेच तुम्हालाही त्यांच्या अनुभवातून शिकण्यासारख्या खूप गोष्टी सापडतील. त्यातून स्फूर्ती मिळेल.

या पुस्तकाचा जास्तीत जास्त फायदा करून घेण्यासाठी ते प्रथम पूर्ण वाचा. मग तुमच्या जीवनात घडवून आणायच्या बदलाची उत्तम पद्धत, मार्ग मनाशी ठरवून घ्या. कारण प्रत्येकाचा याबाबतच्या प्रवासाचा मार्ग वेगवेगळाच असणार आहे. कदाचित तुम्ही या पुस्तकात दिलेल्या प्रमाणेच प्रत्येक प्रकरणाचा अभ्यास करून अथपासून इतिपर्यंत याची अंमलबजावणी कराल किंवा तुम्हाला कदाचित असेही वाटेल की, यातील काही भाग तुमच्या आयुष्यक्रमात जास्त प्राध्यान्याचा आहे. मग प्रथम तुम्ही त्याच गोष्टींकडे जास्त लक्ष द्या. कारण ती तुमची निकड आहे. त्यातील सगळ्यात जास्त भावलेली कल्पना ताबडतोब अंमलात आणा, कारण ती तुमच्यातील स्फूर्ती चेतवणारी शक्ती असेल आणि मग इतर कल्पनांकडे वळा. हे सर्व करताना कुठलीही घाई करू नका. आपल्या नेहमीच्या पद्धतीने आणि गतीनेच पुढे जा. एखादी कल्पना किंवा सूत्र अंमलात आणायला कदाचित एक आठवडा लागेल; कदाचित एक महिनाही लागेल. कारण ही एक विचारपूर्वक करावयाची प्रक्रिया आहे. म्हणूनच आवश्यकता वाटेल त्याप्रमाणे परिस्थितीचे सिंहावलोकन व जरूर पडली, तर पुनर्आढावा घ्यायला घाबरू नका. कारण तुमच्या जीवनाचे अंतर्बाह्य आणि तुमच्या भविष्याचा उत्तम वेध घेऊन जीवन समृद्ध करणे, हाच या पुस्तकाचा हेतू आहे. हे वेळखाऊ काम आहे. प्रथम येणाऱ्याला प्रथम बक्षीस असला प्रकार नाही. एखाद्या अनघड हिऱ्याचे पूर्ण हिऱ्यात रूपांतर व्हायला किती वेळ लागतो आणि नंतर त्याचे मूल्य किती पटीने वाढते, ते लक्षात घ्या. तुम्ही एक चमकता हिरा होणे, एक पूर्ण यशस्वी व्यक्तिमत्त्व होणे, हेच त्याचे बक्षीस आहे. या सर्व प्रक्रियेमध्ये या घडण्यांच्या प्रवासामध्येच खरी गंमत आहे. याच प्रवासात 'तुमच्यातल्या' खऱ्या तुम्हाला शोधण्यात सारी मजा आहे.

आता आणखी एक करू या. तुमच्या जिवाभावाची अगदी जीवलग अशी आणखी एक व्यक्ती निवडा. त्या व्यक्तीलाही हे पुस्तक वाचू द्या. आता तुम्ही या पुस्तकातील कोणती कल्पना, कोणते सूत्र निवडणार आहात, ते ठरवा. आणि त्या व्यक्तीलाही ते सांगा. म्हणजे तुम्ही वेळोवेळी काय शिकलात, त्यातील कुठला व किती भाग प्रत्यक्षात आणालात, त्याची शहानिशा ती व्यक्ती योग्य पद्धतीने करू शकेल.

हिरा ही सगळ्यात कठीण वस्तू आहे. त्या हिऱ्याला दुसरा हिराच छेद देऊ शकतो. हे तुम्हाला माहीत असते. म्हणूनच तुम्ही निवडलेली व्यक्तीच तुमच्यातील फरक शोधू शकेल आणि तुम्हा दोघांतीलही गुणदोषाचे योग्य मूल्यमापन तुम्ही उभयत: योग्य प्रकारे करू शकाल. तुम्ही योग्य मार्गावरून वाटचाल करत असल्याची खातरीही त्यातून तुम्ही बाळगू शकाल.

तुम्ही जी व्यक्ती निवडली आहे, ती एक रत्नपारखी आहे. ती व्यक्ती वेळोवेळी तुमच्यातील हीण, वैगुण्य वेळीच दाखवून त्यांचा नाश करेल. हा रत्नपारखी जसे योग्य तिथे दबाव देऊन मूळ हिऱ्याला कुठलाही धोका निर्माण होणार नाही, हे बघून त्यावरील अनावश्यक भाग काढून टाकतो, तशीच तुम्ही निवडलेली व्यक्ती (ती स्त्री असेल अथवा पुरुष!) तुम्हाला अवघड प्रश्न विचारून वेळोवेळी परीक्षा घेऊन, निरनिराळ्या कसोट्या वापरून तुमच्या हुशारीला अधिकाधिक उजाळा देईल. बुद्धिमत्तेला धार आणेल.

मला विचाराल तर मी असा सल्ला देईन की, तुम्हाला अगदी जवळून ओळखणारी किंवा तुम्ही ज्यावर पूर्ण विश्वास टाकू शकाल, अशा व्यक्तीची निवड करा किंवा तुम्हाला योग्य वाटत असेल, तर अगदी मोजक्या लोकांचा एक समूह तयार करा. कारण काही वेळा वेगवेगळ्या व्यक्तींचे वेगवेगळे दृष्टिकोन असू शकतात. त्यामुळे अशा प्रकारच्या प्रक्रियेसाठी तो समूह अधिक चांगला आणि मौल्यवान ठरू शकेल. एक व्यक्ती किंवा एक समूह कुठलाही पर्याय तुम्ही निवडा. पण एक लक्षात घ्या. एका विशिष्ट वेळीच (ती वेळ ठरवून घ्या.) या कल्पनांवर, सूत्रांवर एकत्रितपणे काम करा.

आता शेवटची गोष्ट म्हणजे माझ्या www.ReleasingBrilliance.com या साइटवरून माझ्याशी संपर्कात राहा. तिथे तुम्हाला माझे मासिक उपलब्ध होईल. वेगवेगळी उदाहरणे, क्लृप्त्या इत्यादी बघता येतील. आणि तुमच्या बुद्धीला आणखी खतपाणी मिळत राहील. तेही 'चकटफु' बरं का! या पुस्तकात जिथे-जिथे तुम्हाला '◆' अशी खूण दिसेल, त्याबद्दल अधिक माहिती माझ्या वेबसाइटवर मिळेल. यामुळे बुद्धीला धार काढण्याच्या या उपक्रमाला मदतच होईल. 'रिलीज युअर ब्रिलियन्स' हे पुस्तक फक्त तुमच्यासाठीच लिहिले आहे. हे वाचताना तुम्हाला

ठायीठायी जाणवत राहील की, आपण एकमेकांना चांगले ओळखतो आहोत. कसे ते लक्षात आले का? मी तुमच्याशी प्रत्यक्ष संवादच साधत आहे. आता मीही तुमच्याबरोबर सहगमन करणार आहे. अभिव्यक्तीची, जी जगाला तुमच्यातील हुशारीची आस लागली आहे, तिच्यावर प्रकाश टाकणार आहे. त्या हुशारीचे अस्तित्व मी तुम्हालाही जाणवून देणार आहे. तेही आत्ताच, या क्षणी! हे पुस्तक तुमच्यातील बुद्धिमत्तेची जाणीव करून देणारे एक माध्यम आहे. जसजसे हे पुस्तक तुम्ही वाचत जाल, तसतसे तुमचे अंतरंग अभ्यासात बुडून जाईल आणि त्यातील माहिती, सूत्र तुमच्यात भिनत जाईल. एक नयनरम्य आणि सुंदर प्रवास तुमच्या अनुभवास येईल. तुम्ही या प्रवासात स्वत:ला जेवढे जास्त गुंतवून घ्याल. तेवढी तुमच्या बुद्धिमत्तेची झेप वाढणार आहे, याची मला खातरीच आहे.

मौक्तिक

एक हिराच दुसऱ्या हिऱ्याला छेद देऊ शकतो. एक गुणी माणूसच दुसऱ्या गुणी माणसाची पारख करू शकतो.

भाग १

हुशारीचे गमक

''कुठलेही मूल जन्मतःच खूप हुशार असते. कुठल्याही विषयातील विद्या-वाचस्पतीपेक्षा जलद गतीने ते दोन वर्षांत भाषा ग्रहण करते आणि तिसऱ्या किंवा चौथ्या वर्षीच त्यात पूर्णतः पारंगत होते.''
– टोनी बुझान, पिक-परफॉर्मन्स एक्स्पर्ट

या जगात पदार्पण करण्यापूर्वीच म्हणजे जेव्हा तुम्ही तुमच्या आईच्या गर्भात असता, तेव्हाच तुमच्या कुटुंबातील आणि मित्रपरिवारातील मंडळींनी तुमच्या आगमनाची जय्यत तयारी केलेली असते. तुमच्या आईवर अभिनंदनाच्या संदेशांचा आणि भेटवस्तूंचा वर्षाव केलेला असतो. तुमच्या जन्मानंतर तर कित्येक आश्वासनांची आणि फोटोंची पाठवणी झालेली असते. तुमच्यासारखी अमूल्य भेट मिळाल्याची बातमी जगाच्या या टोकापासून त्या टोकापर्यंत अनेक लोकांना कळविण्यात आलेली असते. – तेही दीर्घ पल्ल्यांचे दूरध्वनी करून. जवळचे तसेच दूरचे नातेवाईक, मित्रमंडळी तुम्हाला कवेत घ्यायला, जोजवायला आणि प्रेमाने 'पापा' घ्यायला येत असतात.

पण एवढी गडबड, हा गोंधळ तुमच्याचसाठी का? त्याचे पहिले कारण म्हणजे तुम्ही एकमेव, अमर्याद आणि अद्यापी अव्यक्त पण प्रभावीपणे व्यक्त होण्याची ताकद असलेली अनमोल हिरा होतात आणि आहात. या जगात तुमच्या हातासारखे ठसे कुणाचेही नाहीत. तुमच्या हास्याला जोड नाही. तुमची सही म्हणजेच व्यक्तिमत्त्व अद्वितीय आहे. तुमच्या

हुशारीला अंत नाही. तुमच्यासारखे तुम्हीच. तुमची छबी केवळ तुमच्यासारखीच आहे. शेकडो, हजारो, किंबहुना लाखो लोक तुमच्यासारखे होऊ पाहत आहेत. तुमच्यातील तेजाने व हुशारीने हे जग उजळून काढण्यासाठी आणि तुमच्या कर्तृत्वाचा ठसा या जगतावर उमटविण्या-साठीच तुमचा जन्म झाला आहे. तुमचा 'अवतार' यासाठीच झाला आहे.

तुझे आहे तुजपाशी!

तुमच्या हुशारीचे पोषण करण्यासाठी लागणारे गुण तुमच्यातच आहेत. तुमच्या हुशारीचा सखोल आविष्कार म्हणजेच तुमचे अलौकिकत्व तुमच्यापेक्षा अधिक चांगल्या पद्धतीने प्रकट करणे इतर कुणालाही शक्य नसते. ते तुम्हीच करू शकता. तुमच्यातील या सुप्त गुणांचा वापर तुम्ही जेव्हा करता तेव्हा इतरांप्रमाणे तुम्ही त्या कामावर नुसत्या पाट्या टाकत नाही, तर त्या कामाचा एक मानदंड निर्माण करता. (तुम्ही नुसतेच जगत नाहीतर एक प्रकारचे अवतारकार्य करता असता.) तुम्ही जेव्हा तुमच्या हुशारीला अंतर्यामीच्या गाभाऱ्यापासून काढून त्याला तासू लागता तेव्हाच तुमच्या हुशारीचा 'अश्वमेध' आळशी घोड्यातून अबलख घोड्यात रूपांतरित होतो. आता तुम्हाला तुमचे अवतार कार्य उमजू लागते आणि तुमच्या आतील हुशारीच्या तेजाला धुमारे फुटतात. तुमचा भविष्याकडे जाण्याचा मार्ग प्रकट होऊ लागतो.

एक प्रयोग – हुशारीचा अश्वमेध

तुमच्या आंतरिक सामर्थ्याची गंतव्य ठिकाणापर्यंत जाण्यासाठी, ओळख करून घेण्यासाठी हा एक प्रयोग करू या. तुम्हाला एक अश्वमेधाचा यशस्वी व जगज्जेता वारू व्हायचे आहे. एक आडवी रेघ काढा व त्यावर आता तुम्ही कुठे आहात तिथे खूण करा.

माझा एक जवळचा चांगला मित्र आहे. त्याने मला सांगितले की, तो वैयक्तिक जीवनात आणि व्यावसायिक जगातही एका विचित्र अशा खोड्यात अडकला आहे आणि त्यातून बाहेर कसे पडायचे तेच त्याला कळत नाही. त्याने या विषयावरची अनेक पुस्तके वाचली. 'हमखास यश' देणाऱ्या वेगवेगळ्या अभ्यासवर्गांनाही हजेरी लावली. यशस्वीतेकडे नेणाऱ्या शिड्या इतर लोक चढल्याचे पाहिले. त्याने जेव्हा तसेच करण्याचा प्रयत्न केला, तेव्हा मात्र त्याला तसा अनुभव आला नाही. स्वयंप्रगती साधण्यावर त्याने अमाप पैसा खर्च केला; पण कशाकशालाही यश आले नाही. आता तो चाळीशीत आहे. आता तर जसजसे त्याचे वय होत आहे. तशी भीती वाटते आहे की, आपण आता संपत चाललो आहोत.

दु:खी, असंतुष्ट आणि अस्थिर आयुष्य तो कंठत आहे. आयुष्यात पुढे काय करायचे हे ठरत नाही, अशा आणखी व्यक्ती तुम्हाला माहीत आहेत काय? अशा व्यक्ती आळशीपणाने बसून असतात. इतरांची प्रगती बघत असतात. आणि स्वत:तील हुशारीचा-कौशल्याचा कस लागेल, असे कोणतेही काम न करता स्वस्थ बसतात. जर काही काम केलेच तरीही ते अत्यंत सुरक्षितपणे कोणतीही खास तोशीस लागून न देता, स्वत:च्या कोशात राहूनच ते करतात.

माणसे काळाबरोबर परिपक्व होत जाणाऱ्या मद्याप्रमाणे असतात. असेच मला आजवर वाटत आले आहे. तुमच्यातील हुशारीला आणि तेजाला शोधून आणि खुले सोडून त्याला अधिकाधिक उजाळा द्यायला कोणतीही वेळ योग्य मुहूर्त समजावा. यावर माझा दृढ विश्वास आहे. रोनाल्ड रेगन एकोणसत्तराव्या वर्षी अमेरिकेचे राष्ट्राध्यक्ष झाले. कर्नल सॅन्डर्सने वयाच्या साठीनंतर केन्टुकी फ्राइड चिकन्सची मुहूर्तमेढ रोवली. मग तुम्ही तरी स्वत:च्या वयाच्या कोंदणात स्वत:ला अडकवून का ठेवता?

हुशारी – चातुर्य हे आपल्यातील प्रत्येकात असतेच! ती काही फक्त देखण्या लोकांची, प्रभावी व्यक्तिमत्त्वांची आणि श्रीमंतांचीच मिरासदारी नव्हे. ती कुणातही आणि प्रत्येकातच उपजतच असते. त्यामध्ये 'तुमचीही' गणना झालेली आहे!

तुमच्यातील ती हुशारी दडपून ठेवू नका. ती तुमच्या संपुटातून

बाहेर येऊ द्या. तुमच्यातील अव्यक्ताला प्रभावीपणे खुली हवा लागू द्या. आणि तुमच्यातील अलौकिक बुद्धिमत्तेचे सर्वांपुढे प्रसरण होऊ द्या.

मौक्तिक

हुशार आणि चतुर असण्यासाठी जे-जे हवे, ते तुमच्यात ठासून भरलेले आहे.

पैलू : तुमचे जीवितकार्य ओळखा

''या जगतातील सर्व प्राणिमात्रांचे कल्याण करण्यासाठी तुमचा जन्म झाला आहे. तुमच्या अंतर्मनातील आवाजाला प्रतिसाद द्या. तेच तुमचे जीवितकार्य आहे हे ओळखा. तुमची प्रगतीही त्यावरच अवलंबून आहे. तुम्ही आत्मसात केलेले ज्ञान त्याच कार्यासाठी उपयोगात आणा.''

– पीट थिगपेन, एक्झिक्युटिव्ह रिझर्व्ह

या जगतातील कुठलीही गोष्ट अपघाताने घडलेली नाही. प्रत्येक वस्तुमात्राला कुठल्या ना कुठल्या दैवी कार्यासाठीच जन्माला घातलेले आहे. मी या पृथ्वीतलावर का आलो आहे व हे जग अधिकाधिक सुंदर कसे घडवता येईल, हे जाणून घ्यायची तीव्र आस प्रत्येकाच्या अंतर्मनात सारखी टोचत असते. तुम्हाला कदाचित ही बोच आता या क्षणी जाणवत नसेल. पण कालांतराने का होईना माझे जीवितकार्य काय आहे? ही टोचणी, हा लाखमोलाचा प्रश्न तुम्हालाही पडल्याशिवाय राहणार नाही.

ज्या क्षणी तुम्हाला हा प्रश्न पडेल, त्याच वेळी तुमचे मन आणि बुद्धी तुमच्या गतआयुष्याबद्दल, वर्तमान परिस्थितीबाबत आणि भविष्यकाळाबद्दल विचार करू लागेल. त्याचे चित्र तुमच्या मन:पटलावर उमटेल. बहुश: आतापर्यंतच्या आयुष्यात काय घडले, याचाच विचार प्रथम मनात येत राहील. जसजसे तुम्ही वयाने मोठे होता तसतसे हे

असे-असे का घडले, यावर विचार करता. जेव्हा तुम्ही परिपक्व होता, तेव्हा मात्र हे जीवन म्हणजे केवळ एक पगारी नोकर, एक उच्च पद आणि लौकिकार्थाने मिळालेली प्रतिष्ठा यापलीकडेही काहीतरी आहे याची जाणीव तुम्हाला होऊ लागते. तुम्ही किती संपत्ती जमा केली आहे, तुम्ही कुठल्या घरात राहता आणि तुम्ही नेमके काय करता, यापेक्षाही तुम्ही 'कोण' आहात याचा उलगडा हळूहळू होत जातो.

तर मग तुम्ही नेमके कशासाठी या पृथ्वीतलावर आला आहात? तुम्हाला कदाचित या प्रश्नाचे उत्तर माहीत नसेल, पण ते मला माहिती आहे आणि ते अगदी सोपे आहे. तुमचे जीवितकार्य पूर्ण करण्यासाठीच तुम्हाला इथे पाठविण्यात आले आहे. होय, हे अगदी त्रिवार सत्य आहे. तुमचे एक जीवितकार्य आहे आणि या जगाच्या अब्जावधी लोकांतून फक्त तुम्हीच ते पूर्णत्वास नेणार आहात. एका विशिष्ट कामगिरीसाठीच तुमची योजना ह्या पृथ्वीवर करण्यात आली आहे. तुमच्या स्पर्शासाठी, तुमच्या ज्ञानासाठी, तुमच्या शहाणपणासाठी आणि तुमच्या जादूई कामगिरीसाठी हे जग तुमची प्रतीक्षा करत आहे. तुमच्या स्वत:त एक वेगळेपण आहे आणि जगाला एक वेगळे स्वरूप देण्यासाठीच तुमची नियुक्ती झालेली आहे. केवळ तुम्ही या जगावर एक वेगळी छाप पाडणार आहात म्हणून आता या वेळी तुम्हाला इथे पाठविण्यात आले आहे. तुम्ही स्वत: किती प्रभाव टाकणार आहात आणि तुमच्यामुळे किती लोक प्रभावित होणार आहेत, यावरच तुमचे जीवितकार्य अवलंबून आहे.

काही वर्षांपूर्वी एखाद्या झंझावातात अडकल्यासारखी माझी स्थिती होती. माझी नोकरी, माझे काम, मी अगदी मन लावून आणि कष्टपूर्वक करत होतो; पण ते पुरेसे नव्हते. कुठल्याही क्षणी माझी हकालपट्टी होणे शक्य होते. माझी गुजराण मी जेमतेम करू शकत होतो. बऱ्याच इतर लोकांप्रमाणेच मी कशीबशी खर्चाची हातमिळवणी करत होतो. सुखी आयुष्य आणि अर्थपूर्ण जीवनाची माझी आकांक्षा आणि आशाही संपुष्टात आली होती. आणि... आणि... माझ्या साऱ्या आयुष्यावर दूरगामी परिणाम करणारा तो क्षण माझ्यासमोर उगवला. तीनशे वर्षांची परंपरा असणाऱ्या एका युरोपिअन बँकेबरोबर, सल्लामसलत करण्यासाठी पाठवण्यात आलेल्या माझ्या कंपनीच्या सल्लागार मंडळाबरोबर मी

पॅरिसला गेलो. सुमारे एक हजार व्यवस्थापकांसमोर मी करत असलेल्या भाषणाच्या वेळी माझ्यातील सुप्त हुशारीचा मला साक्षात्कार झाला. माझ्यातल्या त्या 'मी'चा मला परिचय झाला; 'मी' जे होऊ पाहत होतो, तो 'मी' मला भेटला. या सहा-सात अब्ज लोकसंख्येतील दहा टक्के लोकांना त्यांच्यातील त्या सुप्त हुशारीची जाणीव करून देणे व ती इतरांपुढे आणणे हेच माझे जीवितकार्य आहे, हे मला उमगले.

तर मग तुमचे काय? तुम्हाला तुमच्या आयुष्यात नेमके काय करायचे आहे, ह्याचा शोध लागलाय का?

ग्रीक तत्त्वज्ञ ॲरिस्टॉटलने म्हटल्याप्रमाणे, 'तुमचे ज्ञान, बुद्धिमत्ता आणि इतरांची निकड या दोन्हीची जिथे गाठ पडते, तेच तुमचे कार्यक्षेत्र असते.' मी त्यात थोडा बदल करून म्हणेन की, तेच तुमचे जीवितकार्य आहे. तुमच्यातील कौशल्य, तुमचे चातुर्य, तुमची क्षमता, तुम्हाला मिळालेली दैवी देणगी ह्यांची आणि तुमच्या आसपासची गरज किंवा मागणी ही जिथे एकत्र येतात तेच तुमचे कार्यक्षेत्र असते हे तुमच्या लक्षात येईल. तुमच्यात वसत असलेली ती खास गोष्ट, गुण काय आहे ह्याचा विचार करू या. इतर कुणाहीपेक्षा तुम्ही कुठली गोष्ट जास्त चांगली करता? तुमच्यातील कोणत्या वैशिष्ट्यांबाबत लोक तुम्हाला नावाजतात? आता विचार करा. अशा कुठल्या गोष्टीकडे तुम्ही दुर्लक्ष करत आहात, जी तुमच्या मनात सारखी खदखदत असते. तुमचा आत्मा आणि मन यांच्या अस्वस्थतेकडे लक्ष द्या. जो प्रश्न, जी समस्या किंवा जी परिस्थिती तुम्हाला अस्वस्थ करत आहे किंवा चीड आणत आहे, तोच तुमच्या जीवितकार्याकडे तुम्हाला नेणारा मार्ग आहे. शेवटचे म्हणजे तुमच्यातील विशेष कौशल्य वा कसब वापरून या तुम्हाला महत्त्वाच्या वाटणाऱ्या समस्येवर कसा तोडगा काढता येईल, याचा सर्वंकष विचार करा.

बेघर लोकांना अन्नदान किंवा कर्करोगाने ग्रस्त असलेल्यांना मदत करणे, अशा उदात्त गोष्टी करणे, अशासारखे भव्यदिव्य जीवितकार्य, तुम्हावर सोपवले आहे असे तुम्हाला वाटेल आणि धन्य-धन्यही वाटेल, पण तसेच असेल असे नाही. तुमचे कार्य प्रत्येक प्राणिमात्राशी संबंधित असेलच असे नाही, ते काही जणांपुरतेच असेल; पण त्या काहींमध्येच असे कुणी असू शकतील, जे पुढे जाऊन हजारो वा लाखो लोकांमध्ये

स्फुल्लिंग चेतवू शकतील. तुम्ही कदाचित इतर हिऱ्यांना चकाकी आणणारा आणि त्यांना अधिकाधिक तेजोमय करणारा हिरा असाल. तुमची छबी कुठल्यातरी मासिकाच्या मुखपृष्ठावर कधी दिसू शकणार नाही किंवा तुम्ही एखाद्या लोकोपयोगी कार्यासाठी घसघशीत देणगीही देणार नाही, पण तरीही तुम्ही कुणीतरी 'खास' असणारच आहात. ते 'खास' म्हणजे जनतेसमोर येणारे असेल असे नाही. पण तुमचे अंतरंग अंतर्बाह्य बदलवून टाकणारे नक्कीच असेल.

तुमचे जीवितकार्य कोणते हे तुम्हाला कसे कळेल? तर ज्या विचाराने तुम्ही चैतन्यमय होऊन जाता, तुमच्या अंतर्मनात एक प्रकारचा जागर होऊ लागतो, तुम्ही एकदम वेगळ्याच जगात प्रवेश करता, तुम्ही उत्कट, भावनाप्रवण होता, या जगात प्रचंड उलथापालथ करून टाकावी, अशी भावना तुमच्या मनात निर्माण होते. तोच विचार तुम्हाला तुमच्या जीवितकार्याकडे नेतो. 'व्हायोलन्स अनव्हील्ड : ह्युमॅनिटी ॲट द क्रॉसरोडस'चा लेखक जील बेली म्हणतो, ''या जगाला अशा चैतन्यमय लोकांचीच गरज आहे.'' तुम्ही जेव्हा असे चैतन्यमय होता, तेव्हा त्याचा प्रभाव इतरांवरही पडतो. त्या चैतन्याची लागण इतरांनाही होते आणि तुम्ही आता तुमच्या जीवितकार्याला सुरुवात करता, याची जाणीव साऱ्या जगाला होते.

काही वेळा, अनवधानाने, आपण चुकून दुसरेच एखादे, चुकीचे क्षेत्र निवडतो. आपण दुसऱ्याच कुणाचे तरी जीवितकार्य 'आपले' म्हणून निवडतो. ते आपल्याला अधिक चांगले, अधिक आवडीचे, अधिक आकर्षक आणि अधिक फायदेशीर वाटते म्हणून ते चांगले आहे असे वाटते; म्हणून आपण ते 'उसने' घेतो. काही वेळा कुणीतरी आपल्याला सांगतो म्हणून आणि त्या व्यक्तीला आवडावे म्हणून त्याच्या कल्पना आणि सूचना आपण स्वीकारतो. ते काही असो, जो कार्यक्रम आपल्यासाठी नसतो, तो आपण निवडतो. अशा वेळी तुम्ही जर बारकाईने या गोष्टी पाहिल्यात तर तुम्हाला जाणवेल, हे कार्य आपल्यासाठी योग्य नाही. तुम्हाला आतूनच अस्वस्थ वाटेल. हे जर खरे असेल तर खरोखरीच तुमचे जीवन समृद्ध करण्यासाठी मी तुम्हाला साद घालत आहे. तुमचे जीवितकार्य नेमके कोणते आहे, हे उमगल्याशिवाय तुमच्या बुद्धिमत्तेची प्रभा फाकणार नाही.

येथे नमूद केलेला एक अभ्यास हा तुमच्या वैयक्तिक मूल्यमापन प्रक्रियेचा प्रारंभ आहे. ही प्रश्नपत्रिका सोडवल्यामुळे तुमच्या जीवितकार्याची ओळख तुम्हाला होणार आहे. अर्थात हेही खरेच आहे की, केवळ ती उत्तरे देऊन तुमचा मुख्य प्रश्न सुटणार नाही. असो. तो पुढे ओघाने सुटेल. तुम्ही आता तुमच्यातील हुशारीच्या, बुद्धिमत्तेच्या शोधमोहिमेवर निघाला आहात. तुमच्यातील सुप्त शक्तीची उकल करायला तुम्ही सुरुवात केली आहे. ते कार्य सुरूच ठेवा. त्या शक्तीचा शोध घेतच राहा. हा वैयक्तिक मूल्यमापनाचा प्रश्न, यापुढील प्रकरणातून येणारे वेगवेगळे पाठ, लोकांचे अनुभव आणि व्यक्तीला उजाळा देणाऱ्या कृती, तुमच्यातील हुशारीला नवी धार देण्यासाठीच मुद्दाम काळजीपूर्वक तयार केलेल्या आहेत. त्यातूनच तुमच्या अंतर्मनाचा वेध घ्यायचा आहे. हे पुस्तक पूर्ण वाचून झाले की, तुम्ही पुन्हा हे प्रकरण वाचा. ही प्रश्नपत्रिका पुन्हा सोडवा. तुमच्या मनातील उरल्यासुरल्या शंकांचेही निरसन झाल्यामुळे तुम्हाला प्रफुल्लित झाल्यासारखे वाटेल.

तुम्ही एव्हाना तुमचा सहकारी निवडला असेल. नसेल तर तो जिवाभावाचा सखा ताबडतोब निवडा. तो तुमचा सहाध्यायी असल्यामुळे तुम्हाला त्याची मदतही होईल आणि एकटेपणा जाणवणार नाही. त्याच्यामुळे तुम्ही अधिक सामर्थ्यवान व्हाल. त्याची सोबत, सहकार्य तुमच्या भावी प्रवासात तुम्हाला मदतच करेल.

पाठ : तुमच्या जीवितकार्याचा शोध घेणे.

१. पुढील पानावरील ‘आतला आवाज’ ह्या सदराखाली दिलेले प्रश्न आणि ‘लोकांची गरज’ ह्या सदराखाली दिलेल्या प्रश्नांतून तुमच्या वैचारिक मूल्यमापनाची सुरुवात होणार आहे. त्या प्रत्येकासाठी काही टिपणे काढून ठेवा.

२. त्या दोन्ही रकान्यांचा आंतरसंबंध लक्षात घ्या.

३. त्या संबंधांचा (छेदन बिंदूचा) उपयोग करून तुमची बुद्धिमत्ता आणि त्याची जगाला असलेली गरज यावरून तुमच्या जीवितकार्याची प्राथमिक रूपरेषा ठरवा.

१) आतला आवाज :

- कुठल्या गोष्टी करण्यात मला स्वारस्य आहे?
- माझ्यातला कुठला गुण लोकांना आवडतो ?
- माझ्यात कुठली खास कौशल्ये, कसब आणि क्षमता आहेत?

३) छेदन बिंदू – तुमचे जीवितकार्य

- मला अजिबात अपयश येणार नाही असे कुठले कार्य आहे?
- दुसऱ्याचे किंवा अनेकांचे जीवन मी अधिक समृद्ध कसे करू शकेन?
- माझे निश्चित जीवितकार्य कोणते?

२) लोकांची गरज किंवा अपेक्षा :

- मी नेमके काय करायला हवे?
- कोणती बाह्य परिस्थिती, समस्या आणि गरजा माझ्या अंतर्मनात ठसठसत आहेत?
- कोणत्या संधी, नोकरी, पेशा मला रुची असलेल्या पण आजपर्यंत मी पाठपुरावा न केलेल्या आहेत?

तुमचे जीवितकार्य निश्चित करणे हे खूप गुंतागुंतीचे आणि अवघड तर आहेच. पण ती केवळ पहिली पायरी आहे. मी कोण आहे आणि इथे या इहलोकी माझी योजना कशासाठी केली गेली आहे? हा यक्षप्रश्न तुम्हाला पडला आहेच, पण त्याहून गूढ असा मोठा दुसरा प्रश्न तुमच्यापुढे आहे तो म्हणजे, आता ते जीवितकार्य कोणते याचा पुसटसा अंदाज तर येऊ लागलाय; पण मी ते कार्य माझ्या दैनंदिन आयुष्यात कसे पार पाडायचे आहे?

त्या जीवितकार्याभोवती गुंफणारी यात्रा आखण्याचा, अत्यंत विचारपूर्वक निर्णय तुम्हाला घ्यायचा आहे, हे याचे उत्तर आहे. तुमचे कार्य या पृथ्वीवरच पूर्णत्वास न्यायचे आहे. त्यातच तुमची हुशारी समर्पित करायची आहे. हे जीवितकार्य अत्यंत सुस्पष्ट आणि नेमके असायला हवे. ते आता केवळ स्वप्न राहिलेले नाही, तर आता ते सुनिश्चित स्वप्न पूर्ण करण्याची प्रतिज्ञा घेतलेले कार्य आहे. तुमचे सर्व निर्णय, कृती आणि जीवनातील आवडी-निवडी त्या कार्याशी निगडित हव्यात. 'फ्रॅन्करस्टिन'ची लेखिका मेरी शेली म्हणते, "निश्चित अशा ध्येयप्राप्तीमुळे तुमच्या मनाला शांती मिळते, चित्त स्थिर होते. ती इतकी प्रगाढ असते की, तुमची सर्व इंद्रिये (काया-वाचा-मन इत्यादी) त्यात पूर्णपणे रममाण होऊन जातात."

आता तुम्ही कदाचित असा विचार करत असाल की, "सायमनसाहेब, हे सर्व अगदी मस्त आहे, छान आहे, पण माझ्या या कार्याची पूर्तता करण्यासाठी मी आता नेमके काय करायचे आहे?" अगदी सुंदर प्रश्न विचारलात. त्यासाठी तुम्हाला, 'विचारा, शोधा आणि ठोठवा.' हा मंत्र आचरायचा आहे.

विचारा

दररोज सकाळी उठल्यावर स्वत:लाच विचारायचे, "या जगामध्ये बदल घडविण्याच्या कामी माझ्या या जीवितकार्याचा कसा उपयोग मी करू शकेन?" असा प्रश्न विचारताक्षणी तुमचे अंतर्मन त्या शक्यतांचा विचार करू लागेल. दुर्दैवाने, बरेच लोक त्यांचे जीवितकार्य कळूनही ह्या पायरीचा विचारच करत नाहीत. त्यामुळे त्यांच्या जीवनाला कुठलाही नवा आकारच देत नाहीत, किंबहुना तसा प्रयत्नही करत नाहीत.

अर्थातच त्यांचे आयुष्य संथगतीने, सामान्यपणे जगणेच त्यांना भाग पडते. त्यामुळे ह्या मंडळींची अवस्था अधिकच बिकट होते. कारण एकवेळ ज्यांना त्यांच्या आयुष्याचे अभिधान कळलेच नाही, त्यांच्याबाबत प्रश्नच उद्‌भवत नाही, पण ज्यांना ते कळले आहे अन् बरेचसे काही करण्याजोगे असूनही जे काही करत नाहीत, ती मंडळी करंटीच म्हटली पाहिजेत.

पाठ : बदल घडवून आणण्यासाठी मी माझ्या नेमून दिलेल्या जीवितकार्याचा उपयोग कसा करून घेऊ शकेन?

____

____

____

____

____

____

____

____

____

____

____

____

____

शोधा

तुमच्या या कार्याचा तुमच्या दैनंदिन आयुष्यात नेमका कसा उपयोग होणार आहे, याचा शोध घ्या. जर आवश्यकता वाटत असेल तर, तुम्ही कुठल्या मार्गाने जाणार आहात त्यासंबंधी संशोधन करा. तुम्ही एखाद्या चक्रव्यूहात शिरत आहात असे वाटेल, त्यातून काही मार्ग खुंटल्याचे आढळतील; पण त्याला इलाज नाही. तो या खेळातलाच एक भाग आहे. तुमच्या जीवितकार्याचा मार्ग नेहमीच साधा, सरळ, विना खाचखळग्याचा असणार नाही.

तुम्हाला मदत करू शकतील, अशा लोकांचे साहाय्य अवश्य घ्या. काही लोक तुमच्या आयुष्यात येऊन जातात, तर काही नित्य सान्निध्यात असतात. असे तात्पुरते तुमच्या आयुष्यात डोकावणारे, एखाद्या विवक्षितवेळी

किंवा प्रसंगाने तुमच्या संपर्कात येतात. अशांचे अगदी मोकळ्या मनाने स्वागत करा. कारण त्यांना आणि तुम्हाला माहीत असो वा नसो त्या लोकांचा किंवा घटनांचा तुम्हाला तुमच्या त्या कार्यात मदत करून तुमच्या कार्याला गती देण्याचाच हेतू असतो. तुमच्यातील हुशारीला वाव देणे आणि तुमचे कार्य तडीला नेणे, यात ते मदतच करतात. काही लोक मात्र नित्यच तुमच्याबरोबर असतात. तुम्हाला प्रोत्साहन द्यायला आणि तुमची क्षमता वाढवण्यासाठीच असतात. ते एखाद्या ताशीव काम करणाऱ्या कारागिराप्रमाणे तुम्हाला एक प्रकारे झळाळी देणारेच असतात.

तुमच्या जीवनात येणारे असे हे लोक कोण आहेत? कसे आहेत? हे तपासा आणि त्यांच्या त्या-त्या विशिष्ट साहाय्याबद्दल आणि कामगिरीबद्दल त्यांना धन्यवादही द्या. प्रत्येक माणसामध्ये तुम्ही बदल करणार नाही. तसेच इतर प्रत्येक जणही तुमच्यात बदल घडवू शकणार नाही. आयुष्यात भेटलेल्या प्रत्येक व्यक्तीने तुमच्या कार्यात मदत केलीच पाहिजे असे नाही. प्रत्येकाने जर आणखी एकाला हा 'वसा' दिला, तर हे जग चमचमणाऱ्या हिऱ्यांचेच होऊन जाईल.

ठोठवा

जेव्हा तुम्हाला अंतर्मनातून पटते की, हाच तो संधीचा दरवाजा आहे, तेव्हा बेलाशक तो ठोठवा आणि त्या दरवाज्याच्या पुढेही काय आहे, हे बघायचे असेल तर तो उघडा आणि त्यात डोकावून बघा. जीवनातील नवनवीन शक्यतांसाठी, अनुभवांसाठी तयार राहा. येईल त्या प्रसंगांना सामोरे जा, त्यांचे स्वागत करा, त्यांच्यापासून फायदा करून घ्या, काहीतरी शिका.

रोज तुमच्या उद्दिष्टपूर्तीच्या दिशेने एखादे तरी पाऊल टाकाच. तुम्ही याचसाठी अट्टाहास केला होता, हे मनावर ठसवा. तुमच्या कार्यात आधारभूत होतील, असे निर्णय घ्या. अशाच गोष्टींची वा पर्यायांची निवड करा. तुमची प्रत्येक निवड वा मार्ग बरोबरच असणार आहे का? नाही. तुम्ही काही वेळा प्रवाहपतित होणारच आहात. परंतु प्रत्येक अनुभव तुम्हाला काहीतरी नवे शिकवणार आहे, त्यातून तुम्ही समृद्ध होणार आहात. प्रत्येक घटना तुमची शिकण्याची आस मजबूत

पाठ :

माझ्या जीवनात डोकावून गेलेल्या व्यक्ती	त्यांच्यापासून मी काय शिकलो?
माझ्या जीवनात आलेल्या आणि टिकून राहिलेल्या व्यक्ती	**त्यांचे माझ्या आयुष्यातील स्थान आणि चालू असलेले कार्य**

करणार आहे. प्रत्येक पायरीगणिक तुमची श्रद्धा, विश्वास आणि गती वाढणार आहे.

या तिन्ही गोष्टी काळजीपूर्वक आणि हेतूपुरस्सर, दररोज वापरात आणा. असे जर तुम्ही केलेत, तर खातरी बाळगा, थोड्याच काळात एका सुप्रभाती तुम्ही जागे व्हाल आणि तुमच्या जीवनात आमूलाग्र बदल झाल्याचे तुमच्या लक्षात येईल. तुमचे जीवितकार्य तुम्ही जगत असल्याचे आणि तेही पूर्ण हुशारीने जगत असल्याचे तुमच्या लक्षात येईल. तुम्ही जेव्हा विचारा, शोधा आणि ठोठवा हा मंत्र उच्चाराल तेव्हा तुम्हाला सर्व बाजूंनी प्रतिसाद मिळेल. एक नवी गुहाच तुम्हाला खुली होईल. या मंत्राचा जेवढा जास्त वापर कराल तेवढा पुढे जाण्यासाठी, तुमचा आत्मविश्वास वाढीला लागेल.

तुम्हाला हे खोटे वाटतेय का? मग माझे तुम्हाला आव्हान आहे की, मी खोटे सांगतो आहे, हे सिद्ध कराच.

यदाकदाचित तुमचे जीवितकार्य तुम्हाला माहीत असेल आणि तुम्ही त्यावर मार्गक्रमण करत असाल तर मी सांगतो, त्या दोन गोष्टी करून बघा. तुम्ही त्या कार्याच्या हेतूची पुनर्तपासणी करा. कारण तुमच्यातील वेळोवेळी होणाऱ्या बदलांमुळे तुमच्या कार्यातही बदल घडतात. तसे काही घडले आहे का? तुमच्यात काही नवे कसब आले आहे का? काही नवीन ज्ञान तुम्ही संपादन केले आहे का? एखादा गूढ-गंभीर असा प्रसंग तुमच्यावर गुदरला आहे का, जेणेकरून तुमच्या कार्याला काही वेगळा संदर्भ निर्माण झाला आहे? फार पूर्वी ज्या खाणीत हे हिरे सापडत तेथेच ते तासले जात. ह्या हिऱ्यांचेही स्वत:चे असे वेगळे सौंदर्य आणि किंमत असते. त्यांचे एकमेवाद्वितीयत्व आणि दुर्मीळत्व हेच यामागचे कारण आहे. परंतु जे लोक ते विकत घ्यायचे, ते त्या हिऱ्यांना पुन्हा पैलू पाडून घ्यायचे, ते त्यांची झळाळी आणि मूल्य वाढवण्यासाठी. तसेच तुम्हालाही जेव्हा जीवितकार्याची थोडीशी ओळख होते, तेव्हा तुम्ही त्याची धुरा वाहू लागलेले असताच. पण तरीही मी म्हणेन की, तुम्हीही तुमच्या आजपर्यंत झालेल्या कामाचे सिंहावलोकन करा, पुनर्लोकन करा आणि तुमच्या कार्यात येणाऱ्या दोषांना, अवगुणांना टाळून मार्गक्रमण करा, म्हणजे तुमच्या हुशारीला आणखी धार चढून कामात सुधारणा होईल.

आता मी तुम्हाला आणखी एक काम देणार आहे. तुमचे जीवनाभिधान तुम्हाला मिळाले, आता इतरांना त्यांचे जीवनाचे कार्यक्षेत्र शोधायला तुम्ही मदत करा. त्यांचा सखा, मित्र, गुरू व्हा आणि त्यांच्याच आयुष्याच्या आरशात त्यांना डोकवायला मदत करा. त्यांना जीवनाच्या अशा वळणावर जिथे त्यांच्यापुढे प्रश्नमालिका उभी राहील – 'मला पुढे काय व्हायचे आहे? या जगावर माझा ठसा मी कसा उमटवू?' पण एक काळजी घ्या. काही वेळा काय होते की, ज्यांना आपल्या जीवनकार्याची ओळख झालेली असते ते इतके भारलेले असतात की, तेच कार्य इतरांच्या माथी मारायचा ते प्रयत्न करतात. तेवढे टाळा. इतरांना त्यांच्या मार्गाने जाऊ द्या.

तुमचे जीवितकार्य तुम्हाला कळले की, तुमचे आयुष्य त्यानुसार तुम्ही बेतता आणि तुमच्या बुद्धिमत्तेचा प्रभाव दिसू लागतो. तुम्ही त्या कामात व्यस्त होता, झपाटून जाता आणि पूर्णपणे कायापालट अनुभवता आणि इतरांनाही त्याची प्रचिती येऊ लागते. तुम्ही इतरांना प्रेरित करणारे 'प्रेषित' होता. इतरांच्या जीवनाला प्रेरणा, शक्ती आणि आशा, स्वप्न देणारे होता. तुम्ही जेव्हा तुमचे जीवनगाणे गाऊ लागता तेव्हा त्यात इतर लोकही आपला आवाज मिसळतात. तुम्ही जीवनातले सहजतेचे, कष्टहीन जगण्याचे सूत्रच शोधून काढलेले असते किंवा ते तुमच्या हाती आलेले असते. जगणे, असणे, करणे ह्या गोष्टी अगदी सुलभ, सहज होऊन जातात. तुमच्या 'कष्टां'ची जाणीव संपते आणि तुम्ही चिंतामुक्त आणि ताणतणावविरहित होऊन जाता.

तुमच्या जीवितकार्यामुळे तुम्ही एक वारसा निर्माण करता आणि मुलांपुढे (तुमची किंवा इतरांची मुले), नवीन पिढीपुढे तुम्ही एक 'आदर्श' होता आणि त्याच वारशाने पुढे ती मुलेही स्वत:चा आदर्श इतरांपुढे ठेवायला शिकतात. तुमच्यामागे तुमचे नावच (कीर्तीच) तुम्ही पुढच्या पिढीसाठी ठेवून जाता, "श्रीमंत लोकांपेक्षा 'श्रीमंत' काम करणाऱ्याचेच नाव लोक घेतात." तुमच्या कामामुळे तुम्ही एक हेतूप्रधान जीवन जगणारे गृहस्थ आहात, असेच लोक म्हणतात. तुमच्यामुळेच इतरांच्या जीवनावर प्रभाव पडणार असे लोक समजू लागतात.

हे तर कायमच लक्षात ठेवा की, तुम्हाला ह्या जगावर ठसा उमटविण्यासाठी अत्यंत कमी वेळ देण्यात आलेला आहे – तो म्हणजेच

पुराव्यासह सिद्ध झालेला अनुभव
मेरीची सत्यकथा

अगदी लहानपणापासून मला इतरांना सल्ला द्यायला वा मदत करायला आवडत असे त्यातून जीवनाचा अधिकाधिक आनंद मिळत असे. मी पोहणाऱ्यांच्या समूहातील एक सदस्य होते. मला लहान मुलांमध्ये मिसळायला आणि मोठ्यांना हसायला लावायला आवडत असे. मी त्या समूहाची प्रमुख व चिअरलिडरही होते. दुसऱ्या व्यक्तीतील किंवा परिस्थितीतील वेगळी आणि वैशिष्ट्यपूर्ण बाब माझ्या चटकन लक्षात येत असे, हे कॉलेजमध्ये जायला लागल्यावर माझ्या लक्षात आले. मला ती एक देवदत्त देणगीच होती म्हणा ना! लोकांना प्रोत्साहित करायला प्रेरणा द्यायला मला मनापासून आवडते हेही मला उमजले. त्यामुळेच मी ऑबर्नमधील बो जॅक्सन व चार्लस बार्कले या लोकप्रिय खेळाडूंकडे आकर्षित झाले.

माझ्यात असणारे हे गुण शोधणे आणि त्यांची निगा राखणे हे एवढेच माझे जीवितकार्य नव्हते. मला काहीतरी 'वेगळे' करायचे होते, पण 'ते' नेमके काय आणि कसे हे उमगत नव्हते. ते जीवितकार्य समजण्याचा मार्ग हा फारच खाचखळग्यांचा होता, त्यासाठी मला देशाच्या सर्व भागात आणि वेगवेगळ्या प्रकारची कामे करावी लागली. त्यातील काही कामे छान होती तर काही एवढी खास नव्हती. मी कॅपिटॉल हिलपासून वॉल स्ट्रिटपर्यंत म्हणजे देशाच्या अगदी एका टोकापासून दुसऱ्या टोकापर्यंत सगळीकडे कामे केली आहेत. त्यातील कामाचे स्वरूपही अगदी वेगवेगळे होते. प्रथितयश लोकांची व्याख्याने ठरवणारी, प्रकाशिका, व्यावसायिक सल्लागार, कंपनीतील लोकांना शिकवणारी, वक्त्यांची सल्लागार, पत्रकार, बातमीदार आणि दूरदर्शनवरची झळकणारी व्यक्ती म्हणूनसुद्धा मी काम केले आहे.

पण ह्या सगळ्यांतून माझ्या एक गोष्ट लक्षात आली आहे.

ती म्हणजे एखादा व्यवसाय वा पेशा हेच एखाद्याचे जीवितकार्य होऊ शकत नाही. ती एक फार वेगळीच गोष्ट आहे.

मी जेव्हा आई झाले तेव्हा त्या जीवितकार्यात मी आणखी पुढल्या पायरीवर गेले; परंतु माझ्या मुलाच्या वैद्यकीय उपचारांवर आम्हाला फार खर्च आला. माझा उद्योग-व्यवसाय मला विकावा लागला. या सगळ्याचा एकत्रित परिणाम फारच भयंकर झाला. प्रत्येक उत्पन्नाचे साधन, सर्व शक्ती, सर्व विचार केवळ उदरनिर्वाहासाठी वापरावे लागले. आयुष्यात प्रथमच माझ्यावर सर्व संकटांना तोंड देण्याची वेळ आली. जीवनात तुमच्यावर केव्हाही, कशीही वेळ येऊ शकते, हे मला उमगले. याच वेळी तुमचे सर्व कौशल्य, कसब पणाला लागते. तुमची शक्ती आणि जोम या वेळी कळून येतो आणि तुम्ही अधिक बलशाली होता. ह्या सर्व प्रसंगांतून तावूनसुलाखून निघाल्यावर माझी माझ्या जीवितकार्याप्रती किती भक्ती आहे, कशी ओढ आहे, हे कळण्याबरोबरच माझ्यातील गुरूपणाचेही महत्त्व आणि दर्जा वाढीला लागला.

आता माझे जीवनकार्य माझ्यापुढे अगदी स्पष्ट झाले आहे. भुकेलेल्यांना अन्नदान करणे, त्या लोकांना त्यांच्या परिस्थितीत सुधारणा होण्यासाठी मदत करणे, त्यांचे शक्तिमान आणि आत्मविश्वासू माणसांत परिवर्तन करणे. मी महामंडळातील महत्त्वाच्या नेत्यांना सल्ला देते. त्यांनी त्यांच्या संस्थेसाठी जास्तीत जास्त कष्ट कसे करावेत, याबाबत मार्गदर्शन करते. माझ्या पत्नी आणि आईच्या भूमिकेतून माझ्या सुप्त गुणांचा योग्य वापर होतो आहेच. माझ्यातील सर्व शक्ती, सर्व गुण एकत्र येऊन, जे काम मी करते आणि जसं करते, तसं करणारी मीच या जगातील एकमेव व्यक्ती आहे, हे मला पूर्णपणे कळून चुकले आहे. माझा आत्मविश्वास ठायी-ठायी प्रकटत असतो आणि मला मानसिक शांती लाभते. त्यामुळे माझे 'काम' श्रमरहित होते, मजेदार होते. खरंतर ते काम आहे, असे मला वाटतच नाही.

माझ्या सर्व स्वप्नांना, आशा-आकांक्षांना अजून पूर्णत्व आलेले नाही. ती सर्वच प्रत्यक्षात उतरलेली नाहीत. परंतु माझ्या

जीवनाचा मार्ग ठरून गेला आहे. आयुष्यातील सर्व चढ-उतार मला पाहावे लागले आहेत, भरपूर शिकावे लागले आहे, प्रशिक्षण, प्रदीर्घ अनुभव घ्यावा लागला आहे. तेव्हा कुठे आज मी जिथे आहे तिथे पोहोचले आहे. त्यामुळेच आता या कार्यात मी माझे कसब, कौशल्य, शहाणपणा वापरून या जगाची सेवा करू शकते. ही एक प्रक्रिया आहे – प्रवास आहे. हे काही चुटकीसरशी घडलेले नाही. आता पुन्हा एकदा भूतकाळात जाऊन तेच कष्ट, तीच परिस्थिती मला पुन्हा अनुभवायची नाही, पण त्या काळातल्या अनुभवांसाठी मी परमेश्वराचे आभारच मानते. कारण त्यामुळेच मी घडले. एक स्त्री म्हणून माझ्या जीवितकार्याला आवडीने, एका असोशीने वाहून घेऊ शकले.

वैयक्तिक मूल्यमापन

या प्रश्नांची उत्तरे द्या –

१. तुम्ही तुमचे जीवितकार्य करत आहात का? जर करत नसाल तर का?
२. तुमच्या जीवनाचे सिंहावलोकन करा. तुमच्या पुढे कोणकोणत्या व किती संधी आल्या? तुम्ही त्या स्वीकारून, त्यांचा फायदा करून घेतलात का? का तुम्ही त्या संधींकडे पूर्ण दुर्लक्ष करून त्या दवडल्यात? त्या अनुभवांतून काय शिकलात? आता तुमच्यापुढे काही संधी आल्या आहेत का? त्यांचा तुम्ही तुमच्या कार्यासाठी उपयोग करून घेणार आहात का?
३. तुमचे कार्य यशस्वी होण्यासाठी तुम्ही स्वत: अशा काही संधी निर्माण करू शकता का?

हिऱ्याला झळाळी द्या

पुढील तीन पायऱ्यांचा उपयोग करा आणि तुमच्या कौशल्याचा आणखी पैलू शोधा आणि तुमच्या कार्याची पूर्तता करा.

१. तुमच्या जीवितकार्याचा शोध आजच घ्यायचा ठरवा. मग दररोज मनाशी ठसवा आणि खूणगाठ बांधा की, तुम्ही दररोज त्यात भर टाकणार आहात आणि एक संपन्न आयुष्य जगणार आहात.
२. तुमच्यासमोर कुठल्याही तीन स्वप्नांचे वा संधींचे लक्ष्य ठेवा आणि त्यांच्यासाठी प्रयत्नशील राहा.
३. एकदा का तुमचे स्वत:चे जीवितकार्य तुम्हाला गवसले की, आणखी किमान तिघांचे तरी जीवितकार्य शोधून देण्याची मनोमन शपथ घ्या.

◆ www.ReleasingBrilliance.com या साइटवर जा. त्यातून तुमचे जीवितकार्य शोधायला नवी ताकद, नवे पाठ, अधिक सूचना आणि उपयुक्त गोष्टी मिळतील.

मौक्तिक

प्रत्येकाचाच उद्धार करणे, हे तुमचे जीवितकार्य नाही. फक्त काही जणांचाच उद्धार करावयाचा आहे.

पैलू : जिज्ञासेला प्रदीप्त करा!

''पैसा मिळू लागल्यावर श्रीमंत माणसाला जशी हाव सुटते तसेच ज्ञान मिळू लागल्यानंतर ज्ञानार्थीची ज्ञानपिपासा वाढू लागते.''
– लॉरेन्स स्टर्न, '*द लाइफ अ‍ॅन्ड ओपिनिअन्स ऑफ ट्रिस्ट्रॅम शॅन्डी, जंटलमॅन*'चा लेखक

तुम्हाला जिज्ञासू जॉर्ज आठवतोय? मार्गरिट आणि एच.ए. रेच्या लहान मुलांसाठी लिहिलेल्या 'जिज्ञासू जॉर्ज' या पुस्तकातील पिवळी टोपी घातलेल्या माणसाबरोबर असणारा तोच तो जॉर्ज. ते लहानसे खट्याळ माकडाचे पिल्लू! तो जॉर्ज त्याच्याभोवती घडणाऱ्या सर्व बारीक-सारीक गोष्टी अत्यंत विलक्षण बुद्धीने पाहत असतो आणि तो फारच चिकित्सक असल्यामुळे सर्व अपरिचित, नवख्या गोष्टींचा शोध घेत असतो आणि प्रत्येक वेळी एका नव्याच परिस्थितीला सामोरा जात असतो. आपल्याला पिझ्झा बनवता येईल का? आपण जीवरक्षक होऊ शकू का? आपल्याला सायकल चालवता येईल का? का आपण एखादे संचलन संचालित करू या? तुम्ही जे-जे मनात आणाल त्या प्रत्येक गोष्टीत त्याला रुची असतेच. तो जिगरबाज असतो. त्याची ज्ञानपिपासू वृत्ती त्याला दर वेळी नवनव्या प्रसंगांत अगदी झोकून देऊन उड्या मारायला लावते आणि जीवनाचा सर्वांगांनी आनंद घ्यायला शिकवते.

काही वेळा त्याला भीतीही वाटते, तो घाबरतो, त्याची धाडसी वृत्ती त्याला खोड्यातही टाकते आणि गंभीर प्रसंग उभा ठाकतो, पण प्रत्येक

वेळी तो त्या समर प्रसंगातून पार पडतो आणि प्रत्येक वेळी काहीतरी नवीन आणि मोलाचा धडा शिकतो. त्यातून तो अधिकच समृद्ध होतो.

असे लहान मुलांच्या पुस्तकातील एखादे पात्र मोठ्यांसाठीही आदर्शवत ठरू शकेल? एखादे माकड आपल्या बुद्धिमत्तेला चालना देऊ शकेल? हो! नि:संशय!

जिज्ञासा म्हणजे एखादी गोष्ट शिकण्याची किंवा पूर्णपणे जाणून घेण्याची ऊर्मी. त्या कुतूहलाला कधीही कमी लेखू नका. एखाद्या संकटाचा किंवा आव्हानांचा आपण जेव्हा सामना करायला उभे ठाकतो, तेव्हा तुमच्या कळत-नकळत तुम्हाला त्याची जाणीव होते आणि तुम्ही पूर्ण शक्तिनिशी त्याचा सामना करता. जेव्हा तुम्हाला एखाद्या गोष्टीची माहिती नसते आणि ते तुम्ही कबूलही करता, तेव्हा ती माहिती करून घेण्यासाठी तुम्ही उत्सुक असता आणि तेव्हाच तुमच्या मनाची, हुशारीची कवाडे खुली करून नवीन ज्ञानासाठी तयार झालेले असता. तुमच्या भोवतालचे जग जाणून घेण्याची तुम्ही जेव्हा शपथ घेता, तेव्हाच ती इच्छा तुमची अंत:स्फूर्ती बनते आणि जुन्या गोष्टीतले नवे विचार आणि नवीन गोष्टीतले जुने विचार समजून घेण्याची तुम्हाला आस लागते. या जगातील अनेक गूढ गोष्टी उकलण्यास आणि कोडी सोडवण्यास जिज्ञासा नावाची जादू मदत करते.

◗ चौकस किंवा जिज्ञासू मंडळी, अनेक प्रश्न विचारतात, उत्तरे शोधतात, एखाद्या घटनेची कारणमीमांसा करतात आणि सर्व जुन्या गोष्टींची नव्याने उकल करतात. त्यांच्या एकूण वर्तनावरून तुम्ही अशा व्यक्तींना सहजपणाने शोधून काढू शकता.

◗ चौकस व्यक्ती सदोदित नवनव्या माहितीच्या शोधात असतात.

अशी चौकस मंडळी तुम्हाला नेहमी पुस्तकाच्या दुकानात, ग्रंथालयात खाली जमिनीवर फतकल मारलेल्या अवस्थेत पुस्तकांत डोके खुपसून कुठल्यातरी नवीन वा विविध विषयाचा अभ्यास करताना दिसतील. आपल्या व्यवस्थापकाकडून, बायकोकडून, मित्रांकडून आणि सहकाऱ्यांकडून ते अगदी आपसूकपणे वेगवेगळी माहिती घेताना दिसतील. ते असे काहीतरी अनाकलनीय आणि गूढ प्रश्न तुम्हाला विचारतील की, क्षणभर तुम्ही दिङ्मूढ होऊन जाल आणि आता काय बोलावे, असा तुम्हालाच प्रश्न पडेल. ५/१० वर्षांपूर्वी घेतलेल्या माहितीत तुम्ही आता

किती भर टाकली आहेत, हे तुमच्या लक्षात येईल. नवनवीन ज्ञान, माहिती गोळा करणे; मग ते पुस्तके वाचून असेल किंवा इतरांशी बोलून असेल किंवा कसेही असेल, पण हाच अशा लोकांचा उद्योग असतो.

◗ चौकस लोक कृतिशील आणि चांगले शिक्षक असतात.

हे लोक एखादे काम करण्यास कुणी सांगावे म्हणून थांबत नाहीत. स्वत: पुढाकार घेऊन ते काम ते करूनच टाकतात. परवानगी वगैरे नंतर विचारतात. एखादी गोष्ट प्रत्यक्ष केल्यामुळे आणि दुसऱ्याला शिकवल्यामुळे अधिकच अर्थपूर्ण होते, ह्याची त्यांना जाणीव असते. मी स्वत:देखील एखादी नवीन कल्पना प्रथम इतरांशी बोलतो म्हणजे ती माझ्याही मनावर चांगली ठसते. हाही एक मार्ग होऊ शकतो. मी नवीन काय शिकलो, एखादी नवीन कल्पना काय आहे, तिचा अधिक खोलवर विचार होण्यासाठी मी ती गोष्ट ताबडतोब दुसऱ्या कोणाला तरी सांगतो. त्यायोगे त्या कल्पनेचे मूलभूत स्वरूप माझ्या मनात धारण होते, ती कल्पना वास्तवातील गोष्टींशी ताडून पाहता येते आणि सुरुवातीपासूनच तो नूतन विचार इतरांबरोबर वाटून घेता येतो.

जिज्ञासू मंडळी कानाने फक्त ऐकत नाहीत, तर उघड्या कानाने (आणि मनापासून) ते ऐकतात.

(नुसते ऐकणे ही शारीरिक क्रिया झाली. ते दुसरे ऐकणे ही बुद्धीची क्रिया आहे.) समोरच्या व्यक्तींच्या म्हणण्यात यांना खरी रुची असते. त्या बोलण्याने यांची जिज्ञासा जागृत होते. ऐकणाऱ्याने, सांगणाऱ्याच्या बोलण्याशी तादात्म्य पावणे महत्त्वाचे असते; त्यामुळे तुमच्या कानावरून ते बोलणे नुसते जात नाही. (ते आत रुजते.) त्यातील मथितार्थ लक्षात घ्या, त्याच्या भावनांकडे बघा आणि सांगणाऱ्याच्या म्हणण्यातील गर्भितार्थ जाणून घ्या. तेव्हा पुढच्या वेळी तुमच्याशी जो कोणी बोलेल त्या वेळी असे 'ऐकण्याची' सवय करा.

जिज्ञासू वृत्ती तुम्हाला ज्ञान देते, काही गोष्टींचे ज्ञान विसरूही देते आणि नव्याने शिकवतेही. एरीक हॉफर हा तत्त्वज्ञ म्हणतो, ''भावी काळात या जगात शिकण्याची वृत्ती असलेलेच बहुतांश लोक असतील. मात्र उत्तम प्रकारे जगण्याची क्षमता असलेल्या लोकांना जगू देणारे जगच अस्तित्वात नसेल.''

ह्या म्हणण्याला बळकटी देणारा प्रयोग किंवा धोरण म्हणू हवं

तर, जपानमधील सोनी कॉर्पोरेशनने आचरले आहे. तिथे नोकरीला लागलेल्या लोकांच्या शैक्षणिक अर्हतेकडे, ती व्यक्ती नोकरीत रुजू झाल्यावर अजिबात ढुंकूनही बघितले जात नाही. त्याच्या त्या तथाकथित शिक्षणापेक्षा त्या व्यक्तीने नवीन काय आत्मसात केले, नवीन कोणत्या कल्पना राबवल्या, ज्यामुळे जगाला एक चांगले परिमाण मिळेल, नवीन अर्थ मिळेल, असे त्याने नवीन काय शोधले, या गोष्टीला प्राधान्य दिले जाते.

भविष्यामध्ये माणसाचे वेतन त्याच्या कामापेक्षा त्याच्या ज्ञानावर ठरवले जाईल. कायम नवनवीन समस्यांवर नवीन तोडगे शोधण्यात तुम्हाला रस असेल, गती असेल, त्याप्रकारे तुमच्या ज्ञानाचा तुम्ही उपयोग करत असाल, तर तुम्हाला हे जग कायम हाका मारत राहील. अर्थातच त्यामुळे तुम्हाला तुमच्या आवडत्या, रुचीच्या क्षेत्रात काम करण्याची संधी मिळेल, हे नक्की! उच्चशिक्षित, प्रगल्भ बुद्धिमत्तेच्या लोकांच्या गर्दीतसुद्धा तुमच्या या ज्ञानामुळे तुम्हाला वेगळे स्थान लाभेल.

प्रत्यक्षातील अनुभव

पुराव्यानिशी सिद्ध झालेल्या रैन्डीची सत्यकथा.

तुम्हाला कदाचित मी म्हणजे एक सदासर्वकाळचा 'ज्ञानार्थी' वाटेन. कृपया 'शाश्वत काळचा शिकाऊ उमेदवार' मात्र मला समजू नका. कारण त्या शब्दाला, अभिधानाला एक विचित्र वास येतो. त्यातून एका जुनाट, कंटाळलेल्या व्यक्तीचे चित्र डोळ्यांपुढे येते. ते मला आवडत नाही. मी त्यामुळे अस्वस्थ होते. एखादी नवीन माहिती, ज्ञान हे माझ्यासाठी हवेहवेसे खाद्य असते.

ज्ञानग्रहण करणे, हे केवळ दिखाऊपणाचे किंवा नुसते ऐकण्याने होत नाही. नवीन ज्ञान मिळवणे, नवीन विचार घेणे, ज्ञान वाढवणे, ही खरं तर एक देणगीच आहे आणि हे शिकलेले शास्त्र, कुठल्यातरी वेगळ्याच पद्धतीने घेतलेले ज्ञान नित्य उपयोगात आणणे, ही एक मजेशीर प्रक्रिया असते. या वेळी तो विषय किंवा समस्या अमुक एकच म्हणजे विशिष्टच असायला

पाहिजे असे नाही. ते एक गणित असेल, विणकाम असेल – त्यातील शिकण्याची प्रक्रिया महत्त्वाची असते. त्यासाठी कॉलेजमधील वर्ग लागत नाही. एखादा मित्र, एखादे पुस्तक, एखादी सहल, एखादी ध्वनिफित किंवा संगणकावरील प्रोग्रॅमही शिक्षकाचे काम करतो. ही अध्ययन प्रक्रिया अगदी सुलभ असू शकते. आपण एकांतात विचार करणे, आढावा घेणे आणि वेगवेगळ्या प्रकारे विश्लेषण करणे अशी सोपी प्रक्रियाही असू शकते. काही वेळा ही प्रक्रिया प्रदीर्घ असू शकते. अनेक वेळा थांबत, थबकत आणि पुन:पुन्हा सुरुवात करत ती पूर्ण करावी लागते. अशी अध्ययन प्रक्रिया पूर्ण केल्यावरच तुम्ही आपल्या कामगिरीचे अभिमानाने सिंहावलोकन करू शकता.

मी जवळजवळ एकोणीस वर्षे एका कंपनीत वित्त विभागात काम करत होते. तिथे कामगार कपात झाली आणि त्यात मलाही डच्चू मिळाला. सुदैवाने मी या क्षेत्रातील इतर ठिकाणी उपयुक्त असणारे वेगवेगळे ज्ञान आधीच मिळवले असल्याने माझ्यापुढे अनेक विकल्प उपलब्ध होते. इतर व्यावसायिक संस्थांमधून मी बहुआयामी ज्ञान आणि कौशल्य आत्मसात केले होते. त्यामुळे माझ्याच आवडीच्या क्षेत्रात राहून मी प्रगती करू शकलो. ज्ञानार्जन करीत असताना केवळ पदोन्नती मिळवणे किंवा अधिक चांगले पद मिळवणे एवढेच माझे ध्येय कधीच नव्हते. काही लोक एकच काम, एकाच पद्धतीने वर्षानुवर्षे करीत असतात. आजच्या काळात हे भयंकर धोक्याचे आहे. बाहेरील बदलांचा वेग खूप आहे. तुम्ही नेहमी नवीन ज्ञानार्जन न करता माहिती न घेता राहायचे म्हणाल, तर तुमच्या कामासाठी तुम्ही लवकरच नालायक ठराल.

काही महिन्यांनंतर मी एका नवीन क्षेत्रात काम धरले आणि एका अभ्यासवर्गाला हजेरी लावली. तिथे मी एका नव्याच जगात प्रवेश केल्यासारखे मला वाटले. काही नवीन कल्पना, नव्या योजनांना मी सामोरी गेले. तिथे मिळालेल्या ज्ञानाने मी मोहित, रोमांचित झाले. मला अचानकपणे साक्षात्कार झाला की, माझ्यातलाच एक नवा 'मी' मला सापडला आहे. आजवर

तो अगदी हरवला होता असे नाही; पण मी त्याकडे दुर्लक्ष केले होते. त्या अभ्यासवर्गातच त्या एका क्षणी मी थरारून गेले आणि मला – माझ्या गात्रागात्राला नाचावेसे वाटू लागले. हा नवा विचार मी कुठे-कुठे आणि कसा आचरणात आणू शकतो, यामागे माझी विचारधारा धावू लागली. माझ्या आजवरच्या आयुष्यात अगदी पहिल्यांदाच मला माझ्या बुद्धिमत्तेच्या आवाक्याचा अंदाज आला आणि माझी ती हुशारी पारखून घेण्याचा, तिचा कस लागण्याचा, तिला आव्हान देण्याचा प्रसंग आला.

‘एखादा चांगलासा मुलगा बघून लग्न करून टाक,’ असा सल्ला एकदा माझ्या आईने मला दिला होता. ‘नाहीतर तुझं काही खरं नाही,’ असेही तिने बजावले होते. माझे औट घटकेचे लग्न घटस्फोटाच्या वळणावर संपल्यावर मला किती वाईट वाटले असेल, त्याची कल्पना करा. सुदैवाने, घरातील किरकोळ कामे करायला मी सरावले होते. लहानसहान दुरुस्ती, पडदे लावणे, रंगकाम, साफसफाई, तक्तपोशीची सफाई, तसबिरी लावणे वगैरेसारखी कामे मी शिकले होते. माझ्याबरोबर यायला कुणी नाही म्हणून मी घरीच रडत बसणार नाही, हे मी मनोमन ठरवले होते. आता माझी मी एकटीच प्रवासाला वा सहलीला जाऊन धमाल करते. मी एखादी कार भाड्याने घेते आणि भटकायला बाहेर पडते.

जीवनात आपली ध्येये आपणच ठरवायची असतात आणि त्याचा विजय आपणच साजरा करायचा असतो. मग त्याची दखल दुसरे कोणी घेवो अगर न घवो! जेव्हा तुम्ही एखादे नवे कसब आत्मसात करता, नवे ज्ञान ग्रहण करता, एखाद्या भीतीवर विजय मिळवता किंवा एखादी नवीनच गोष्ट करून बघता त्या वेळच्या भावना किती वेगळ्या आणि चांगल्या असतात, नाही का?

नवनवीन गोष्टी-कौशल्ये आत्मसात करण्याविषयी नेहमी उत्सुकता दाखवा. तुम्ही कसे शिकलात, हे तुम्ही काय शिकलात या गोष्टीइतकेच महत्त्वाचे आहे. गॉर्डन ड्रायडेन आणि जेनेट व्होस यांचे ‘दि लर्निंग रिव्होल्युशन’ हे पुस्तक तुम्ही विकत घ्याल. त्यात पैसे गुंतवून तुम्ही

वाचायला सुरुवात कराल. जीवनात नानाविध पद्धतीने शिकण्याची प्रक्रिया कशी असावी, यावरचे ते एक फार-फार छान पुस्तक आहे. त्याची तुम्ही पारायणेच केली पाहिजेत, तेव्हा त्यातील त्या पद्धती तुम्ही आत्मसात करू शकाल. पण एकदा का तुम्हाला ते कळले की, तुमचे जीवनच आरपार बदलून जाईल. हार्वर्ड युनिव्हर्सिटीचे प्रोफेसर हॉवर्ड गार्डनर यांच्या बहुआयामी बुद्धिमत्तेसंबंधीच्या अगदी नावीन्यपूर्ण सिद्धान्तावरील चर्चेकडे विशेष लक्ष द्या, असे मी तुम्हाला सांगेन. गार्डनरच्या तत्त्वज्ञानानुसार बुद्ध्यांक मोजणी तंत्राचा आवाका फारच तोकडा आहे. त्याच्या मते, आणखी इतर आठ कसोट्या (प्रवृत्ती) बुद्धी मापनाच्या क्षेत्रात जास्त चांगल्या प्रकारे मानवाच्या उपयोगी पडतील. त्यामुळे माणसाच्या हुशारीचा जास्त चांगला कस लावणे योग्य ठरेल. त्याच्या बुद्धीची झेप जास्त चांगल्या प्रकारे मोजता येईल. ते आठ प्रकार येणेप्रमाणे –

- भाषिक – उत्तम भाषाविद
- तार्किक/गणिती – कारणमीमांसात्मक/आकडे बहाद्दर
- अवकाशीय दूरदृष्टी किंवा भविष्यातील अंदाज घेणारे
- शारीरिक – बलवान
- सांगीतिक – संगीततज्ज्ञ
- पारस्परिक – लोकांशी संबंधित
- आंतरपारस्परिक – अंतर्ज्ञानी
- प्रकृतीवादी – निसर्गवादी

तुमच्या बुद्धिमत्तेच्या किंवा हुशारीच्या ठरावीक वर्तुळातच तुम्ही संचार करत असता. ही हुशारी तुम्हाला निसर्गदत्त असते. तुम्ही जेव्हा तुमची ती एकमेवाद्वितीय बुद्धिमत्ता अमलात, आचरणात आणता, तेव्हा तुम्हाला अगदी भरून पावल्यासारखे वाटते. ज्याप्रमाणे पाचू, माणके यांना पैलू पाडून झाल्यावर त्यांच्या त्या नैसर्गिक आकारात त्यांची चकाकी जास्तच

तेजोमय होते त्याप्रमाणे तुम्ही तुमच्या नैसर्गिक बुद्धिमत्तेच्या बाळावर योग्य वापर केलात की तुमच्याही हुशारीचा डंका वाजल्याशिवाय कसा राहील?

कॉलेजमध्ये असताना मी अकाउटन्ट व्हावे, अशी माझी मनोदेवता मला सांगते आहे, असे मला वाटत असे. मला गणिताची पूर्णपणे नावड आहे. त्यात मला गती नाही, या गोष्टीचे मला काही वाटत नव्हते. एके दिवशी मी एका मोठ्या जनसमुदायापुढे भाषण करत होतो, तेव्हा माझ्या एका प्राध्यापकांनी बघितले आणि ते मला म्हणले, "तू अकाउटन्ट अजिबात होऊ नकोस. ते तुझे क्षेत्र नाही. तू एक चांगला वक्ता होऊ शकतोस. तुला दुःख वाटेल पण ते बाजूला ठेव. हे हिशेब-ठिशेब विसरून जा आणि तुझ्या मनाला योग्य वाटेल तेच कर." तेव्हा मग मीही विचार केला. तिथून माघार घेतली. विचारांती माझ्या लक्षात आले की, माझे भाषावैभव चांगले आहे. त्यात मला गती आहे. भाषणे करणे आणि लिखाण करणे ही मग माझी कर्मभूमी झाली. ती माझी नैसर्गिक प्रवृत्ती आहे, हेही मला उमगले. या योगे मला चिकार पैसा मिळाला, उत्तम जीवनशैली मिळाली आणि सगळ्यात महत्त्वाचे म्हणजे माझ्या बुद्धिमत्तेला, हुशारीला संपूर्ण तेज चढले.

तुमच्यातील नैसर्गिक गुणांचा तुम्ही शोध घ्या. मग त्यावर लक्ष देऊन त्याची उत्तरोत्तर वाढ करा, त्यांनाच वाव द्या असे तुम्हाला ठासून सांगावे असे मला मनापासून वाटते. त्यासाठी मी तुम्हाला प्रोत्साहित करत आहे. तुमचा मूळ-नैसर्गिक ओढा कुठल्या क्षेत्रात आहे त्याची वाढ करण्यासाठी, त्यांचा विकास करण्यासाठी वेगवेगळे मार्ग निवडा, अभ्यासवर्गांना जा, वेगवेगळ्या सभांना उपस्थित राहा. तुमची हुशारी, तुमची चौकस बुद्धी यांच्यात वाढ करण्यासाठी या क्षेत्रातील विकाससंस्थांची मदत घ्या. वेबसाइट्सची मदत घ्या. तुमच्याप्रमाणेच बुद्धिमत्ता असलेल्यांना त्या क्षेत्रात सर्वोत्तम ठरण्यासाठी आपण काय करू शकतो, ते स्वतःलाच विचारा.

या आठपैकी तुमच्या आवडीचा कुठला प्रकार आहे, हे एकदा लक्षात आले की त्याचा अभ्यास आणि त्यातील संशोधन हा गमतीचा, मनोरंजनाचा भाग होतो. कोणी तुमच्यावर बळजबरी केली म्हणून नाहीतर तुम्हाला आवडते म्हणून तुम्ही ते शिकू लागता. आणखी नवीन काय करता येईल, याकडे तुमचे लक्ष लागते आणि कुठल्याही नवीन अनुभवासाठी तुम्ही एका पायावर तयार असता. तुम्ही कुठलेही अग्निदिव्य करायला तयार असता आणि तुमचे जीवन अगदी परिपूर्णपणे जगण्याचे

मनोमन ठरवता आणि तसेच जगूही लागता.

त्या लहान माकडाच्या पिल्लाची – जॉर्जची आठवण झाली ना?

वैयक्तिक मूल्यमापन

या प्रश्नांची उत्तरे द्या –

१) तुमच्यातील नैसर्गिक अंत:स्फूर्ती तुम्हाला काय सांगते? या आठ प्रवृत्तींचा अनुक्रमांक त्यांना दिलेल्या गुणांनुसार ठरवा. सर्वाधिक आवडत्या मार्गाला वरचा क्रमांक द्या. सगळ्यात नावडत्या प्रवृत्तीला शेवटचा क्रमांक द्या. (हे हॉवर्ड गार्डनरच्या सिद्धान्तानुसार करा.)

२) तुम्हाला मुख्यत: कोणती शिक्षणपद्धती आवडते (आपण ऐकून, प्रत्यक्ष चित्र किंवा दृष्य पाहून की कार्यानुभव घेऊन)

३) तुमच्या विचारशक्तीला व कौशल्याला पुरेपूर ताण द्यायला तुम्ही उत्सुक आहात का?

प्रवृत्ती	**गुण**
भाषिक	______
तार्किक / गणिती – (कारणमीमांसक / आकडेबहाद्दर)	______
अवकाशीय – (दूरदृष्टी किंवा भविष्यवेधी)	______
शारीरिक – बलवान	______
सांगीतिक – (संगीततज्ज्ञ)	______
पारस्परिक – (जगमित्र)	______
आंतरपारस्परिक – (अंतर्ज्ञानी)	______
प्रकृतीवादी – (निसर्गवादी)	______

हिऱ्याला झळाळी आणा

पुढील तीन पायऱ्या चढून तुमच्यातील हुशारीला तजेला आणा आणि तुमच्या चौकसपणाला खतपाणी घाला.

१. महत्त्वाचे आणि भविष्याशी निगडित प्रश्न स्वत:लाच विचारा. उदा. माझी हुशारी वापरून मी किती महान होऊ शकेन? माझ्यातील तीन बलशाली गुण वापरून माझे जीवितकार्य मी पूर्णत्वास नेईन आणि माझ्या बुद्धिमत्तेला आणखी झळाळी आणू शकेन का?

२. तुमच्या ज्ञानाचा उपयोग करून इतर लोकांची जिज्ञासा जागृत करा. तशा संधी शोधा.

३. तुम्हाला महत्त्व वाटत असो किंवा नसो, आठवड्यात रोजच ज्या गोष्टींविषयी तुम्हाला कुतूहल आहे, अशा तीन गोष्टी लिहून काढा. त्या गोष्टी कितीही किरकोळ असू द्या. अगदी ह्या चौकातले सिग्नल्स कसे काम करतात? इथपासून ते आपला साहेब कामातील निर्णय कसे घेतो, इथपर्यंत! यामुळे तुमचे कुतूहल निर्माण होऊन अधिकाधिक जिज्ञासा/ज्ञानाची आस निर्माण होईल. (अर्थात या प्रश्नांची उत्तरेही शोधा.)

मौक्तिक

तुमच्या नैसर्गिक बुद्धिमत्तेच्या जोरावर तुम्ही काम करता; तेव्हाच तुमच्या हुशारीला खरे तेज चढते.

भाग २

बुद्धीची चमक दिसू द्या

"तुम्ही आज जे पेरता; तेच उद्या उगवणार आहे."
– रॉबर्ट कियोसाकी, उद्योजक

हिरे हे त्यांच्यातील भौतिक आणि रासायनिक घडणीमुळे वा गुणधर्मामुळे मूल्यवान होतात आणि मुळात खरं तर तो एक प्रकारचा, त्याच्या विशिष्ट घडणीमुळे घडलेला कार्बनचा एक तुकडा असतो. बस्स! दुसरे काही नाही. या पृथ्वीतलावरील एक अगदी सामान्य असा तो खनिज पदार्थ आहे. प्रत्येक प्राणिमात्रात आढळणारा तो घटक आहे. मानवी प्राण्याच्या शरीरात १८ टक्के कार्बन असतो, हे तुम्हाला माहीत आहे का?

कार्बनपासूनच ग्रॅफाईट तयार होते. हे अगदी सर्वसाधारण खनिज आहे. (उदा. पेन्सीलचे शिसे) पण त्याचे गुणधर्म हिऱ्याहून अगदी वेगळे आहेत. हिरा हे अगदी कठीण असे खनिज म्हणून मानवाला ज्ञात आहे, तर ग्रॅफाईट हे अगदी मऊ असते. हिरा पारदर्शक असतो, तर ग्रॅफाईट अपारदर्शक आहे. हिरा विद्युतरोधक आहे, तर ग्रॅफाईट हे चांगले विद्युतवाहक आहे.

एकाच प्रकारच्या रासायनिक मिश्रणापासून बनलेले दोन पदार्थ एवढे परस्परविरोधी कसे बरे बनले असतील? हिरे एवढे असामान्य तर कार्बन एवढे सामान्य कसे? अनघड हिरे प्रचंड उष्णतेत आणि प्रचंड दबावाखाली आणि पृथ्वीच्या अंतर्भागात शेकडो मैलांवर तयार होतात.

हिरा तयार करण्यासाठी आपल्या रोजच्या वातावरणाच्या ४५००० ते ६०००० पट अधिक दबावाखाली आणि ९०० ते १३०० डिग्री सेल्सियस तापमानामध्ये कार्बनचे दगड ठेवावे लागतील. कमी तापमानात आणि दबावाखाली व जास्त तापमानातही हिरा तयार न होता ग्रॅफाईट तयार होते. थोडक्यात हिरा तयार होण्यासाठी ती विशिष्ट परिस्थितीच आवश्यक असते.

त्याचप्रमाणे आपणही सर्व जण एकाच मुशीतून जन्माला येतो. हुशारीचा वारसा घेऊन अवतरतो. मग आपल्यापैकी काहीच लोक अगदी हिऱ्यासारखे चमकतात अन् बाकीचे कोळशाच्या तुकड्यासारखे फुटकळ आयुष्य जगत राहतात हे काय गौडबंगाल आहे?

मी जेव्हा लहानाचा मोठा होत होतो, तेव्हा माझी आई मला नेहमी सांगत असे की, आपण ज्या परिस्थितीत राहतो त्याप्रमाणे घडत जातो. जसजसे तुम्ही मोठे होता तसतसा बाहेरील इतर घडामोडींचा तुमच्यावर परिणाम होऊ लागतो. तुमचे कौटुंबिक वातावरण, शिक्षण, तुमचे इतरांशी असलेले हितसंबंध, तुमच्या आयुष्यातले बरे-वाईट प्रसंग आणि तुमच्यावर प्रभाव पाडणारे लोक यांचा तुमच्या जडणघडणीवर परिणाम होऊन तुमची वाढ होत असते. तुम्ही जेव्हा प्रौढ होता, तेव्हाही तुमची परिस्थिती तुम्हावर संस्कार करतच असते. तुमची मते आणि निर्णय आजूबाजूच्या लोकांप्रमाणे होत जातात. जास्तीत जास्त चांगल्या वातावरणात तुम्ही जगता, काम करता आणि वावरता. ही परिस्थिती तुम्हाला जोजवते, प्रोत्साहित करते आणि आव्हानही देते. म्हणजेच ही परिस्थिती तुम्हाला जास्तीत जास्त अनुकूलता दाखवते, जीवन समृद्ध करते. नुसतेच जीवन कंठू देत नाही. अशा परिस्थितीत तुमच्यातील हुशारीला भरपूर वाव मिळतो, तुमचे जीवन झळाळून उठते.

परंतु सरतेशेवटी आणि सुदैवाने तुमचे जीवनकार्य निश्चित होण्यासाठी केवळ परिस्थितीच कारणीभूत नसते. या तथाकथित परिस्थितीवर मात कशी करावी, हे सांगण्यासाठी तर मी आहे ना? तुमच्यावर वाईट प्रसंगांनी, दुर्दैवी अनुभवांनी जो नकारात्मक परिणाम केलेला आहे, त्यातून तुम्हाला उठून उभे राहायचेच आहे.

पुराव्याने सिद्ध झालेला प्रत्यक्षातला अनुभव

पावलोची सत्यकथा

माझा एक मित्र, बऱ्याच वर्षांपूर्वी मला म्हणाला की, मी उद्याच मरणार आहे अशा पद्धतीने मी माझे आयुष्य जगलो आहे. मी हसलो आणि म्हणालो, मग तू काय अमर म्हणून जन्मला आहेस, अशा भ्रमात होतास की काय?

जो माणूस जन्माला आला आहे, तो आज ना उद्या मरणार हे विधिलिखितच आहे आणि हे समजून जगण्यातच शहाणपण आहे. आपण आपले जीवन कसे जगलो हे समजावून घेणे, हेच तर जीवनाचे सार आहे. हवेच्या झुळकीबरोबर विझणारी पणती का आहोत आपण? आपल्यात वाऱ्या-वादळाला आणि आगीला काबूत आणण्याची धमक आहे, ताकद आहे.

आमचे कुटुंब हेच माझ्या जीवनाचे अंतिम सत्य होते. त्यांना सुखी करणे, हेच माझे कर्तव्य होते. घरात आम्ही २१ पाठोपाठची भावंडे होतो; त्यामुळे माझ्या पालकांना मदत करणे हेच माझे आद्य कर्तव्य आहे, असे मला वाटत होते. माझे वडील नेहमी आजारीच असायचे पण तरीही रात्रंदिवस ते काम करत होते, कष्ट उपसत होते. त्यामुळे त्या सर्वांना चांगले आयुष्य जगण्यासाठीच आपण झगडायचे हे मी लहानपणीच ठरवून टाकले होते.

माझे वडील म्हातारे झाले होते, पण माझ्यापुढे माझे सारे आयुष्य पडले होते. त्यामुळे वयाच्या तेराव्या वर्षीच माझी धडपड सुरू झाली. माझे ध्येय माझ्या नजरेपुढे अगदी स्पष्ट होते. ते अगदी साधे-सोपे होते. मला जर ही जीवनाची शर्यत जिंकायची असेल, तर मला खूप शिकावे लागणार होते. खूप अभ्यास करावा लागणार होता आणि मला इतर कुणाहीपेक्षा जास्त जोरात धावणे भाग होते. मी खूप श्रम करायला हवे होते. मग मी रात्रीचा दिवस करू लागलो. सुटीच्या दिवशीसुद्धा माझ्या उद्दिष्टपूर्तीसाठी झगडू लागलो. भल्या पहाटे ३ वाजता माझे वडील उठून कामावर जायचे आणि मध्यरात्रीनंतर घरी परतायचे

हे दृश्य माझ्या मनातून कधीही पुसले जाणार नाही. पण मी ती स्मृती ही देवाची देणगीच समजत होतो, कारण काही जणांना जरी वाईट वाटले, तरी माझ्या लेखी ते दृश्य माझी अंत:स्फूर्ती जागवणारे होते. माझे स्वप्न लवकरात लवकर पूर्ण करायला उपयोगी पडणारे ते एक टॉनिक (शक्तिवर्धक) होते. तुम्हाला जर 'सर्वश्रेष्ठ' व्हायचे असेल तर तुमच्या कामाचा तुम्हाला ध्यास लागला पाहिजे, तुम्हाला त्याची उत्कटता जाणवली पाहिजे. नाहीतर तुम्हाला तुमच्या आकाशाला गवसणी घालताच येणार नाही.

माझे स्वप्न मी साकार केले. मी आमच्या कुटुंबाला आणि पालकांना पुरेपूर मदत करू शकलो, त्यांना हातभार लावू शकलो आणि आजही ते करत आहे. माझे वडील आता मरण पावले आहेत; पण माझी खातरी आहे, आजही आत्ता हे लिहीत असताना ते माझ्या शेजारी उभे असतील आणि त्यांना त्यांच्या ह्या लहानग्याचा अभिमानच वाटत असेल.

माझ्या आयुष्याचे तत्त्वज्ञान हेच आहे; एखादा डोंगर इकडून-तिकडे हलवायचा असेल, तर एकेक दगड उचलून ठेवावा लागतो. हल्लीच्या नव्या जमान्याला वाटते की, ते हे काम एका रात्रीत करू शकतात. पण मला तसे वाटत नाही. मी मात्र पारंपरिक पद्धतीने एकेक दगड हलवत डोंगर हलवण्याचा मार्ग पसंत करतो. रात्रं-दिवस, काही लोक गाढ झोपेत असतानाही काही जण माझी चेष्टा करीत असतानाही मी ते काम तसेच करत असतो. याच पद्धतीने मी माझी सर्व स्वप्ने काल पूर्ण केली. आजही त्याच पद्धतीने माझा कामाचा रगाडा चालू आहे आणि याच मार्गाने मी उद्याही साऱ्या जगाचे डोळे दिपवून टाकणार आहे.

अत्यंत बिकट अशा अडचणींवर मात करून वैयक्तिक आणि व्यावसायिक आयुष्यात यशाची मुहूर्तमेढ रोवलेल्यांची अनेक उदाहरणे मला माहीत आहेत. ते त्यांना कसे जमले असेल? त्यांनी त्यांच्या उक्ती, कृती, विचार आणि श्रद्धांवर कसे नियंत्रण मिळवले? अशा हिऱ्यांना विचार, श्रद्धा, कृती आणि निष्पत्ती यातील परस्परसंबंध

माहीत असतो. तो ते समजून असतात. मार्टिन इ.पी. सेलीग्मन याबाबत असे स्पष्ट करतात की, आपण घडणाऱ्या प्रत्येक संभाषणाबद्दल, अनुभवाबद्दल किंवा ज्या परिस्थितीतून आपण जातो त्याबाबत विचार करणे, ही आपली प्रतिक्षिप्त क्रिया असते. त्या विचारांचे लवकरच विश्वासात रूपांतर होते. हा विश्वास इतका दृढ होत जातो की, आपण जाणीवपूर्वक त्याकडे लक्ष देत नाही, तोपर्यंत ते लक्षातही येत नाही. हा विश्वास, ही श्रद्धा स्वस्थ बसत नाही. त्यांचा परिणाम भोगावाच लागतो. आपल्याला काय वाटते आणि आपण काय करतोय, यावर या श्रद्धांचा पगडा बसलेला असतो. एकीकडे खिन्न, उदास आणि सर्व सोडून द्यावे, तर दुसरीकडे आशावादी आणि कणखर पावले टाकावीत, अशी द्विधा मन:स्थिती होते. अर्थातच आपल्या कृतिशिलतेचा किंवा निष्क्रियतेचा आपल्या कामावर प्रत्यक्षपणे आणि जबरदस्त गंभीर परिणाम होत असतोच.

तुमची विचारधारा, श्रद्धा/विश्वास आणि वृत्ती हा तुमच्या हुशारीचा, बुद्धिमत्तेचा एकत्रित परिपाक असतो. तुमच्यातील हुशारीला झळाळी देणाऱ्या या महत्त्वाच्या बाबी आहेत आणि तुमच्या आयुष्याच्या यशापयशाची तीच गुरुकिल्ली आहे. त्यांच्यातील चार 'सी' मुळे हिरे सिद्ध होतात हे कुठलाही रत्नपारखी तुम्हाला सांगेल, ते म्हणजे क्लॅरिटी, कलर, कट आणि कॅरट. क्लॅरिटी म्हणजे त्यातील शुद्धता, कलर म्हणजे रंग, कट म्हणजे त्याचे पैलू आणि कॅरट म्हणजे त्याचे वजन (मूल्य). पहिल्या तीन गोष्टींमुळे हिऱ्याची गुणवत्ता, सौंदर्य आणि झळाळी कळते, ठरते. ह्या क्रमानेच तुमच्या हुशारीला झळाळी देणाऱ्या पायऱ्या आहेत. कॅरटने हिऱ्याचा दर्जा ठरत नसला, तरी हिऱ्याचे मूल्य ठरविताना तो महत्त्वाचा घटक लक्षात घ्यावा लागतो म्हणूनच तुमच्या कायापालटाच्या प्रक्रियेतील ही महत्त्वाची चौथी पायरी ठरते.

हिऱ्याची शुद्धता म्हणजेच माणसाचे विचार. तुमचे अंतर्मनातील 'तुम्ही' आणि तुमचा आचार. हिऱ्याचा रंग म्हणजे तुमचा आत्मविश्वास आणि तुमच्या भोवतीचे जग. पैलू म्हणजे कृती. तासकाम करणाऱ्याने हिऱ्याला पैलू पाडले नाहीत, तर तो एक अनघड हिराच राहील. तसेच तुम्ही जोपर्यंत काही ठोस कृती करत नाही तोपर्यंत तुमच्यातील सुप्त गुण बाहेर येणारच नाहीत. ज्या क्षणी तुमच्या श्रद्धा, विचार आणि कृती

यांना एकत्रितपणे दिशा मिळेल, त्या क्षणी तुमच्या बुद्धिमत्तेचे तेज जगापुढे येईल.

आकृती
बुद्धिमत्ता
शुद्धता, रंग, पैलू
ज्ञान, श्रद्धा/विश्वास, कृती

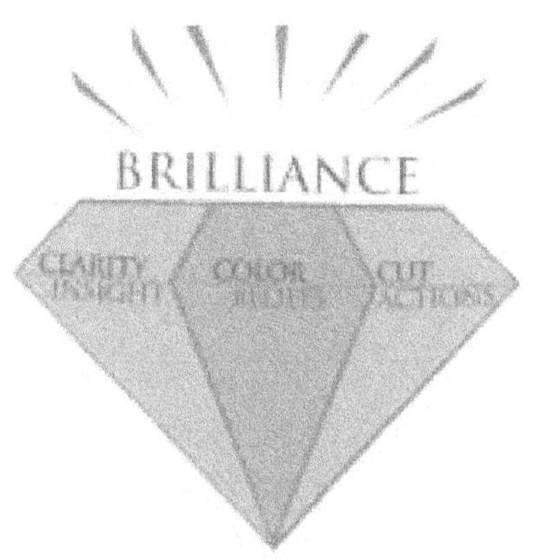

भाग २मध्ये या तिन्ही गोष्टींचा सविस्तर व सखोल ऊहापोह केलेला आहे. त्यांचा दैनंदिन जीवनात कसा वापर करायचा आहे, हेही स्पष्ट केलेले आहे. त्यातील मुख्य गोष्टी किंवा पैलू तुम्ही आचरणात आणा आणि त्यांना झळाळी द्या. लवकरच तुमचे स्वत्व आणि तुमची अंत:स्फूर्ती यांच्यातील परस्परसंबंध तुमच्या लक्षात येईल. तुमच्यातील गुण आणि तुमची ऊर्जा यांना काय महत्त्वाचे वाटते, हे तुमच्या लक्षात येईल. थोडक्यात काया-वाचा-मनेकरून तुम्ही तुमच्या कामात मशगूल व्हाल, जेणेकरून तुमच्या मनाचा आणि बुद्धीचा विकास होईल.

मौक्तिक

विचार, श्रद्धा/विश्वास, कृती आणि निष्पत्ती यांच्यातील परस्परसंबंध हुशार लोकांनाच समजतो.

शुद्धता : अंतःशक्तीचा वेध घ्या

"तुमच्या विचारांप्रमाणे तुम्ही घडत जाता."
– नीतिवचन- २३:७

शुद्धता किंवा पारदर्शकता ही उत्तम हिऱ्याची ओळख आहे. त्यावरूनच त्याचा दर्जा, गुणात्मकता आणि किंमत ठरते. ही शुद्धता म्हणजे तो हिरा किती पारदर्शक आहे, त्यातून प्रकाशाचा प्रवास किती सहजपणे आणि विनाअडथळा घडू शकतो, हे ठरवणारी गोष्ट. या पारदर्शकतेवर तो हिरा सुंदर, उत्तम हिरा होणार का, एक अगदी पडेल, गढूळ आणि निस्तेज हिरा होणार हे ठरते. बहुतेक हिऱ्यांच्या अंतर्भागात काहीतरी अडथळा आणणारे भाग असतात. त्यामुळे प्रकाशाचा मार्ग खंडित होतो. त्याला आपण गाठ किंवा जिरीम म्हणू या. ही गाठ म्हणजे लहान तुकडा, हवेचा बुडबुडा, डाग किंवा पिसाच्या आकाराचा भाग असतो. प्रत्येक हिऱ्यात ते अगदी वैशिष्ट्यपूर्ण असे असतात. काही जण त्या गोष्टींना कमीपणा मानत नाहीत, तर त्याची ती एक प्रकारची 'जन्मखूण' समजतात. हिऱ्याची शुद्धता त्यात असणाऱ्या गाठीवर ठरते. त्या किती आहेत, किती लहान किंवा मोठ्या आहेत, त्या कितपत अडथळ्याच्या आहेत हे बघणे महत्त्वाचे असते. त्या जितक्या कमी आणि लहान असतील तेवढी हिऱ्याची किंमत जास्त असते.

आपणसुद्धा माणूस म्हणून अगदी परिपूर्ण कधीच नसतो. आपल्यातही काही उणेपणा किंवा दोष असतातच. आपली स्वतःची पत/दर्जा

ठरवताना आपल्यातही काय दोष आहेत, काय उणिवा आहेत, याचा शोध घेणे आवश्यक आहे. तुम्ही जीवन-प्रवास चालू करता तेव्हा दोषयुक्तच असता. काय असतात ते दोष? विचार करा. तुम्हाला आत्मपरीक्षण करण्याची गरज आहे. कुठलीही जिरीम नसलेला हिरा मिळणे, हे अगदी दुरापास्त आहे आणि बहुतांशी इतर हिऱ्यातही ही जिरीम कमी प्रमाणातच असते त्यामुळे त्यांच्या सौंदर्यात आणि चमकीवर अगदी कमीच परिणाम होतो. सर्वगुणसंपन्न होणे, हे आपलेही ध्येय नाही. आपल्यातील उणेपणा/दोष जन्मखुणा शोधून काढणे, हेच आपले प्राथमिक काम आहे. एकदा का ते दोष हुडकून काढले की ते कमी करणे आणि तुमची अंतर्बाह्य शुद्धी करणे, पर्यायाने आपली पत/दर्जा वाढवणे, हेच आपले काम उरते.

ज्याप्रमाणे एखादा जवाहिऱ्या त्याच्याकडच्या सूक्ष्मदर्शक यंत्रातून हिऱ्याची शुद्धता पारखतो, त्याप्रमाणे तुम्ही तुमच्या जीवनाकडे पाहा आणि तुमचे अंतरंग तपासा, अंतर्गत ज्ञान तपासा, तुम्ही आज कोठे आहात, त्याची चाचपणी करा आणि पुढे तुम्हाला कोठे पोहोचायचे आहे, ते ठरवा. जुने, बुरसटलेले विचार सोडून देऊन, जुन्यातले जे शाश्वत आहे ते तसेच ठेवून, जीवनाविषयीचा नवा दृष्टिकोन या आत्मपरीक्षणातून तुम्हाला मिळणार आहे. आपल्या नेहमीच्या सवयीच्या तथाकथित, परंपरागत विचारांच्या कोषातून आपण जेव्हा बाहेर येतो, तेव्हा आपला अंतर्बाह्य कायापालट झाल्याचे आपल्याला जाणवते. यालाच 'द फिफ्थ डिसिप्लिन'चा लेखक पीटर सेन्ग संपूर्ण क्रांती म्हणतो. यामुळे जगाकडे बघायची आपली दृष्टी बदलते आणि या बदलाची जगालाही ओळख होते. या कायापालटाच्या प्रक्रियेत आपल्या डोक्यात प्रकाश पडतो, आपल्याकडे पाहण्याचा आपला दृष्टिकोन, नजर संपूर्ण बदलून जाते, विचार बदलतात, स्वत:चीच नवी ओळख होते आणि जगासंबंधीही आपली वेगळी धारणा होते. या साक्षात्काराच्या क्षणी आपण काय नेमके केले पाहिजे, याची जाण होऊ लागते. पण या अश्वमेधाला जरा आवर घाला आणि असे का होत आहे, हे अगदी वरवरच वाटत आहे का, यावर विचार करा. नाहीतर तुम्हाला ती शुद्धता, ते ज्ञान पूर्णत: प्राप्त होणार नाही.

संपूर्ण आत्मपरीक्षणानंतर तुमचे विचार स्पष्ट होतील, पूर्ण आत्मज्ञान होईल.

निखळ सत्याची जाणीव होईल, स्वत:तील उणिवांची जाण होईल. तुमच्या अंतर्गत शहाण-पणाला वाव मिळेल, भावनांवर नियंत्रण येईल; हे ज्ञान होणे, हे भविष्याकडे जाण्याच्या आणि बुद्धिमत्तेला चकाकी आणण्याच्या मार्गावरील तुमचे पहिले पाऊल ठरणार आहे.

मौक्तिक

तुमच्यातील त्या 'जन्मखुणा' शोधणे, हे तुमचे ध्येय आहे.

पैलू : ध्येयांचा धांडोळा घ्या

''लोकांच्या कृतीमागचा विचार ध्यानात घ्या. ते नेमके काय करत आहेत, ते तपासा. ते अनुकरणीय आहे का, ते बघा. त्यातील तथ्य पाहा आणि ते काम अधिक वैशिष्ट्यपूर्ण करण्यासाठी ते प्रथम, तुम्ही स्वतः आचरणात आणा. हे सर्व करण्याचा परिपाठ ठेवा.''

– रोमन सम्राट मार्क्स ऑरिलिअस

लॉरेन एका चिफ एक्झिक्युटिव्ह ऑफिसरची कार्यकारी साहाय्यक म्हणून काम करत होती. हा अधिकारी कुठल्याही कर्मचाऱ्याला काहीही किंमत देत नसे. खरे तर कायम शिवीगाळच करत असे. त्याच्या समवेत काम करणे, ही अगदी शिक्षाच असे; पण तरीही लॉरेन एक कार्यक्षम कर्मचारी होण्यासाठी प्रयत्न करत असे. एके दिवशी तो अधिकारी काही कामासाठी दौऱ्यावर निघाला होता. तिच्या लक्षात आले की, काही महत्त्वाची कागदपत्रे बरोबर घ्यायला तो विसरला होता. तिने ठरविले की त्याला त्याबाबत आपण काहीही सांगायचे नाही. कारण नाहीतर तो तिलाच अद्वातद्वा बोलला असता आणि तिलाच ते काम करावे लागले असते. पण त्याच क्षणी, दुसरी नोकरी शोधण्याची वेळ आली आहे, हे तिच्या लक्षात आले. ती जे काय करीत आहे ते अजिबात योग्य नाही, हे तिलाही माहीत होते पण त्या क्षणी स्वत:ला त्या झंझावातापासून वाचवणे तिला योग्य वाटले. हाच तो साक्षात्काराचा क्षण होता. थोड्याच दिवसांत जिथे तिच्या गुणांची कदर होईल, अशा

ठिकाणी तिला नोकरी मिळाली.

अशा या साक्षात्काराच्या क्षणीच तुमच्या जीवनाचे ध्येय तुमच्या अंतर्मनाला साद घालते. तुमचा हेतू जर निखळ आणि प्रामाणिक असेल, तर तुमच्या प्रगतीच्या पाऊलखुणाच त्यात दिसतात पण तसे नसेल, तर मात्र तुमची प्रगती खुंटलेलीच राहते. यासंबंधात माझाच अनुभव तुम्हाला सांगतो.

दहा वर्षांपूर्वी मी ओरलॅन्डो, फ्लोरिडाला गेलो. ह्या भराभर विकसित होणाऱ्या शहरामधील प्रतिष्ठित लोकांची मी एक यादी केली. या स्त्री-पुरुषांना तिथे 'वजन' होते. कुठल्याही व्यवहारात त्यांच्यामुळे, मोठमोठी कामे मिळण्याची शक्यता होती. त्यांच्या प्रतिष्ठेचा, समाजातील स्थानाचा माझ्या व्यवसायासाठी, त्याच्या वाढीसाठी उपयोग करून घेण्याचा माझा मानस होता. हा माझा हेतू स्वच्छ/सरळ होता का? अर्थातच नाही. जेव्हा-जेव्हा मी त्या लोकांना भेटायचा प्रयत्न केला, तेव्हा-तेव्हा त्यांना माझ्या हेतूचा सुगावा आधीच लागल्याने त्यांची भेट मी कधीही घेऊ शकलो नाही. मी अशा सर्व ठिकाणी 'दत्त' म्हणून उभा राहत असे. जिथे त्यांच्याशी चर्चेचा, किमान बोलण्याचा-भेटण्याचा प्रयत्न करत असे. पण त्यांना माझ्या दुष्ट/स्वार्थी हेतूचा दहा मैलांवरूनच वास येई अन् ते अदृश्य होत.

तरीही मी माझ्या कामात यशस्वी कसा झालो, याचे आश्चर्य तुम्हाला वाटत असेल. मी एका गुरूला भेटलो. त्याला माझ्या मनातले विचार-आचार दिसत असत. माझ्या अंतरंगाचा ठाव त्याला लागत असे. मी करत असलेली धडपड, बाहेरच्या जगात यशस्वी होण्यासाठी आवश्यक असणाऱ्या आत्मविश्वासाची निकड त्याच्या लक्षात आली. इतर लोक माझ्यासंबंधी, माझ्या हेतूसंबंधी काय विचार करतात यावर, मला काय वाटते, ते अवलंबून होते. पण तुमचा आत्मविश्वास जेव्हा आतून पुकारा करतो तेव्हा तो अगदी खरा, चोख आणि कायमसाठीचा असतो, चिरंतन असतो. इतर लोकांच्या प्रतिक्रियेनुसार तुमचा आत्मविश्वास डळमळीत होत नाही. अस्सल आत्मविश्वासातून अस्सल ध्येय गाठता येते. हे इतरांच्याही अनुभवाला येते, अर्थातच त्यामुळेच सच्चे संबंध निर्माण होतात. सच्चे यश संपादन होते, अस्सल फळ हाती येते.

उदाहरणार्थ स्वत:च्या प्रतिष्ठेसंबंधी स्वत:च सारखी तारीफ करत राहणारे शेजारी, मित्र तुम्हाला आहेत का? कोणातरी तथाकथित प्रतिष्ठित मंडळींच्या शेजारी राहतो किंवा अमुक एका 'मोठ्या' कंपनीत मी कसा काम करतो, हे सारखे ऐकवणारे, स्वत:चीच शेखी मिरवणारे असे ते आहेत का? अशाच गोष्टीत प्रौढी मिरवण्याचा हेतू ते तुमच्यासमोर सारखा उलगडत असतात का? अशा लोकांशी बोलताना तुम्हाला कसे वाटते? त्यांच्या संबंधात सच्चेपणा जाणवतो का? किंवा ते तुमची काही पर्वा करताहेत असे वाटते का? का तुमच्या हितसंबंधांमुळे त्यांना होणाऱ्या फायद्याकडेच त्यांचे जास्त लक्ष आहे?

'पैशामागे लागणे' हा वाक्प्रचार तुम्ही बऱ्याच वेळा ऐकला असेल. तुम्हाला किंवा तुमच्या पाहण्यात अशी व्यक्ती असेल, जिला भरपूर पगार मिळणारी नोकरी चालून आली असेल किंवा केवळ आर्थिक कारणासाठीच ती नोकरी त्याने किंवा तुम्ही स्वीकारली असेल. मग ती नोकरी कसली आहे, तुमच्या योग्यतेची आहे का? याचाही विचार तेव्हा झाला नसेल, मग कंपनीचे ध्येय, तिची मूल्ये, तिथल्या लोकांची निष्ठा/दृष्टिकोन, विचार तर दूरच राहिले. तर केवळ भरपूर पैसा त्यांनी दिलाय म्हणून तुम्ही ती नोकरी पत्करता. तिथली एकूण परिस्थिती भयानक असते, न सुटणारे अनेक प्रश्न कुजत पडलेले असतात. त्यांना तोंड द्यायचे असते. कंपनीमध्ये कोणीतरी 'भोज्या' पाहिजे म्हणून कंपनी पैशाच्या राशी तुम्हापुढे ओतते.

कृपया गैरसमज करून घेऊ नका. लठ्ठ पगार, प्रतिष्ठित लोकांचा शेजार यामध्ये काहीही वाईट नाही, पण केवळ 'पैसा' आणि 'प्रतिष्ठा' एवढेच जीवनाचे ईप्सित किंवा ध्येय ठेवू नका. कुठल्यातरी भव्यदिव्य हेतूशिवाय जगलात तर 'एवढ्याचसाठी का केला होता सारा अट्टाहास,' असा जिवघेणा प्रश्न सरतेशेवटी पडायला नको.

कुठलीही परिस्थिती असो; तुमच्या अंतर्मनाचा आवाज काय सांगतो, याकडे लक्ष देण्यासाठी मी तुम्हाला साद घालत आहे. नाहीतर अगदी अस्थिर अशा पायावर तुमच्या आयुष्याचा डोलारा उभारण्याचा धोका तुम्ही पत्करत आहात, असा याचा अर्थ होईल. पाठीत खंजीर खुपसणे, घाणेरडे राजकारण करणे, असल्या आत्मघातकी अवगुणांपासून दूर राहा. कुठल्याही हेतूविरहित आयुष्याची मुहूर्तमेढ रोवा, तीही आजच!

कुठल्यातरी विशिष्ट स्वप्नामागे धावल्यामुळे तुम्ही तुमच्या मूळ प्रवृत्तीशी प्रतारणा करता. पण तुम्ही जेव्हा तुमच्या अंतर्मनाच्या आवाजाच्या अनुरोधाने जाता तेव्हा जिवाला खरी शांती मिळते; कुठल्याही हेतूविना मिळालेले यश चिरस्थायी सुख देते, त्याच वेळी तुमच्या हुशारीला खरा बहर येतो आणि तेव्हाच तुमचे खरे हित कशात आहे, त्याकडे तुमचे लक्ष वेधले जाते.

जिवंत अनुभव – पुराव्यानिशी सिद्ध झालेला
लॉरेनची सत्यकथा

काही वर्षांपूर्वी माझ्या थकव्याला आणि आजारपणाला मी इतका कंटाळलो की, मी खरोखरीच आजारी पडलो आणि जिवालाही कंटाळलो. माझ्या आयुष्याच्या फरफटीचा मी सारखा विचार करू लागलो. भूतकाळात ज्या-ज्या लोकांनी मला छळले होते, त्यांच्या माथ्यावर माझ्या आजारपणाचे खापर मी फोडू लागलो. सरतेशेवटी मी मनाने पूर्णपणे खचलो आणि हॉस्पिटलमध्ये भरती झालो.

कुठल्याही अमली पदार्थांच्या किंवा अति दारूच्या सेवनाशिवाय मला रुग्णालयाची वाट धरावी लागली होती. डॉक्टरांच्या म्हणण्यानुसार, कुठल्यातरी भ्रामक विचारांमुळेच माझी ही अवस्था झाली होती आणि माझा मेंदू पूर्णपणे शिणून गेला होता.

या सर्व अनुभवानंतर, माझ्या आयुष्याची पुनर्मांडणी करणे आवश्यक आहे, याची मला जाणीव झाली आणि काही वर्षांपूर्वी ज्या अभ्यासवर्गाला मी गेलो होतो, त्याचा पुन्हा एकदा अनुभव घ्यावा असे मी ठरवले. या वेळी योग्य तो 'धडा' मला मिळाला आणि मी एक अंतर्बाह्य नवीन माणूस होऊनच तेथून बाहेर पडलो. त्या अभ्यासवर्गाचे स्वरूप, तपशील फार महत्त्वाचा नाही. या दुसऱ्या वेळेचे माझे हेतू पूर्णत: वेगळे होते, ही गोष्ट महत्त्वाची आहे.

पहिल्या वेळी मी काहीतरी 'मोठी गिफ्ट' शिकून आलो, याच धुंदीत होतो त्यामुळे खरे तर मी ते सर्व जेवढे मनावर घेणे

आवश्यक होते, तेवढे घेतले नाही आणि मला जे हवे होते, शिकायचे होते, ते पूर्णपणे हुकले होते.

आता मात्र मी जे काही करतो, ते सर्व मला मनापासून आवडते म्हणून करतो. माझ्या मनाला म्हणजेच मला त्यातून कुठल्याही फळाची अपेक्षा असत नाही. दोस्तीच्या आनंदासाठी मी माझ्या मित्रांमध्ये मिसळतो. माझ्या कामाच्या ठिकाणी माझ्या ग्राहकांबरोबर मी अत्यंत प्रामाणिकपणे व्यवहार करतो, मग मी काही माल विकू शकलो का नाही, हेही महत्त्वाचे ठरत नाही, कारण माझे सारे आयुष्यच मी अत्यंत निष्ठापूर्वक जगण्याचे निश्चित केलेले आहे, तेही माझ्या निवडीनेच. मला ज्यांनी वाईट वागणूक दिली त्यांना मी केव्हाच माफ करून टाकले आहे, कारण मी तिरस्कार-विरहित जीवन जगण्याचे मनोमन ठरवले आहे.

माझे आयुष्य मी अगदी आसुसल्याप्रमाणे जगत आहे. माझ्या आईवर मी करत असलेल्या प्रेमापासून ते माझ्यासाठी स्वयंपाक करण्यापर्यंतची प्रत्येक कृती मी अत्यंत उत्कटतेने करतो. ही उत्कटता माझ्या आयुष्याला गती देते. माझे सर्व निर्णय मी मनापासून घेतो. एखाद्या गोष्टीत किंवा व्यक्तीमध्ये ती उत्कटता मला आढळली नाहीतर मी त्यांच्यापासून लांबच राहणे पसंत करतो. आता मी माझ्या आतल्या आवाजाला पूर्ण ओळखतो आणि माझ्यातील उत्तम गोष्टीच मी सादर करतो. माझ्या अंतिम गंतव्य स्थानावर लक्ष ठेवण्यापेक्षा माझ्या त्याकडे जाणाऱ्या मार्गावर मी लक्ष केंद्रित करतो. त्या प्रवासातला आनंद मी घेतो.

या सर्वांत एक मजेदार गोष्ट ध्यानात घ्यायला हवी. ध्येयवादासाठी ध्येय निश्चित करणे, हे महत्त्वाचे आहे. ध्येयाने प्रेरित होणे, हे मूळ आहे. बऱ्याच वेळा कर्मचाऱ्यांना ध्येयप्रवण करण्यासाठी मला अनेक संस्था बोलावतात; पण मी केवळ त्यांना चेतना देणारा एक मध्यस्थ आहे, त्यांना ध्येयवाद शिकवणारा नाही, हे सर्वप्रथम मी स्पष्ट करतो. 'मी' तुम्हाला किंवा कुणालाही ध्येयप्रवण करत नाही. कारण तुम्ही आणि तुमचे हेतूच तुम्हाला ध्येय-प्रवण करू शकतात.

दुसऱ्याचे जीवन समृद्ध करणे, दुसऱ्याशी चांगले हितसंबंध राखणे किंवा उत्कृष्ट कामगिरी पार पाडणे, या अस्सल गोष्टीच भविष्यकाळात उपयुक्त ठरतात. पैसा किंवा प्रतिष्ठा त्या कामी येत नाहीत. तुमचे जीवितकार्य जेव्हा तुम्हाला उलगडते तेव्हाच तुमच्या बुद्धिमत्तेचा विकास होऊ लागतो. अर्थातच त्यामुळे तुम्ही जास्त ध्येयप्रवण होता, ध्येय गाठण्यासाठी अधिक कार्यक्षम होता.

या संदर्भात सुप्रसिद्ध लेखक जॉन मॅक्सवेल अलाबामा क्रिमसन टाईड फुटबॉल (रग्बी) संघाच्या आणि एक आख्यायिका होऊन राहिलेल्या कोच 'बेअर' ब्रायन्टची कथा सांगत असे. एका अत्यंत अटीतटीच्या रग्बीच्या सामन्यात त्याचा संघ सहा गुणांनी पुढे होता आणि सामना संपायला फक्त दीड मिनिटे उरली होती. या संघाकडेच चेंडू होता, त्यामुळे त्यांनी सामना जिंकल्यातच जमा होता.

कोच ब्रायन्टने त्याच्या क्वार्टरबॅकला 'नुसताच पळत राहा,' असा निरोप पाठविला. पण त्या क्वार्टरबॅकने ठरवले की, प्रतिस्पर्धी संघाला आणि कोचलाही जरा आश्चर्याचा धक्का देऊ, म्हणून त्याने पास कॉल दिला. मागे गेला आणि पास दिला. दुसऱ्या संघाचा संरक्षक फळीतला एक खेळाडू त्या स्पर्धेत अत्यंत जलद गतीने पळणारा ठरला होता. त्याने मध्येच येऊन चेंडू मिळवला आणि गोललाइनकडे मारला. अलाबामाने सामना गमावल्यात जमा होता.

सामना संपल्यावर प्रतिस्पर्धी कोच ब्रायन्टकडे आला आणि म्हणाला, "तुझा क्वार्टरबॅक मंदगती पळणारा आहे. त्याने माझ्या जगप्रसिद्ध जलद खेळाडूला कसे काय हरवले?" कोच ब्रायंटने त्याच्याकडे फक्त पाहिले आणि तो म्हणाला, "तुझ्या लक्षात आले नाही का? तुझा खेळाडू सहा गुणांसाठी पळत होता. पण माझ्या खेळाडूचा तो जीवनमरणाचा प्रश्न होता."

तेव्हा तुमच्या ध्येयाची पुनर्तपासणी करा. तुम्ही केवळ सहा गुणांसाठी पळत आहात की, तो तुमच्या अस्तित्वाचाच लढा आहे?

वैयक्तिक मूल्यमापन – स्वयंचाचणी

या प्रश्नांची उत्तरे द्या –

१) तुम्ही तुमच्या ध्येयमार्गाची चाचणी करून किती दिवस झाले? तेव्हा तुमच्या ध्यानात काय आले? तुम्ही कोठे आहात?
२) तुम्ही सर्वोत्कृष्ट होण्यासाठी काय करायला हवे आहे? तुम्ही कुठल्या साधनांच्या (जादूच्या कांडीच्या) शोधात आहात? तुम्हाला कशामुळे उत्तेजन मिळणार आहे?
३) तुम्ही केवळ पैशासाठी झगडत आहात की, तुमच्या हुशारीच्या जोरावर काही भव्यदिव्य करून जीवनाचे मूल्य वृद्धिंगत करणार आहात?

हिऱ्याला झळाळी द्या

पुढील तीन पायऱ्या चढून हुशारीला तजेला आणा आणि तुमच्या ध्येयाची पारख करा.

१) स्वत:ला उपयुक्त आणि तुमच्या कामात उपयुक्त असणारी तुमची कोणती वैशिष्ट्ये आहेत, याचा शोध घ्या. ती लिहून काढा.
२) तुमच्या संस्थेत अग्रेसर राहण्यामागे तुमच्या मनात कोणता हेतू घोळतोय? त्यातून तुम्हाला काय लाभ होणार यापुरता तो मर्यादित आहे की, त्यामुळे मूल्यवृद्धी आणि गहन प्रश्न सोडवले जाणार आहेत? यावर सखोल विचार करा.
३) तुम्ही जेव्हा एखादा ई-मेल कुणालातरी पाठवता, तेव्हा त्यामागचा तुमचा काय विचार असतो? हे बघा. उदा. त्या मेलची प्रत तुमच्या संस्थेतील सर्वांना पाठविणे खरोखरीच गरजेचे आहे का? त्या लोकांना त्या माहितीची खरेच आवश्यकता आहे का? तुम्हाला स्वत:ला पुढील सर्व जबाबदारीतून सुटका मिळवण्यासाठी स्वत:ची कातडी बचावण्यासाठी तशी गरज वाटते? हे सर्व करण्याऐवजी सरळ जागेवरून उठा. फोन उचला आणि ज्या माणसाला त्या माहितीची गरज आहे, त्याच्याशी बोला ना!

◆ अधिक माहितीसाठी www.ReleasingBrilliance.com ही साइट बघा. त्यातून तुमच्या हेतूंची पुनर्तपासणी करा.

मौक्तिक

जेव्हा तुमचे ध्येय अस्सल, सच्चे असेल तेव्हा तुमच्यासाठी सगळ्यात उत्तम काय जे आहे, त्याकडे तुम्ही आपोआपच आकृष्ट व्हाल.

पैलू : अंत:शक्तीचे परीक्षण करा

''साक्षात्काराचा एक क्षणही तुमचे जीवन उजळून टाकतो.''
– ऑलिव्हर वेन्डेल होम्स, कवी

जुलै, १९८६मध्ये दक्षिण आफ्रिकेमध्ये ५९९ कॅरेटचा एक अनघड हिरा सापडला. त्या एवढ्या मोठ्या असामान्य हिऱ्याचे नाव 'सेंटेनरी' ठेवण्यात आले. कारण ज्या डी बिअर्स कन्सॉलिडेटेड खाणीत तो खडा सापडला, त्या खाणीचे ते शतकमहोत्सवी वर्ष होते. त्या हिऱ्याचे असामान्यत्व अबाधित राखून त्याला जराही धक्का न लावता, त्याचे सौंदर्य किंचितही लयाला जाऊ देणार नाही, अशा अत्यंत कसबी कारागिराकडून त्याला पैलू पाडून घ्यायचे ठरविण्यात आले. कारण त्या हिऱ्याचा आकार अत्यंत ओबडधोबड होता. म्हणूनच गाबी टोलकोव्हस्कीला पाचारण करण्यात आले.

टोलकोव्हस्कीला त्या खड्याचे परीक्षण करण्यासाठी एक संपूर्ण वर्ष लागले. त्या काळात पैलू पाडण्यासाठी आवश्यक अवजारे आणि योग्य तांत्रिक बाबींची योजना करण्यात आली. अत्याधुनिक आणि अद्ययावत अशा इलेक्ट्रॉनिक उपकरणामधून त्या हिऱ्याच्या अंतरंगाचा वेध घेण्यात आला. याबाबत टोलकोव्हस्कीला नंतर जेव्हा प्रश्न विचारण्यात आले, तेव्हा त्याने सांगितले की, मी अगदी भारून गेलो होतो. त्या हिऱ्याच्या तेजाने मी इतर विश्व पार विसरून गेलो होतो. त्या हिऱ्यातील सर्व अणूरेणू त्याला जवळून अवगत झाले

होते. त्या हिऱ्याचा प्रत्येक कानाकोपरा त्याला माहीत होता. सहकाऱ्यांच्या लहानशा गटासह, त्या अनघड हिऱ्याचे पैलूदार, उच्च रंगाच्या, दोषविरहित व जगातील सर्वांत मोठ्या हिऱ्यात रूपांतर करायला त्याला संपूर्ण तीन वर्षे लागली. 'सेंटेनरी' जेव्हा पूर्णपणे तयार झाला तेव्हा त्याचे वजन २७३ कॅरट्स होते, त्याला २४७ पैलू होते. तो खरंतर अत्यंत अनमोल होता, तरीही सुरक्षिततेच्या कारणासाठी त्याचा एक अब्ज डॉलर्सचा विमा उतरविण्यात आला.

सेंटेनरी प्रमाणेच तुम्हीही एक अनमोल हिरा आहात, आणि तुमच्यातील तेजाला पुलकित करणारा एकमेवाद्वितीय असा एकच कसबी कारागीर आहे. कोण हा एकमेव कलाकार? तर परमेश्वर, तो जगन्नियंता! हे तर खरेच आहे की, तुमच्यातील हुशारीचा शोध तुम्ही घ्याल, त्याला तेज चढवाल, तुमचे सहकारी, तुमच्या जीवनात येणाऱ्या इतर व्यक्तीही तुमच्या आयुष्याला आकार देतील; तुमच्यातील गुणांना योग्य मार्ग दाखवतील. पण तो 'परमेश्वर' सर्व कलाकारांचा गुरू आहे. सर्वसाक्षी आहे. तुम्ही किती प्रमाणात यशस्वी होणार आहात, तुमच्या आयुष्यात तुम्ही नेमके काय होणार आहात, हे त्यालाच आणि फक्त त्यालाच ज्ञात आहे. दुसऱ्या कुणालाही नाही.

परमेश्वराच्या मनात असल्याप्रमाणे उत्तम हिरा होण्याची तुम्हाला खरोखरीच इच्छा असेल, तर तुमच्या जीवनातील आठ महत्त्वाच्या बाबींकडे लक्ष देणे आवश्यक आहे, मी त्यांना हिऱ्याच्या मुकूटपैलूप्रमाणे अष्टपैलूत्व म्हणतो. रत्नपारखी जसे त्याच्या सूक्ष्मदर्शकाने हिऱ्याचे अंतरंग तपासतो, त्याप्रमाणे तुम्ही तुमच्या जीवनातील प्रत्येक प्रसंगाचे, अनुभवाचे सखोल दर्शन घ्या म्हणजे तुमच्या स्वभावातील, अंतरंगातील सर्व खाचखळग्यांची जवळून पाहणी करता येईल. जेव्हा तुम्ही तुमचे खरे स्वरूप, अंतर्बाह्य बघता तेव्हा तुमच्यातल्या खऱ्या 'मी'चे आरस्पानी रूप तुमच्यासमोर स्वच्छ उलगडेल. कदाचित पहिल्यांदाच तुमचे खरे स्वरूप तुम्ही बघत असाल. तुमच्यातील कुठल्या गुणांमुळे तुमची हुशारी दिसणार आहे आणि कुठल्या अवगुणांचा त्याग करायला हवा किंवा त्यांचा काहीही उपयोग नाही, हे तुमच्या लक्षात येईल. ज्या गोष्टींमुळे तुमच्या प्रगतीत अडथळा येणार आहे, त्या सोडून दिल्या पाहिजेत आणि ज्यांच्यामुळे तुमच्या बुद्धिमत्तेला पोषण मिळणार आहे, त्यांचा

विकास केला पाहिजे.

तुमच्या भूतकाळाकडे गांभीर्याने पाहणे, ही गोष्ट वाटते तितकी गमतीची किंवा सोपी नाही. परंतु तुमच्या उज्ज्वल भवितव्यात तुम्ही किती उत्कृष्ट ठरणार आहात, हे जेव्हा तुमच्या लक्षात येईल तेव्हा त्या कष्टांचा तुम्हाला केव्हाच विसर पडेल आणि दिलेली किंमत नगण्य असल्याचे जाणवेल. तुमच्या जीवनातील या आठ गोष्टींकडे तुम्ही गांभीर्याने पाहा. आध्यात्मिक, कौटुंबिक, कारकिर्दीविषयी, भावनिक, मानसिक, शारीरिक स्वास्थ्यदृष्ट्या, सामाजिक आणि आर्थिक.

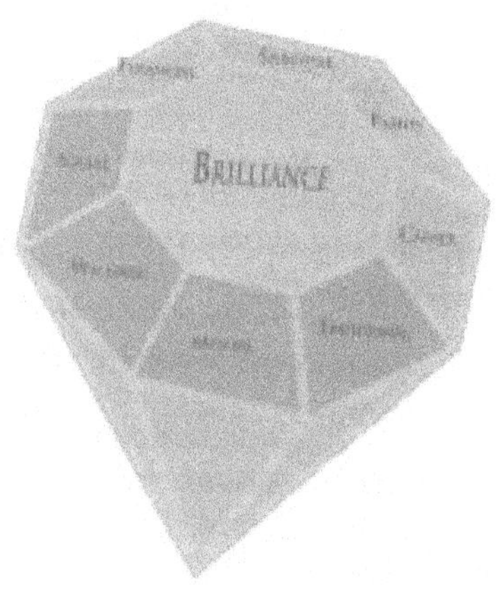

आध्यात्मिक

तुम्ही आध्यात्मिकदृष्ट्या कसे आहात? तुमच्या अंतरात्म्याचा, आतल्या आवाजाचा पुकारा आहे, हे फारच महत्त्वाचे आहे. तोच तुमच्या हुशारीला तेज आणणारा गाभा आहे. तुम्ही तुमच्याबद्दल कसा विचार करता, काय विचार करता, तुमच्या अंतरात्म्याशी कसा संवाद साधता, 'तुमच्या प्रती' तुमची वागणूक कशी आहे, यावरून तुमची खरी पारख होणार आहे. तुम्हीच तुमची किंमत/पत कशी ठेवली आहे, हे तुम्हाला पटल्याशिवाय दुसरे इतर लोक तुम्हाला कसे विचारतील?

तुमच्या सध्याच्या जीवनपद्धतीबद्दल तुम्ही समाधानी आणि भरून पावलेल्या मानसिक स्थितीत आहात का! तुमचे सुख-समाधानाचे

प्रमाण वाढविण्यासाठी तुम्ही काय करू शकता? तुम्ही ठरवल्यानुसार जगता आहात की, प्रवाहपतितासारखे आयुष्य कंठत आहात? मी कोण आहे, मला जीवनात कुठे पोहोचायचे आहे, मला काय कमवायचे आहे, या गोष्टींचा तुम्ही जेव्हा विचार करता, तेव्हा या सर्व बाबींचे तुमच्या जीवनात काय स्थान आहे?

तुमच्या अंतरात्म्याचा विकास, निगा आणि संरक्षण करण्यासाठी प्रयत्नांची गरज आहे. तुमचा आतला आवाज जागृत करा. तुमचे विचार आणि मन यांच्यात संपर्क प्रस्थापित करा. तुम्ही जेव्हा हे कराल तेव्हा तुमच्या जीवितकार्यात एक संगीतमय आणि सुसंगत झंकार उमटेल. तुमची बुद्धी, अंत:करण, कृती, कान आणि आवाज एकरूप होतील आणि तुम्ही तुमच्या जीवितकार्याशी संलग्न व्हाल.

कौटुंबिक

तुमचे कुटुंब म्हणजे फक्त तुमची बायको (किंवा नवरा) आणि मुले एवढेच नाहीतर तुमचे आई-वडील, आजी-आजोबा, भाऊ, बहिणी, काका, मामा, आत्या, मावस-चुलत नातेवाईक एवढेच काय; तुमच्याकडे असणाऱ्या पोपट, कुत्रा, मांजर इत्यादी सारख्या पाळीव प्राण्यांचाही त्यात समावेश होतो. तुम्हाला कल्पना येणार नाही, इतक्या प्रकारे ते सर्व जण तुमचे जीवन समृद्ध करत असतात. तुम्हाला ज्यांच्याबद्दल एवढे प्रेम आणि काळजी वाटत असते, त्या सर्व लोकांबरोबर आणि पाळीव प्राण्यांबरोबर मुद्दामहून तुमचा किती वेळ तुम्ही व्यतीत करता? हे कुटुंब ही तुमच्या जीवनातील अग्रहक्काची वा प्राधान्याची बाब आहे का एखादी ब्याद आहे? तुमच्या आपसातील संबंधांमध्ये काही अडचणी, गैरसमज आहेत का? अहो, मग कशासाठी थांबलात? ते गैरसमज दूर करण्यासाठी पुढाकार घ्या; आणि पुन्हा ते पूर्वीचे सौहार्दाचे संबंध प्रस्थापित करा.

आपण एक कल्पना करू या. तुमचा कंपनीतील कामाचा उद्याचा शेवटचा दिवस आहे. तर तुमचा ड्रॉवर, टेबल इत्यादी वरील तुमच्या वस्तू, कागदपत्रे तुमच्या जवळच्या नातेवाइकांकडे वा घरी पाठविली जातील. त्यासंबंधीची सूचना, सूचनाफलकावर दिली जाईल आणि इंटरनेटवरूनही सर्वांना कळवली जाईल. तुम्हाला वाटत असतं की,

आपण त्या प्रकारे अगदी 'अत्यावश्यक' (काढता न येण्याजोगे) आहोत, पण सत्य कटू असते. तुम्ही एक मेहनती, हुशार नोकर असता, पण तुमच्याविना काम चालणारच नाही, असे नसते. म्हणूनच ज्यांना तुम्ही हवेहवेसे आहात, अशा लोकांबरोबर जीवनाचे धागे जुळवा (त्यांनाच तुम्ही निवर्तल्यावर खरे वाईट वाटणार आहे.). तुमच्या नोकरीसाठी आणि कारकिर्दीसाठी त्यांच्याकडे दुर्लक्ष करू नका, त्यांना दूर लोटू नका. तुमची हुशारी जाणणारे आणि तुमचा चांगुलपणा ओळखणारे जे लोक असतील त्यांच्याबरोबर जास्तीतजास्त काळ घालवा. एवढेच नव्हे तर त्यांना मदत करा, आधार द्या आणि त्यांच्या बुद्धिमत्तेला वाव देण्यासाठी प्रयत्न करत राहा.

कारकिर्दीविषयी

तुम्ही आता करत असलेल्या कामात तुम्हाला समाधान मिळत आहे का? का फक्त पगार आणि इतर अनुषंगिक फायद्यासाठी तुम्ही पाट्या टाकत आहात? मी जे तुम्हाला सांगणार आहे, त्यावर तुमचा कदाचित (माझाही बसला नव्हता.) विश्वास बसणार नाही; परंतु तुमच्या कामात तुम्हाला मजा वाटली पाहिजे. त्यात 'जान' असली पाहिजे, तरच पुढचा प्रश्न येतो.

तुमच्या कारकिर्दीचा सातत्याने विकास होत राहिला पाहिजे की नको? तसे असेल, तर त्यासाठी तुम्ही काय प्रयत्न करत आहात? तुम्हाला एका कळीच्या मुद्द्याची गोष्ट अवगत करायची मला परवानगी द्या. तुमच्या कंपनीच्या मनुष्यबळ विकास विभागाची, तुम्हाला वरच्या हुद्द्यावर बढती देण्याची जबाबदारी अजिबात नाही किंवा पुढे जाण्यासाठी काय करा, हे सांगण्याचेही त्यांचे काम नाही. तुमची कारकिर्द रुपेरी मार्गावरून नेण्याची जबाबदारी तुमचीच आहे. 'लाइफ बोट स्ट्रॅटेजीज, हाउ टू कीप युवर करिअर अबॉव्ह वॉटर-ड्युरिंग टफ टाइम्स : ऑर एनी टाइम' या पुस्तकाचा लेखक रॉबर्ट बार्नर म्हणतो, ''तुमच्या नोकरीची शाश्वती किंवा मुदत यांची हमी आजचा कुठलाही मालक देणार नाही. त्यामुळे आजच्या ह्या महत्त्वाकांक्षी आणि कारकिर्दीचा उच्च आलेख बघणाऱ्या नोकरदाराला स्वतःच्या भवितव्याचा मार्ग स्वतःच आखावा लागतो.''

भविष्यात कुठल्याही कामाच्या ठिकाणी टिकून राहण्यासाठी पुढील खडतर अशा चार गोष्टींबाबत सावध असणे अत्यंत गरजेचे आहे, याबद्दल माझ्या मनात कोणताही संदेह नाही. स्वत:हून जबाबदारीची कामे स्वीकारा, भराभर कामे उरका, अत्यंत खुली आणि आनंदी वृत्ती ठेवा आणि सतत नवनवीन कसब/कौशल्य आत्मसात करा. हे कर्मचारी, अधिकारी अगर व्यावसायिक अशा सर्वांना लागू आहे. तुमच्या कारकिर्दीबाबत तुम्ही अष्टावधानी आहात का? तुमच्याकडे काही वेगळी अशी कौशल्ये आहेत का? कारण यदाकदाचित अचानकपणे तुमच्या नोकरीवर गंडांतर आले, तर दुसऱ्या कुठल्यातरी कामात ती कौशल्ये वापरता येतील का? तुमचे भवितव्य तुम्हीच ठरवायचे आणि घडवायचे आहे. म्हणून एकूण परिस्थितीचा आढावा घ्या आणि मगच पुढील पाऊल टाका, जेणेकरून तुमच्या एकूण कारकिर्दीतही पुढच्या पायरीवर तुम्ही जाल.

भावनिक

तुमच्या जीवनात घडणाऱ्या बऱ्या-वाईट प्रसंगांना तुम्ही कसे सामोरे जाता? त्यानुसार तुमच्या हुशारीवर परिणाम होतो. तुम्ही त्या प्रसंगातून नुसतेच पार पडता की, सर्व परिस्थितीवर तुमचा ताबा असतो? तुमच्या भावनिक विश्वात जेव्हा गोंधळाची परिस्थिती असते, तेव्हा तुम्ही तर्कशुद्ध पद्धतीने विचार किंवा कृती करण्याच्या मन:स्थितीत नसता. तुम्ही स्वत:शी आणि इतर संबंधितांशीही प्रामाणिक आहात का? तुम्ही नकारात्मक विचार करण्याजोगी परिस्थिती तुमच्या जीवनात कधी आली होती का?

आयुष्यातील बहुतेक आव्हाने आणि संघर्ष हे आपल्याच कर्मांची फळे असतात. माणसे बऱ्याचदा, यश देणाऱ्या अभ्यासवर्गांना, तुम्हाला कार्यप्रवृत्त करणाऱ्या लोकांच्या व्याख्यानांना, स्वयंविकास घडवणाऱ्या सभांना उपस्थिती लावतात आणि स्वावलंबित करणारे मार्ग शोधत राहतात. त्या मार्गाने स्वत:चे प्रश्न सोडवण्याचा व गाडी पुन्हा रुळावर आणण्याचा प्रयत्न करतात. तुमचे जीवन बदलवून टाकणारे संदेश देणारे आणि खरेच मदत करणारे असे चांगले कार्यक्रम यांत असतात.

दुर्दैवाने या स्वयंविकासासारख्या कार्यक्रमांना जाणारे बरेच लोक

मला भेटले आहेत. ते त्यांच्या अगदी पूर्णपणे अधीन झालेले होते. अनेक वर्षे आणि हजारो डॉलर्स खर्च करून त्यांचे जीवन बदलणाऱ्या अशा त्या एकाच गोष्टींचा शोध घेणारे ते होते. कुठलाही नवा मार्ग दिसला की, त्यांचा आतला आवाज उड्या मारायला लागतो आणि हाच तो मार्ग आहे का? असे विचारू लागतो. ते तो मार्ग आचरतात आणि त्या मार्गानेही त्यांच्या जीवनात शाश्वत फरक पडत नाही, ही खेदाची बाब आहे. हे का घडते? कारण ते आत्मशोध घेत नाहीत, स्वत:चा कल कुठे आहे, हे बघत नाहीत. आत्मचिंतन करण्याची त्यांची तयारी नसते. कारण त्याशिवाय ती नवीन कल्पना आत्मसात करता येत नाही आणि त्यांच्या जीवनात काहीही फरक होत नाही.

कार्यप्रवण करणारे थोर लोक आमच्या वेळी होते. ते हुशार स्त्री-पुरुष होते. पण त्यांच्या केवळ सहवासात राहून आणि त्यांची पुस्तके वाचून (या पुस्तकासकट) तुमच्या जीवनात कायापालट होत नाही. 'तुम्ही' बदलत नाही, तोपर्यंत काहीही बदल होणार नाही. जोपर्यंत त्यांनी सांगितलेली तत्वे, आचारसंहिता तुम्ही आत्मसात करून अमलात आणत नाही, तोपर्यंत काहीही फरक पडणार नाही. तुमच्यातील शत्रूशी (अहंकार!) दोन हात करायला तुम्ही सिद्ध आहात का? तुमचे भावविश्व निरामय आणि चांगले राहावे असे तुम्हाला वाटत असेल, तर तुमच्या सर्व समस्यांची, अडचणींची वळकटी खुली करा, त्याकडे खूप मनापासून आणि न कंटाळता लक्ष द्या. त्या सर्व गाठोड्यातून तुम्हाला नको असलेली लक्तरे फेकून द्या, कारण त्यामुळेच तुमची प्रगती खुंटली आहे.

मानसिक

आजपासून पाच वर्षांनी तुम्ही कोठे असाल, हे तुम्हाला पाहायचे आहे का? मग तुम्ही ज्यांना मित्र म्हणवता त्यांच्याकडे पाहा, तुम्ही कुठली पुस्तके वाचता किंवा ध्वनिफिती/चित्रफिती तुम्ही ऐकता, पाहता म्हणजे एकूणच तुमचा वेळ तुम्ही कसा खर्च करता त्याकडे विचारपूर्वक लक्ष द्या. का? तर या सर्व गोष्टींचा तुमच्या मनावर पगडा असतो. सर्व बऱ्या-वाईट गोष्टींचा, प्रसंगांचा तुमच्या विचारांवर सकारात्मक व नकारात्मक प्रभाव असतो.

तुम्ही पूर्वी जे काही केले असेल, त्याचाच परिणाम आजच्या तुमच्या आयुष्यावर झालेला असतो. तसेच आज तुम्ही जसा विचार करत आहात किंवा करत नाही, त्याचेच प्रतिबिंब तुमच्या उद्याच्या आयुष्यावर पडणार आहे. तुमचे विचार आणि श्रद्धा/विश्वास यावर आधारित निर्णय तुम्ही घेता. ते निर्णय कृतीत उतरतात त्यांनाच फळे येतात. तुम्हाला जर फळांचा दर्जा बदलायचा असेल, तर त्याचे खतपाणीही बदलायला हवे. तुम्हाला जर परिणाम बदलायचा असेल, तर विचारधारा बदलायला हवी.

तुमच्यासारखीच प्रज्ञा आणखी कोणाकडे आहे? ते लोक कसे आहेत? ते कसे वागतात? तुमचा फावला वेळ तुम्ही कसा व्यतीत करता? कुठल्या प्रकारची पुस्तके तुम्ही वाचता? जीम रॉन म्हणतो, ''तुम्ही जर तुमच्या क्षेत्रासंबंधी/विषयासंबंधी दरमहा एक पुस्तक वाचलेत, तर दहा वर्षांत तुम्ही १२० पुस्तकांचा अभ्यास केलेला असेल. म्हणजेच तुमच्या क्षेत्रातील उच्चतम श्रेणीतील एक प्रतिशत लोकांत तुमची गणना होईल! तुमच्या विचारधारेवर परिणाम करणारे कुठले मुख्य आणि महत्त्वाचे प्रसंग तुमच्या जीवनात येऊन गेले आहेत? ज्या विचारांचा तुमच्या मनावर अनुकूल परिणाम घडणार आहे, अशाच विचारांचा मागोवा घ्या अशाच विचारांना थारा द्या.

शारीरिक स्वास्थ्य

मी जेव्हा एका सेवाभावी उद्योगात काम करत होतो, तेव्हा आमची खाजगीमध्ये एक घोषणा होती, ती म्हणजे, 'मृतावस्थेतला पाहुणा हा असंतुष्ट पाहुणा असतो.' हे अगदी खरे आहे. यातला गमतीचा भाग सोडा; पण स्वतःची काळजी स्वतःच घेणे, ही अत्यंत गरजेची गोष्ट आहे. तुम्ही तुमची काळजी घेतली नाहीतर कोण घेणार? तुमचे शरीर हे एक यंत्र आहे. तुम्ही त्याचे जसे पोषण कराल, तसे ते काम देणार आहे. चांगली देखभाल केलीत, तर ते जोरात चालेल. नाही केलीत तर सारखे त्रास देईल. प्रत्येक यंत्राची निगा राखलीच पाहिजे. तुम्ही ठरावीक काळाने वैद्यकीय तपासणी करता का? व्यायाम करता का? योग्य तेवढे पाणी दररोज पिता का? पुरेशी विश्रांती घेता का? नाहीतर जेव्हा शरीराची जास्तीत जास्त गरज असेल तेव्हाच ते बिघडायचे.

शारीरिक स्वास्थ्य हे जर तुमच्या विकासाच्या मार्गावरचे महत्त्वाचे ‘स्थानक’ नसेल, तर एक ना एक दिवस तुम्ही थकव्याने बेशुद्ध पडाल. यावर विश्वास ठेवा. तुम्ही आजारी पडाल किंवा तुमचा कदाचित अकाली मृत्यूही होऊ शकतो (गाडी यार्डातच पडून राहील.).

मी तुम्हाला भीती दाखवतो आहे असे वाटत असेल, तर... तर मी ती खरेच घालतो आहे. नुकतेच माझ्या डॉक्टरांनी मला सांगितले की तुमचे वजन तीस पौंडांनी (सुमारे तेरा किलो) वाढले आहे आणि वर बजावले की जर मी वजन आटोक्यात आणले नाहीतर त्याचे गंभीर परिणाम मला भोगावे लागतील. मला वाटत होते की, मी एक सडपातळ, सुटसुटीत माणूस आहे. पण मला हे ऐकून धक्काच बसला आणि शरमल्यासारखेही वाटले. माझे काही कपडे, पॅन्टस, कोट मला व्यवस्थित बसत नाहीत, हे माझ्या लक्षात आले होते, पण हे वजन कलाकलाने हळूहळू वाढत गेल्याने ते एवढे वाढले असेल, हे लक्षातच आले नाही. त्यांनी सांगितलेल्या ‘जोर-बैठका काढा.’ याचा अर्थ माझ्या लेखी ‘जोरात’ बोलणे आणि ‘बैठी’ कामे वाढवणे एवढाच राहिला. डॉक्टरने ठणकावल्यावर व्यायामाचा योग्य अर्थ माझ्या लक्षात आलाय. तुमची अवस्था कशी आहे? तुमच्या शरीररूपी यंत्राकडे लक्ष देणे अगदी निकडीचे बनले आहे, असा काही बिघाड झाला आहे का? ज्याची तपासणी करण्याची तुम्हाला भीती वाटते आहे, अशी ठसठसणारी काही शारीरिक व्याधी तुम्हाला आहे असे वाटतेय का? मग अजिबात दिरंगाई करू नका. तुमच्या शरीराकडे तातडीने लक्ष द्या आणि तेही आताच, या क्षणी!

सामाजिक

तुम्ही तुमचे आयुष्य समृद्धीत आणि संपन्नतेत घालवत आहात का? हातातल्या रिमोट कंट्रोलशी खेळत कोचावर आरामात पडून तुम्ही तुमचा फावला वेळ घालवता का? की जगातील इतर ज्ञान देणाऱ्या आणि वाढवणाऱ्या गोष्टीत ते व्यतीत करता? इतर लोक काय म्हणतात ते सोडून द्या, पण खरेच सांगतो, आपले आयुष्य खडतर आहे. त्याला अनेक घटनांचे कंगोरे असतात आणि ते वेगवेगळ्या प्रसंगांतून जात असते. आपण प्रवास करतो, इतर देशांतील संस्कृती

जाणून घेतो. सुंदर आणि मनोवेधक चित्रप्रदर्शने धुंडाळतो. संगीताच्या सुमधूर विश्वात स्वत:ला गुंतवून घेतो आणि स्वत:लाच सारखी जाणीव देत राहतो की, हे जग आपल्याला वाटते त्याहून खूप मोठे आहे; भव्य-दिव्य आहे.

तुमच्या सग्यासोयऱ्यांबरोबर तुमचे कसे संबंध आहेत. तुमच्या मित्रमंडळात कोण आहेत? त्यांच्या-त्यांच्या कार्यक्षेत्रात ते कसे आणि किती पारंगत आहेत? त्यांच्याशी तुमचे संबंध वृद्धिंगत होत आहेत का? का कुठे भलतीकडे तुमची वाटचाल चालू आहे, ही माहिती घेणे महत्त्वाचे आहे. एका प्रसिद्ध म्हणीनुसार, लोखंडच दुसऱ्या लोखंडाला घडविते. तसेच एक माणूसच दुसऱ्याच्या जडणघडणीला हातभार लावत असतो. तुमचे मित्रसुद्धा, एकतर तुम्हाला आणि तुमच्यातील गुणांना प्रोत्साहन देतात किंवा रसातळाला नेतात. अशा काही म्हणी, विचार सांगणारे मित्र तुम्हाला आहेत का?

- "मला (तुला देण्यासाठी) वेळ नाही."
- "मी हे (तुझ्यासाठी) करू शकत नाही."
- "मी तसा प्रयत्न करून पाहिला पण... ते काही प्रत्यक्षात आले नाही."
- "माझी कंपनी मला पुरेसा पगार देत नाही."

असे कायम नकारात्मक विचार करणारे लोक त्यांची स्वत:ची हुशारी तर वाया घालवतातच; पण तुमच्या बुद्धिमत्तेलाही ग्रहण लावतात. म्हणूनच कदाचित, तुमचे खरे जिवलग मित्र कोण आणि तात्पुरती भेटणारी, तोंड ओळखीची मंडळी कोण ह्याचा साकल्याने विचार करणे गरजेचे आहे. मगच खास शिळोप्याच्या गप्पा कोणाशी मारायच्या आणि एक-दोन वाक्यात कुणाला कटवायचे, हे मनाशी पक्के करा. हे आपले जाता-जाता सुचले म्हणून हं!

आर्थिक

तुमची सांपत्तिक स्थिती कशी आहे? महिना अखेरीला ओढाताणीची परिस्थिती उद्‌भवते का? पैसा हे जीवनाचे जीवनसत्त्व आहे, ऊर्जा

आहे. तुम्ही तुमच्या पैशाची योग्य व्यवस्था कशी लावता, त्याचे योग्य नियोजन कसे करता, यावरून तुमच्या जीवनाची पारख होते. तुमचे भवितव्य सुरक्षित असावे, यासाठी तुम्ही कोणती दक्षता घेता? तुमच्या भावी पिढ्यांसाठी तुम्ही काय तरतूद केली आहे? एखादी समाजोपयोगी संस्था/विश्वस्त संस्था स्थापन करण्याचा तुमचा मानस आहे का? जगाला उपयुक्त ठरतील, अशा संस्थांना तुम्ही स्थापन केलेल्या संस्थांचा उपयोग होईल.

तुमची संपत्ती आणि बहुमूल्य वेळ मी सांगतो, त्या पद्धतीने गुंतवता आला तर पाहा –

- आधुनिक समाजातील आर्थिक बाबींना/अडचणींना आव्हानांना कसे सामोरे जावे याचे मार्गदर्शन टोनी ब्लँड यांच्या 'सिक्स स्टेप्स टु फिनान्शिअल फिटनेस' या पुस्तकात मिळेल.
- आर्थिक जगतातील गमतीजमती तुम्हाला टी. हार्व एकरच्या 'सिक्रेट्स ऑफ द मिलिअनॉर माइंड' या ग्रंथातून समजतील.
- तुम्ही पैशाच्या मागे लागू नका, पैसा तुमच्या मागे येईल असे बघा, हे सांगणारे रॉबर्ट कियोसाकीचे 'रिच डॅड पुअर डॅड' हे पुस्तक जरूर वाचा.

या आठही अवधानांच्या संतुलनातून, एकसमयावच्छेदेकरून केलेल्या उपयोगामुळे तुमच्या मनाला स्वास्थ्य आणि आनंद लाभणार आहे. तेच जर या गोष्टींमध्ये असंतुलन निर्माण झाले, तर ताणतणाव आणि अस्वास्थ्याचा सामना करावा लागेल. हिऱ्यावरील मुकुटांच्या पैलूंमध्ये जर कमी-जास्तपणा किंवा चढउतार झाला तर हिऱ्यांच्या तेजात आणि दीप्तीमध्ये अभाव राहतो. हेच तत्त्व तुम्हालाही लागू पडते. महत्त्वाच्या गुणांचा अभाव, त्यांची तुमच्या जीवनातील त्रुटी यामुळे तुमच्याही बुद्धिमत्तेचा म्हणावा तेवढा प्रभाव जगावर पडणार नाही.

तुम्ही या आठही गुणांवर किती काम करता, त्यात किती प्रमाणात प्रगती करता, त्या प्रमाणात त्या-त्या गोष्टींतून तुम्हाला ऊर्जा, स्फूर्ती मिळणार आहे, असे सर्वसाधारणपणे म्हणायला हरकत नाही. या प्रत्येक बाबींवर तुम्ही जेवढी जास्त ऊर्जा, प्रयत्न, वेळ, लक्ष्य, पैसा

खर्च कराल, त्या पटीत तुमचे बुद्धिवैभव प्रभावी ठरणार आहे. म्हणूनच या आठ गुणांच्या अत्यंत संतुलित आणि योग्य प्रमाणातील वापरामुळे तुमच्या हुशारीचे तेज वाढणार आहे.

वैयक्तिक मूल्यमापन

या प्रश्नांची उत्तरे द्या –

१. तुमच्या जीवनातील कोणत्या नकारात्मक बाबींमुळे तुम्ही जीवनात मागे पडता आहात? त्यांना तुमच्या जीवनातून हाकलून द्यावेसे वाटत नाही?
२. तुमचा सर्वांत चांगला/मोठा पाठीराखा कोण आहे आणि पाय खेचणारा कोण आहे?
३. येथे वर्णन केलेल्या आठही अवधानांमध्ये जास्तीत जास्त चांगला परिणाम साधण्यासाठी काय केले पाहिजे, असे तुम्हाला वाटते?

जिवंत अनुभव – पुराव्यानिशी सिद्ध झालेला
ॲबीची सत्यकथा

माझ्या कारकिर्दीत मी फारच निराश होऊन गेलो होतो. या गोष्टीला काही फार दिवस झाले नाहीत. पदवी मिळवण्यासाठी मी अपरंपार कष्ट घेतले होते; पण तरीही माझ्या नैपुण्याची कुणीही दखल घेतली नव्हती की, कोणी मला गौरविलेही नव्हते.

हळूहळू माझ्या मनात प्रकाश पडू लागला. मला उमगू लागले की, मी माझ्या हातातल्या नोकरीवर फक्त सर्व लक्ष केंद्रित केले होते. माझ्या जीवनातल्या इतर अनेक सुंदर गोष्टींकडे मी पूर्णपणे दुर्लक्ष करत होतो.

मला एक जबरदस्त संधी हवी होती. 'ॲबीला आनंदी कसे करता येईल?' या गोष्टींवर विचार करून मी एक यादीच तयार केली. मी कित्येक गोष्टींतून मिळणारा आनंद घेणे पूर्णपणे विसरून गेलो होतो. वाचन, सिनेमा, नाटक, संगीत, चिकटवह्या

करणे, बातम्या ऐकणे... ही यादी संपेचना. मग मी काही नवीन प्रयोग करून बघण्याचे ठरवले. बालसाहित्य निर्माण करण्यास शिकवणारा एक अभ्यासवर्ग मी गाठला आणि मी आता एका दुसरीच्या विद्यार्थ्याचा विश्वासू सल्लागार झालोय.

मला अनुभवायला मिळालेले सगळेच अनुभव काही सहजसोपे नव्हते. मी लिखाण करण्याचा प्रयत्न केला, पण माझ्या वेळच्या प्रेरणा, कल्पना आणि आताच्या विद्यार्थ्यांच्या प्रेरणा व कल्पनांमध्ये भयंकर तफावत आढळली. त्यातून मला जे सगळ्यात भावले, ते म्हणजे सल्लागार होणे. त्या गोष्टीचा मला माझ्या जीवनातील इतर बाबीतही खूप उपयोग झाला.

आता मात्र मी पूर्वी करत असे, एवढी काळजी अजिबात करत नाही. मी जे करत आहे, त्यातून मला खूप आनंद मिळतो. त्यातच माझा सारा आनंद साठलेला आहे. त्यामुळे जीवन जसे येते, तसा मी त्याला सामोरा जातो. माझ्यातील गुणांची मी पूर्ण काळजी घेऊन कुठल्याही गुणाकडे अजिबात दुर्लक्ष न करता जगतो. त्यामुळे माझ्या जीवनातील गणितात सर्व फासे बरोबर पडतीलच आणि मी यशस्वी होईनच, याची मला खातरी वाटते.

हिऱ्याला झळाळी द्या. संतुलनातून दीप्तिमान व्हा.

येथे दिलेल्या पाठानंतर वरील आठ अवधानांपैकी कुठल्या भागात असंतुलन आहे, ते कळण्यास त्वरित मदत होईल. आता प्रामाणिकपणे सत्य मांडायचे आहे. तुम्हाला कुठल्या गोष्टीत किती गुणांची अपेक्षा आहे, यावरून आता तुम्ही कुठवर पोहोचला आहात हे कळणार आहे. उदा. तुम्हाला कौटुंबिक आघाडीवर आता किती गुण आहेत, याची तुलना तुमच्या त्या आघाडीवर किती गुणांची अपेक्षा आहे, याच्याशी होईल. येथे दिलेल्या गुणांप्रमाणे गुणांची विभागणी करून त्या-त्या पैलूपुढे लिहा.

0	1	2	3	4	5	6	7	8	9	10

Cloudy and dull   Somewhat brilliant   Extremely brilliant

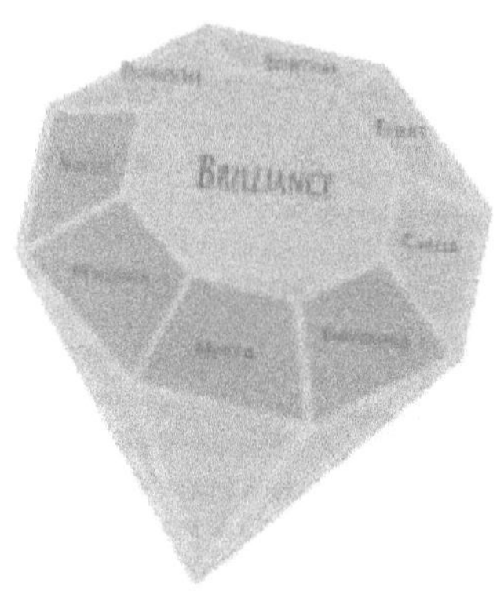

आता त्या गुणांची तपासणी करा. सर्वसाधारणपणे सर्व विभागांत सापेक्ष संतुलन हवे आहे आणि प्रत्येक भागात कमी नव्हे; तर जास्तीत जास्त गुणांची अपेक्षा आहे.

साधारणपणे प्रत्येक भागात आठ गुण असणे, हे उत्कृष्ठतेचे प्रतीक आहे. तुम्ही संतुलित आणि सर्व भागात चांगल्या प्रतीची प्रतिभा दाखवत आहात. सहा ते आठ गुण दिसणाऱ्या अवधानांच्या बाबतीत सुधारणेची गरज आहे. याचा अर्थ तुमच्या विचारांना, विश्वासाला, श्रद्धांना आणि कृतीला एक प्रकारची दिशा देणे आवश्यक आहे. म्हणून त्या कमी गुणांच्या संदर्भातील बदल हवा असणारे काही विचार लिहून काढा.

ज्या भागाला पाच किंवा त्याहून कमी गुण मिळाले असतील, ती कमतरता तुम्हाला माहीत आहेच, पण खरे म्हणजे त्याबाबत तुम्हीच उदासीन आहात. वाईट वाटून घेऊ नका; पण ती एक त्रुटी आहे आणि त्याचे कारण तुम्हीच आहात. तुम्हाला कुठल्या गोष्टीवर लक्ष केंद्रित करणे आवश्यक आहे, ते कळावे हाच पाठाचा उद्देश आहे. सरळ ती कमतरता मान्य करा, ती जबाबदारी ओळखा आणि ती चूक, ती त्रुटी भरून काढण्याचा निर्णय घेऊन ताबडतोब कृती करा. बस्स !

जिथे पाच किंवा त्याहून कमी गुण आहेत तो भाग, याच प्रकरणात मागे जाऊन पुन्हा वाचा. त्यावर विचार करा. त्यातील प्रश्नांची उत्तरे

शोधून काढा. मग तुम्ही जो जिवलग मित्र निवडला आहे, त्याच्याशी चर्चा करा. पुढचा आकृतीबंध ठरवा. त्या मित्राशी चर्चा करून, त्याच्या मदतीने ध्येय निश्चित करा आणि त्या ध्येयापर्यंत जाण्याची आणि त्यातील यशापयशाची जबाबदारी स्वीकारा. उदा. शारीरिक स्वास्थ्य या भागाबद्दल तीन गुण दिसत असतील, तर तो भाग पुन: वाचा आणि त्यातील आव्हानांचा विचार करा. वजनासंबंधी प्रश्न आहे का? रक्तदाबासंबंधी आहे का? हृदयरोगासंबंधी आहे का? ताबडतोब तपासण्या करून घ्या. डॉक्टरकडून सल्ला घ्या आणि त्याने सांगितल्याप्रमाणे तुम्ही कृती करताहात का नाही, याकडे लक्ष देऊ लागा.

मौक्तिक

वर्षातून किमान एकदा तरी त्या आठ अवधानांची तपासणी करा.

पैलू : भावनिक संतुलन जपा

''आपण ज्या परिस्थितीत वाढतो, त्याप्रमाणेच आपल्या आसपासचे वातावरण बनत असते आणि त्याप्रमाणेच आपल्या भावनिक जीवनात रंग भरत असतो.''
– फुल्टन जे. शीन, कॅथॉलिक प्रमुख धर्मगुरू

तुमच्या कारच्या चाकांची मांडणी नीट नसताना तुम्ही कार चालवली आहे का? काही वेळा ती चाके सरळ रेषेत नसतात. एखादे चाक किंवा चारही डुगडुगत असतात. त्या वेळी कसे वाटते, हे तुम्हाला आठवते का? काहीतरी बिघडलेय हे तुमच्या ताबडतोब लक्षात येत नाही; पण तुम्ही जसे पुढे जात राहता तसतशी ती विचित्र थरथर, कंपन जाणवते किंवा गाडी एका बाजूला खेचली जातेय म्हणून ती सरळ ठेवण्यासाठी तुम्हाला विशेष परिश्रम घ्यावे लागतात.

तेच ती मांडणी सरळ रेषेत व्यवस्थित झाल्यावर गाडी कशी पळते, हेही आठवतेय का? अगदी विनासायास ती गाडी रस्त्यावर सरळ पळते. दोन्ही हातांनी स्टिअरिंग व्हील न धरता एका बोटानेही त्यावर नियंत्रण ठेवता येते. ती थरथर, ते कंपन संपून प्रवास शांत आणि सुखकर झालेला असतो.

त्याप्रमाणेच तुमच्या भावविश्वात स्थैर्य आणि संतुलन असते, तेव्हा तुम्ही तुमच्या जीवनमार्गावर जोरात आणि विनासायास प्रवास करत राहता. रस्त्यात कितीही न चुकवता येणारे खाचखळगे आणि चढउतार

आले, तरीही तुमचे भावविश्व संतुलित असेल तर मार्ग सुकरच होतो. तुमच्या गाडीची चाके जशी सरळ मांडणीत ठेवल्यामुळे टायर्सची झीज कमी होते, त्यांचे आयुष्य वाढते तसेच तुमचे भावनिक बंध ठाकठीक ठेवलेत, तर दैनंदिन आयुष्यातील भल्याबुऱ्या घटनांना सहजपणे सामोरे जाता येईल आणि भावनांचा उद्रेक किंवा स्फोट टाळता येईल.

भावनिक संतुलन म्हणजे काय? तुमच्या तत्त्वानुसार आणि जीवनमूल्यांनुसार आयुष्य व्यतीत करणे म्हणजेच भावनिक संतुलन. तुमचे हे संतुलन जेव्हा योग्य असते, तेव्हा तुम्ही अंतर्बाह्य आरस्पानी होऊन जाता. मनाच्या आत-बाहेर वेगवेगळे असे काही राहत नाही. तुमचे आचार आणि विचार एकरूप होऊन जातात. तुम्ही तुमच्याशीच अत्यंत प्रामाणिक आणि पारदर्शक राहता. तुमचे संबंध पारदर्शी होतात तुम्ही जगाशी तादात्म्य पावता.

जेव्हा तुम्ही असंतुलित भावनांमध्ये गुरफटता तेव्हा तुम्ही सैरभैर होता. तुमचे मन एक गोष्ट करा म्हणते, तर बुद्धी दुसऱ्याच गोष्टीचा पाठलाग करायला सांगते. तुमच्या जीवनमूल्यांनुसार तुमच्या आयुष्यात सुसंगती राहत नाही, कारण तुमचा बुद्धिभेद झालेला असतो, तुमची द्विधा मन:स्थिती झालेली असते. याची परिणती म्हणून तुमच्यातील चैतन्य हरवते आणि जीवन शुष्क वाटू लागते. उद्ध्वस्त झाल्यासारखे वाटणे, विषमय संबंध, नकारात्मक विचार, स्वत:शीच बोलत राहणे (स्वमग्नता), स्वत:शीच अप्रामाणिक वर्तन आणि असेच आणखीही प्रकार घडत राहतात. हे सर्व प्रकार म्हणजे मानसिक संतुलन बिघडल्याची लक्षणे आहेत.

भावनिक असंतुलन म्हणजेच तुमच्यातील 'हिऱ्यातील हीण', ज्याप्रमाणे हिऱ्यातील ती हीण त्यातून प्रकाश पलीकडे पोहोचू देत नाही, तसेच हे असंतुलन तुमच्यातील तेज घालवते, तुमच्या विचारांतील स्पष्टता नष्ट होते आणि परिणामत: तुमच्यातील गुणांचा विकास रोखते आणि तुम्हाला बुद्धिमांद्य येते.

कोणीतरी अधिकारी व्यक्ती तुम्हाला एखादे काम सांगते, पण ते करताना तुम्हाला समाधान मिळत नाही, असे कधी घडलेय का? तुमच्या साहेबाने कधी तुम्हाला एखादा अहवाल खरडायला सांगितला किंवा दुसऱ्या एखाद्या माणसाला चुकीची माहिती पुरवायला सांगितली आहे का? हे करायला सांगताना 'अरे हे काही फार चुकीचे नाही' किंवा

'असे केल्याने भविष्यकाळात ते कंपनीच्या फायद्याचेच ठरणार आहे.' अशीही मल्लिनाथी त्याने केली आहे का? आणि अर्थातच हा तुमच्या कुटुंबाच्या पोट भरण्याचा सवाल असल्याने तुम्ही ती 'कामगिरी' पार पाडली असेल. हे सर्व करताना तुमच्या प्रामाणिकपणाला, निष्ठांना आणि जीवनमूल्यांना हरताळ फासला गेला असेल. त्यामुळे तुम्हाला भयंकर अस्वस्थ वाटले असेल. या सर्वांचे कारण म्हणजे ते असंतुलन. त्या वेळी तुम्हाला तुम्ही एक तेजस्वी हिरा आहात असे वाटले होते का?

आपण दररोज शेकडो समस्यांना, प्रश्नांना सामोरे जात असतो. यातील कोणते काम करावे आणि त्याचा सामना कसा करावा, हे तेव्हा आपल्याला ठरवावे लागते. तेव्हा आपण जे निवडले, त्यावरून आपले संतुलन बरोबर आहे का, आपण त्यापासून ढळलो आहोत हे कळते. आपल्या जीवनमूल्यांना स्मरून ते निर्णय आपण घेणार आहोत की कोणी आपल्याला बहकवल्यामुळे त्याच्या इच्छेनुसार ठरवणार आहोत? आपण इतरांना खूश करण्यासाठी जर निर्णय घेणार असू, तर आपल्या संतुलनापासून आपण दूर चाललो आहोत हे नक्की !

योग्य कामाची निवड/अग्रक्रम ठरवण्याची वेळ आपल्या दैनंदिन आयुष्यात आपल्यावर पदोपदी येत असते. आपण घेतलेल्या बुटांची किंवा गोल्फच्या क्लबची (बॅट) किंमत किती आहे, हे आपल्या बायकोला आपण सांगतो का? आपल्या मित्राने किंवा सहकाऱ्याने मदत मागितल्यावर आपण कसा प्रतिसाद देतो? एखाद्या दिवशी व्यायाम न करण्याची स्वत:लाच कोणती कारणे सांगतो? आपल्या मुलांनी त्यांच्याबरोबर खेळायला बोलावल्यावर आपण काय सांगतो?

प्रत्येक निर्णय घेणे किंवा कामाचा अग्रक्रम ठरविणे, हे तुमच्या अंतर्मनाशी तुम्ही संतुलन ठेवले आहे की नाही, हे तपासण्याची संधी असते. कुठली निवड, ही तुमच्या जीवनमूल्यांशी जुळणारी आहे, हे स्वत:लाच विचारा. जेव्हा तुमच्या भावविश्वाला छेद देणारे प्रसंग तुमच्यावर गुदरतात, तेव्हा हेच ते जीवनातले खाचखळगे असतात. त्यांना सामोरे जाताना तुमच्यातील संतुलन-चक्राला नजरेआड करण्याची चूक करू नका. तुमच्या मूल्यांशी, विश्वासाशी वा श्रद्धेशी प्रामाणिक राहा. थोडा विचार करा. निश्चित मनाने निर्णय घ्या. स्वत:च्या मतांचा आदर करा म्हणजे बघा, तुमच्या हुशारीचा/बुद्धिमत्तेचा प्रभाव कसा उठून दिसेल.

तुम्हाला जे वाटते, तुम्ही जो विचार करता, जे तुम्ही बोलता आणि करता हे सर्व जेव्हा तुमच्या भावविश्वाशी संतुलित असते, तेव्हा तुमच्या जीवनाला एक सूर मिळतो. तुम्ही त्या प्रवाहात सहभागी होता. एखाद्या बोटीचा सुकाणूधारक असल्यासारखे हे आहे. त्या बोटीवर तुमचा पूर्ण ताबा असतो. तुम्ही तुमच्या जीवनमार्गावरील त्या देदीप्यमान गंतव्य स्थानाकडे, एखाद्या महामार्गावर भरधाव वाहन हाकावे तसे जाऊ लागता. भावविश्वातील संतुलनाचे सातत्य तुम्हाला भावनिक स्थैर्य मिळवून देते. त्यामुळे तुमच्या जीवनात कितीही उलथापालथ झाली, कितीही संकटे आली तरी या स्थैर्यामुळे तुमच्या आयुष्यावर कोणताही परिणाम होणार नाही. हे स्थैर्य तुमच्या जीवनात नवीन बहार आणि नवचैतन्य आणेल, तुमच्या मनातील सर्व शंकांचे निरसन होऊन सारे काही स्पष्ट होईल आणि तुमच्या हुशारीचा देदीप्यमान प्रकाश सर्वांच्या नजरेत भरेल.

वैयक्तिक मूल्यमापन

या प्रश्नांची उत्तरे द्या -

१) तुमच्या भावविश्वाचे संतुलन सातत्यपूर्ण ठेवण्यासाठी काही विशिष्ट आचार-विचारांची जोपासना करायला हवी, असे तुम्हाला वाटते काय?

२) तुमच्या भावविश्वातील असंतुलनामुळे तुमची मन:स्थिती द्विधा झाली आहे का? तसे असेल तर त्यात सुसंगती निर्माण होण्यासाठी तुम्ही काय प्रयत्न केले?

३) प्रभावशाली जीवन जगण्यासाठी कोणते निर्णय तातडीने घ्यावेत, असे तुम्हाला वाटते?

जिवंत अनुभव – पुराव्यानिशी सिद्ध झालेला
मॅडिसनची सत्यकथा

मी माझे आयुष्य एका विशिष्ट श्रेणीत आणि अहंपणात जगतो, असे कुणीतरी म्हटल्याचे मला समजले तेव्हा मी हादरलोच,

मला धक्काच बसला. माझ्या वैयक्तिक आणि व्यावसायिक जीवनात मी जी-जी आव्हाने स्वीकारली त्यात मी यश संपादन केले आणि त्याचा संबंध माझ्यातील ऊर्जेशी, उत्साहाशी नावीन्याच्या आवडीशी आहे, हेच मी म्हणत आलो होतो. माझ्यातील उत्कटता संसर्गजन्य आहे. ती अत्यंत खरी-सच्ची आहे, कुणी माझ्यावर लादलेली नाही की खोटीही नाही. ते अगदी ठायी-ठायी दिसून येते.

माझा आत्मविश्वास अनाठायी नाही, खराखुरा आहे आणि तोच माझ्या यशाची गुरुकिल्ली आहे. इतर कुणी सडपातळ आणि माझ्याहून सुंदरही असतील, पण मी पूर्णपणे स्वत्वशील आणि आत्मविश्वासू आहे. माझ्यापुढे अशी कोणतीही व्यक्ती आणा, जी अशी आत्मविश्वासाने भारलेली आहे, स्वत्वशील आहे, जी स्वत:शी प्रामाणिक आहे, जिद्दी आहे, मग ती अगदी साधारण कौशल्याची आणि सर्वसाधारण दिसणारी का असेना, मी तिला पूर्ण यशस्वी बनवून दाखविते का नाही, बघा! स्वत:वर, स्वकर्तृत्वावर विश्वास असणारे लोक स्वाभाविकपणेच उठून दिसतात.

सतत बारा वर्षे जिथे मी काम करीत होते, ती कंपनी मी चार वर्षांपूर्वी सोडली. ही माझ्या आत्मविश्वासाची अगदी परिसीमा होती. ज्या कामात मला आनंद मिळत होता, ज्यावर मी जिवापाड प्रेम केले, ज्याचा मला प्रचंड अभिमान वाटत होता, आपुलकी वाटत होती असे काम मी सोडत होते; पण तरीही हीच वेळ ही नोकरी सोडायला योग्य आहे, अशी संधी या पद्धतीने पुन्हा मला मिळेल, असे मला अजिबात वाटत नव्हते.

माझी स्वत:ची सल्लागार कंपनी सुरू करण्यासाठी मी ही नोकरी सोडली होती. अगदी शून्यातून सुरुवात व्हायची होती. आजपर्यंत जे कधीही केले नव्हते, ते मी करत होते. माझ्या माहितीप्रमाणे आजमितीला या देशातील माझ्या या विशिष्ट क्षेत्रातील, मी एकमेव सल्लागार आहे. मला वाटले, त्याहून फारच हळूहळू मला काम मिळाले. त्या पहिल्या काही वर्षांत परीक्षा बघणारे काही प्रसंग माझ्यावर गुदरले; पण माझ्यावर

जिवापाड प्रेम करणाऱ्या पतीच्या साहाय्याने मी त्यावर मात करू शकले. आमच्या कुटुंबात आम्ही जे सामंजस्याचे आणि समानतेचे वातावरण तयार केले आहे त्यामुळे आणि भविष्यात यशच मिळेल, या दृढ विश्वासामुळे आम्ही यशस्वी झालो.

हळूहळू एकामागोपाठ एक ग्राहक मिळत होते आणि आता दर आठवड्याला सल्ला मागण्यासाठी येणाऱ्या काही जणांना वेळेअभावी नकार देण्याची वेळ येत आहे. कॅरेबियन बेटे आणि पूर्ण अमेरिकेत माझा मोठमोठ्या समुदायापुढे भाषणे देण्यासाठी, व्याख्याने देण्यासाठी संचार चालू असतो. बिली जोएल आणि डोनाल्ड ट्रंप यांच्यासारख्या प्रचंड मोठ्या कंपन्यांकडूनही मला बोलावणे आले. मला आयुष्यभर आनंद देतील, असेच हे अनुभव होते आणि मी जर आयुष्यभर सुरक्षित आणि सोपे म्हणून आधीचीच नोकरी करत राहिले असते, तर हे भव्य आणि उच्च अनुभव माझ्या पदरी कधी पडलेच नसते. आपल्या प्रत्येकात काही ना काहीतरी चांगले गुण असतातच हेच मी शिकले आहे. पण आपला स्वत:चा यावर विश्वास असला पाहिजे. आपल्यात ती हुशारी आहे हे मनाशी जपून ठेवा, मनाला बजावत राहा. आपली आवड, ज्ञान आणि शिक्षण कुणालाही न घाबरता इतरांना वाटत राहा. त्यामुळेच तुम्ही जीवनात जे काही करत आहात त्याची पुढची श्रेणी गाठू शकाल.

आज माझे आयुष्य सुखद, रोमांचकारी झाले आहे. मी मलाच चिमटा काढून बघते, अगदी दररोज. माझे काम हे मला काम वाटतच नाही. म्हणूनच मला दररोज सकाळी झोपेतून उठताना, जागे होताना आनंददायी वाटते; उत्साह-भारित वाटते.

बहुश: मला ओळखणारी मंडळी मला 'सुदैवी' समजतात. एवढ्या लहान वयात सापडलेली आणि मला समाधान देणारी ही कारकिर्द मलाही सुदैवीच वाटते; पण मला याची जाणीव आहे की यासाठी मी खडतर परिश्रम घेतले आहेत.

'कष्टाला संधीची जोड मिळाली की भाग्य फळफळते.' ही म्हण मला फार आवडते. स्वस्थ बसून, हातावर हात ठेवून 'भाग्यवान' होता येत नाही. आपल्या आयुष्यात काही

घडायला हवे असेल, तर त्यासाठी योजना बनवावी लागते.

जीवन हे अनेक गोष्टींनी, अनेक पर्यायांनी भरलेले आहे. काही तात्पुरते; तर काही मोठे अगदी जीवनाला पूर्ण कलाटणी देणारेही असतात. मी माझ्या आवडत्या गोष्टींची निवड केली. आवडत्या स्वप्नांचा पाठलाग केला. यशाची वाट बघत बसले नाहीतर माझ्या भवितव्याचा मीच वेध घेत गेले.

हिऱ्याला झळाळी द्या

पुढील तीन पायऱ्या चढून हुशारीला झळाळी आणा आणि भावविश्वाचे संतुलन राखा.

१) दैनंदिन जीवनात तुमचे वागणे, आचार-विचार कसे आहेत, याची बारकाईने पाहणी करायला तुमच्या जिवलग मित्राला सांगा. तुमच्या भावविश्वाच्या संतुलित स्थितीत की असंतुलित अवस्थेत तुम्ही जास्त वेळ असता?

२) तुमचे रोजचे जीवन संतुलित भावविश्वाचे राहण्यासाठी आवश्यक असलेल्या तीन गोष्टी/बाबी लिहून काढा.

३) तुमच्या जीवनातील प्रत्येक पर्याय/निवड ही तुमचे भावविश्व संतुलित आहे ना? हे तपासण्याची संधी आहे, असे समजून वागा.

◆ www.ReleasingBrilliance.com या साइटवर जाऊन अधिक माहिती घ्या आणि भावविश्व संतुलित ठेवण्याचा प्रयत्न करा.

मौक्तिक

प्रत्येक निर्णय घेणे; हे तुमच्या अंतर्मनाशी तुम्ही संतुलन ठेवले आहे का? हे तपासण्याची संधी असते.

रंग : धारणांचा शोध घ्या

"तुम्ही जे काही करता त्यातूनच तुमचा तुमच्या श्रद्धांवर/धारणांवर कितपत विश्वास आहे, हे प्रतिबिंबित होत असते."
– ले ब्राउन, मोटिव्हेशनल स्पीकर

निसर्गात वेगवेगळ्या रंगांचे हिरे सापडतात. ते स्वच्छ पांढऱ्यापासून (तांत्रिकदृष्ट्या त्यांना पारदर्शी किंवा रंगहीन म्हणतात.) फिकट पिवळ्या रंगाचे असतात, असे आपण समजतो. परंतु हिरे वेगवेगळ्या रंगांत सापडतात. निळे, हिरवे, गुलाबी, एवढेच काय चक्क लालदेखील हिरे असतात. हिरा एखाद्या लोलकाप्रमाणे काम करतो. प्रकाशाचा पूर्ण वर्णपट त्यातून गेलेल्या किरणांमुळे दिसतो आणि त्या किरणांची रंगीबेरंगी आभा आपल्याला दिसते. त्यालाच आपण हिऱ्याची 'प्रभा' म्हणतो, हिऱ्याचे 'तेज' म्हणतो.

हिऱ्याच्या रंगाचे गुणांकन डी पासून (पांढरा किंवा पारदर्शी) झेडपर्यंत (फिकट पिवळा) होते. ज्याप्रमाणे स्वच्छ काचेतून, प्रकाशकिरण गेल्यावर स्वच्छ प्रकाशच पलीकडे पडतो, तसेच संपूर्ण रंगहीन हिऱ्यातून जास्त स्वच्छ प्रकाश बाहेर पडतो. पिवळट हिऱ्यातून त्याहून कमी प्रकाश पडतो. कारण स्वच्छ पांढऱ्या हिऱ्यातून जास्त चमक आणि तेज फाकते. हिरा जेवढा पांढरा तेवढी त्याची किंमत जास्त.

हा हिऱ्यातील पांढरा, स्वच्छपणा तुमच्या व्यक्तिमत्त्वातून कसा प्रकट होणार आहे? तर तुमचा प्रामाणिक विश्वास म्हणजेच तुमचा

आत्मविश्वास – तुमच्या अंतर्मनातील विश्वास-श्रद्धा-धारणा यासाठी आवश्यक असतो. अस्सल, सत्यान्वेषी, पारदर्शी जीवन जगण्यासाठी आवश्यक असा आत्मविश्वास, सच्चेपणा, धारणा तुमच्या ठायी आहेत का? का तुम्ही एखाद्या भोंदूप्रमाणे, स्वत:विषयीच, स्वत:च्या कर्तृत्वाविषयी, शंका घेत खोटेपणाने जगत आहात, जेणेकरून तुम्ही खरे कोण आहात हे जगाला कळू नये असे तुम्हाला वाटते? तुम्ही काहीतरी वेगळे करून दाखवू शकता, असा विश्वास तुम्हाला वाटतोय का? तुमच्या कर्तृत्वावर, क्रियाशीलतेबाबत तुम्हाला खातरी वाटते ना? मग घाबरता काय? समोर येणाऱ्या आव्हानांच्या, कठीण परिस्थितीच्या, परिवर्तनाच्या आशेच्या खडकावर तुमची आत्मविश्वासरूपी बोट फुटण्याची भीती मनातून पार घालवून द्या. तिला तडीपार करून टाका.

पांढरा स्वच्छ रंग हा विश्वासाचे प्रतीक आहे. आजच्या गोंधळाच्या परिस्थितीत, उद्या, तुमचा विश्वास हाच तुमचा भरवसा ठरणार आहे. तुमची तुमच्यावरची श्रद्धा, इतर लोकांच्या नकारात्मक दृष्टिकोनापासून तुमचे रक्षण करणार आहे. लोकांच्या वाईट नजरेपासून वाचविणार आहे.

तुमचा विश्वास, तुमची श्रद्धा किती महत्त्वपूर्ण आहे हे माहीत आहे? आता हेच पाहा ना! काही वर्षांपूर्वी लोकांची दु:खे सहन करण्याची क्षमता किती असते, हे पाहण्यासाठी एक प्रयोग करण्यात आला. बर्फाने भरलेल्या बादलीत एखादी व्यक्ती अनवाणी पायावर किती वेळ उभी राहू शकेल, हे पाहण्यासाठी मानसशास्त्रज्ञांनी हा प्रयोग केला होता. संशोधकांच्या असे लक्षात आले की, काही मोजकेच लोक इतरांपेक्षा दुप्पट वेळ एका विशिष्ट गोष्टीमुळे त्यात उभे राहिले. ती विशिष्ट गोष्ट कोणती होती, याची तुम्ही कल्पना करू शकाल का?

विश्वास! धारणा! श्रद्धा!

ज्यांना कुणीही पाठीराखे नव्हते, ज्यांच्याबरोबर कुणी विश्वासू मित्र नव्हते, अशा व्यक्तीपेक्षा ज्यांच्यावर लोकांचा विश्वास होता, ज्यांना पाठीराखे होते, ज्यांना प्रोत्साहन देणारे होते, ते लोक त्या बर्फावर अधिक काळ तग धरून उभे राहिले. स्वत:विषयी खातरी असलेले लोकच हे काम व्यवस्थित पार पाडू शकले.

लोक तुमच्यावर विश्वास ठेवतात असे वारंवार तुम्हाला सांगण्यात

आले, बजावण्यात आले, तर हे विश्व कुठल्याकुठे जाईल? आणि तेच तुम्ही तुमच्या स्वत:वर अत्यंत ठाम, दृढ विश्वास ठेवलात, तर दुग्धशर्करा योगच की! जरा विचार करून बघा बरं!

हिऱ्याचा रंगही पक्का असतो, अढळ असतो. सातत्यपूर्ण, कधीही कमी न होणारा आत्मविश्वासही तुमचे जीवन उजळून काढल्याशिवाय कसा राहील? त्यामुळे तुमचे आयुष्य तेजोमय आणि प्रभा फाकवणारे होईल, हे नि:संशय!

मौक्तिक

आजच्या गोंधळाच्या परिस्थितीत तुमचा आत्मविश्वास हाच; उद्या तुमचा भरवसा ठरणार आहे.

पैलू : 'आतल्या आवाजा'ची चेतना

''सध्याच्या या माहितीच्या युगात आत्मज्ञानाला अनन्यसाधारण महत्त्व आहे, कारण त्यातील माहितीसाठ्याला अंत नाही.''
– जॉन नाइसबिट, भविष्यवेत्ता आणि *माइंड सेट*चा लेखक

तुमच्या आतमध्ये तुम्हाला असं कधी जाणवलंय का की, काहीतरी चुकतंय किंवा हे अगदी बरोबर आहे? किंवा हे बरं चाललंय किंवा हे बरोबर नाही चाललंय. हे असं का वाटतंय याचं सयुक्तिक उत्तर देता येणार नाही, पण ते तसं जाणवतंय हे नक्की! हाच तुमचा आतला आवाज किंवा अंतर्मन!

अंतर्ज्ञान म्हणजे कोणताही विचार करताच ज्ञान प्राप्त करून घेण्याची मनाची शक्ती. तुमच्या तर्काला, हुशारीला बगल देऊन होणारे ज्ञान म्हणजे अंतर्ज्ञान. मग तुम्ही त्याला सहावे इंद्रिय म्हणा किंवा अज्ञात शक्ती म्हणा किंवा बुद्धीचा अज्ञात प्रभाव म्हणा. तुम्ही एखादा निर्णय पटकन घेऊन टाकता किंवा एखादा मार्ग पटकन निवडता. हे असेच का करायचे हे तुम्हाला सांगता येत नाही. बस्स! हे असेच वागायचे एवढेच तुम्हाला कळते.

तुमच्या आतल्या आवाजाला किंवा अंतर्ज्ञानाला प्रतिसाद देणे, हीच तुमच्यातील सुप्त हुशारीला वा बुद्धिमत्तेला बाहेर काढण्याची गुरुकिल्ली आहे. निर्णय घेण्यासाठी बरेच लोक शालेय शिक्षणावर, माहितीच्या साठ्यावर, तर्कावर, अनुभवांवर अवलंबून असतात. अर्थात

हेही पूर्ण चुकीचे नाही. परंतु मी मात्र तुम्हाला, तुमच्या आतल्या आवाजाला प्रतिसाद द्या असेच बजावून सांगेन आणि विशेषत: जेव्हा तो आतला आवाज, माहिती किंवा तर्काला अनुसरून घ्यायच्या निर्णयाच्या विरुद्ध असेल, तेव्हा तर नक्कीच!

काही वेळा अशा असतात की चांगला/योग्य निर्णय घेण्यासाठी आवश्यक माहिती किंवा वास्तविक ज्ञान आपल्याजवळ नसते. अशा वेळी आपण काय करतो? शांतपणे बसतो, आपल्याला आता काय वाटते, त्याचा कानोसा घेतो आणि पुढे चालू पडतो.

जग तुमच्या आतल्या आवाजाला सहजपणे फशी पडेल, त्यावर विश्वास ठेवेल असे समजण्याइतका मी भाबडा नाही. 'मला वाटलं म्हणून' या भावनेला या धंदेवाईक जगात काहीही किंमत नाही. तसे कुणी म्हणतही नाही. मी अशा अनेक बैठकांमधून बघितले आहे की, शंकेखोर मंडळी अशा भोंगळ कल्पना मांडणाऱ्यांना फाडून खातात. "तुम्हाला याबाबत काय वाटते?" याऐवजी "याबाबतची तौलनिक आकडेवारी कुठाय?" असेच त्यांनी विचारण्याची शक्यता अधिक असते.

सध्याच्या या व्यावसायिक संस्थांच्या संस्कृतीच्या (कॉर्पोरेट कल्चर) प्रवाहाविरुद्ध जाणे म्हणजे बंडखोरी करण्यासारखे असते. इतर लोकांच्या मतापुढे तुम्हाला तुमच्या आतल्या आवाजाचे घोडे दामटवता येणार नाही किंवा कोणी अधिक माहितीच्या आधारे घेण्यात येणाऱ्या निर्णयाचा आग्रह धरल्यास 'नाही' म्हणता येणार नाही; पण मला एका गोष्टीचे नेहमीच आश्चर्य वाटत आले आहे, ते याबाबीचे की कंपन्या लाखो रुपये ओतून हुशार स्त्री-पुरुषांना नोकरीवर ठेवतात आणि त्यांच्याकडून फक्त त्यांच्या मेंदूची (बुद्धिमत्तेची) मागणी करतात. पण त्यांच्या आतल्या आवाजाला मात्र दाराबाहेर ठेवायला सांगतात. तुम्ही जेव्हा तुमच्या आतल्या आवाजाला प्रतिसाद देऊन निर्णय घेता, तेव्हा बाहेरचे जग एकतर तो निर्णय स्वीकारेल किंवा धिक्कारेल; पण सरतेशेवटी तुम्हाला मात्र तुमच्या निर्णयाबरोबर जायचे असते.

तुमची अंत:स्फूर्ती बरोबर निर्णय घेते आहे की नाही, हे तुम्हाला कसे कळणार? तुमच्या अंतरात्म्याला मिळालेल्या समाधानामुळे, त्याला मिळालेल्या स्वास्थ्यामुळे! आतला आवाज जी शांती मिळवून देतो, ती

सर्व समजुतींपलीकडली असते. तुमच्या अंतर्मनाला जे वाटत असते, त्यानुसार तुम्ही निर्णय घेतलात की सारे कसे शांत-शांत वाटते. तेच उलट बघू जाता, जर निर्णय योग्य नसेल, तर तुम्हाला अस्वस्थ वाटते. मनाला एक प्रकारची टोचणी लागते. अशा वेळी त्या सिग्नलमधील पिवळ्या लाइटकडे जीवनातील धोक्याचा सिग्नल म्हणून पाहा. ती अस्वस्थतेची भावना तेच काम करत असते.

एक जिवंत अनुभव – पुराव्यानिशी सिद्ध झालेला
रेजिनाची सत्यकथा

मी एक 'प्रयोगशील स्वप्नाळू' व्यक्ती आहे, असे लोक म्हणतात. याचा अर्थ केवळ स्वप्न बघून मी थांबत नाहीतर ते पूर्ण करण्याचा पूर्ण आराखडा माझ्यापुढे स्पष्ट असतो. मी लोकांनाही त्याकडे आकृष्ट करत असते. माझ्यातील ही उपजत आणि वैशिष्ट्यपूर्ण खुबी आणि सक्षमता कळायला माझे आयुष्य खर्ची पडावे लागले (अगदी आयुष्य नाहीतरी जवळजवळ वीस वर्षे तरी लागली.). आयुष्यातले अनेक अनुभव आणि त्यातून पूर्ण पारखून घेतलेला हा गुण आहे. ज्यांनी माझ्या आतल्या आवाजाची माझ्या चिकित्सक मनाशी आणि बुद्धीशी एकरूपता कशी साधावी हे शिकविले, त्यांच्याशीही माझ्या अंतर्मनाचा धागा मला जोडावा लागेल.

आता माझा प्रत्येक दिवस हा एक नवलाईचा अनुभव असतो; गूढतेचा नाही. अल्बर्ट आइनस्टाइनच्या भाषेत सांगायचे तर, "जग अनुभवायचे दोनच मार्ग असतात. एकतर असे माना की, या जगात कोणतीच अद्‌भुत गोष्ट नाही किंवा इथली प्रत्येक गोष्ट अद्‌भुततेनेच झपाटलेली आहे, असे समजा."

आता दररोज सकाळी उठताना मी अमर्याद आनंदात जागी होते. माझे जीवन-ध्येय मला अगदी स्पष्ट कळले आहे. माझ्या जीवनाचा पट माझ्यापुढे कसा उलगडणार आहे, हे मला ज्ञात झाल्यामुळे माझ्या जीवनातून 'थकवा, कंटाळा' हे शब्द वजा होऊन मला अगदी पिसासारखे हलकेफुलके वाटते. माझ्या

स्वप्नातील जीवन मी सर्वांगाने उपभोगते आहे. नुसतेच 'कंठत' नाही. आता माझ्या जीवनात लोक प्रवेश करतात, मला त्यांना शोधायला जावे लागत नाही. आता आम्ही नुसते भेटत नाहीतर एकमेकांना 'जाणतो.' आता मी पूर्ण जागृत झाले आहे. आता माझ्या मनात आणि इतरांच्या मनात एकतानता निर्माण झाली आहे. माझ्या मनरूपी रेडिओच्या लहरींवर जे-जे उपलब्ध असतात, त्या सर्वांमध्ये मला समरसता अनुभवता येते. प्रयत्न मला बाहेरच्या लोकांसाठीच करावे लागतात. ज्यांचे अंतर्मन माझ्याशी तादात्म्य पावलेले आहे, त्यांच्यासाठी 'प्रयत्न' हा शब्द रदबादली आहे.

मी जेव्हा पहिली नोकरी सोडून व्यवसाय सुरू केला तेव्हा मी यशस्वी होईन हे सांगणारी कुठलीही चिन्हे दिसत नव्हती. आमचा देश इराकबरोबर लढण्याची तयारी करत होता. त्यामुळे देशाची अर्थव्यवस्था डळमळीत झालेली होती. हजारो लोक बेकार झाले होते. माझ्या स्वप्नाच्या पूर्ततेसाठी मी चालत आलेल्या चार नोकऱ्या नाकारल्या. पण खरेतर ते स्वप्न कुठल्याही आधाराशिवाय बघितले होते. माझ्याकडे एकही ग्राहक नव्हता. एकानेही आश्वासन दिलेले नव्हते आणि माझ्या बँकेत अगदी तुटपुंजी रक्कम शिल्लक होती.

मी तरीही असा निर्णय का घेतला? कारण माझ्या अंतर्मनात मला खातरी होती की मी योग्य तेच करत होतो! माझ्या मनात कुठलीही अनिश्चितता नव्हती. माझे अंतर्मन पूर्णपणे स्थिर होते, शांत होते, त्यात कुठेही चलबिचल नव्हती. माझ्या आयुष्यातील हेच पुढचे पाऊल आहे, याविषयी मला पूर्ण आत्मविश्वास होता. आज मी कुठलीही गोष्ट करताना माझ्या आतल्या आवाजाला साद घालतो, त्याच्या निर्णयानुसारच वागतो, मग माझ्याकडे त्या संबंधातील पूर्ण माहिती नसली, तरी बेहत्तर! माझ्या आतल्या आवाजाची कदर करणे, हेच माझ्या आयुष्यातील एक महत्त्वाचे जीवनमूल्य आहे.

तुम्ही मग मला आता विचाराल की, "बाबा सायमन, मीसुद्धा माझ्या जीवनात यापुढे माझ्या अंतर्मनाचेच म्हणणे अमलात आणायचे का?" तर मी म्हणेन, निस्संशय! ज्यामुळे तुमच्या मनाला चिरंतन

शांती आणि कृतीला बळ मिळणार आहे, अशाच निर्णयाचा आदर करा. थांबा, तुमच्या मनात-अंतर्मनात डोकवा आणि तो आतला आवाज तुम्हाला काय साद घालतोय ते ऐका, आता काय करायचे, हे तुमचे तुम्हाला आपोआप कळेल.

दुर्दैवाने काही जणांच्या मनात भावभावनांचा इतका कल्लोळ उठलेला असतो की, त्यांच्या अंतर्मनात त्यांनी कसे डोकवायचे हेच त्यांना माहीत नसते. तुमची विचारपद्धती, ज्ञान संपादन करण्याची पद्धत ही तुमची तुम्हालाच समजत-उमजत नाही, तोपर्यंत तुमच्या अंतर्मनाचा आवाजही तुम्हाला ऐकू येणार नाही. तुमच्या सहज प्रवृत्तीचा मागोवा घेण्यासाठी तुमचा तुमच्याशीच संवाद होणे, आवश्यक आहे. अगदी शांत बसा, तुमच्या हृदयातून उमटणारा आवाज ऐका आणि काय प्रतिसाद मिळेल तो मिळू द्या. बरेच लोक त्यांच्या अंतर्मनाच्या हाकेवर विश्वास ठेवत नाहीत, कारण बहुश: त्यांना मन जे काही सांगते ते आवडत नसते. तो निर्णय मान्य करण्याची त्यांची मनापासून तयारीच नसते. त्या निर्णयाप्रमाणे काम करण्याची त्यांना भीती वाटते म्हणून ते अंतर्मन चुकीचे सांगत आहे, असेच त्यांना विश्वासपूर्वक वाटत राहते.

अंतर्मनाच्या शहाणपणावर हुशार मंडळी अवलंबून असतात. जगरहाटीच्या विरुद्ध जरी अशी मंडळी वागली, तरी त्यांच्या मनात ते अगदी निश्चिंत असतात. कारण ते त्यांच्या अंतर्मनाच्या आदेशानुसार वागतात. त्यांच्या अगदी मनाच्या गाभाऱ्यात एक मिणमिणता दिवा तेवू लागलेला असतो.

तेव्हा मंडळी, तुमच्या आतल्या आवाजाच्या अनुरोधाने जा आणि सारा आसमंत तुमच्या तेजाने उजळून टाका.

वैयक्तिक मूल्यमापन

या प्रश्नांची उत्तरे द्या –

१) जीवनासंबंधीचे लहान किंवा मोठे कोणतेही महत्त्वाचे निर्णय तुम्ही तुमच्या अंतर्मनाच्या कलाने घेता का?

२) नजीकच्या भूतकाळात वैयक्तिक किंवा व्यावसायिक जीवनात तुम्ही घेतलेल्या एखाद्या निर्णयाबाबत विचार करा. तुमच्या

आतल्या आवाजाने त्या वेळी कोणता कौल दिला होता? त्याचा नेमका परिणाम काय झाला? तुमच्या अंतर्मनाने दिलेला निर्णय बरोबर ठरला का?

३) तुमचा आतला आवाज जे सांगतो आहे, त्यावर तुमचाच विश्वास आहे का? नसला तर का नाही? तुमच्या मनात नेमकी कोणती भीती आहे?

हिऱ्याला झळाळी द्या

पुढील तीन पायऱ्या चढून हुशारीला झळाळी आणा आणि तुमची अंत:शक्ती चेतवा.

१. एखादा महत्त्वाचा निर्णय पुढल्या वेळी घ्यायच्या आधी तुमच्या अंतर्मनाशी चाचपून पाहा. मन रिकामे करा. सर्व विचार झटकून टाका. सर्व कामे बाजूला सारा आणि फिरायला बाहेर पडा. छानपैकी आरामात एक दीर्घ श्वास घ्या आणि आता शांतपणे ते अंतर्मन काय सांगतेय, ते कान उघडे ठेवून ऐका. तरीही नेमके काय करावे याचा निर्णय होत नसेल तर – तर काहीनाही चक्क झोपा! स्वप्नात तुम्हाला 'पुढे काय होणार' याचा साक्षात्कार घडण्याची शक्ती आहे. 'आगामी आकर्षण' काय हे दर्शविण्याचा स्वप्नाचा असा एक खास मार्ग आहे. त्या स्वप्नाचा संदेश ऐकण्यासाठी सिद्ध व्हा – तुमचे अंतर्मनच तुमच्यापुढे प्रकट होत असते.

२. मनाला शांत राहायला शिकवा त्यामुळे तुमच्या अंतर्मनाची कवाडे तुमच्यासमोर खुली होणार आहेत आणि तुमच्या शहाणपणाचाही स्पर्श त्याला होणार आहे. दिवसातून सलग पंधरा मिनिटे तरी एका जागी शांतपणे बसण्याची सवय लावून घ्या. तुमच्या मनात काय विचार आले, काय ऐकू आले तुम्हाला, काय जाणवले, काय वाटले? मी एक संपन्न आयुष्य जगण्यासाठी काय करायला हवे? असे स्वत:लाच

विचारा. माझ्यावर विश्वास ठेवा, तुम्हाला तुमचे उत्तर मिळाल्याशिवाय राहणार नाही; पण हेही लक्षात ठेवा की, तुम्ही जो प्रश्न विचारलाच नाहीत, त्याचे उत्तर मात्र कधीही मिळणार नाही.

३. तुम्ही जिथे काम करता ती जागा स्वच्छ करा. एखादे अव्यवस्थित टेबल हे अव्यवस्थित मनाचे द्योतक आहे आणि अशा गबाळग्रंथी मनात तुमचे अंतर्मन खूपच हरवून जाईल. एखाद्या माणसाची गवताच्या गंजीत टाचणी शोधताना जी अवस्था होईल, तसे तुम्हाला अंतर्मन शोधावे लागेल. काही वेळा आपल्या आसपासची जागा, बसण्याचे ठिकाण साफ करून घ्यावेच लागते, कारण शारीरिक हालचालीनेही मानसिक स्थैर्य सुरळीत होते. शांत आणि मोकळ्या मनाने तुमच्या आतल्या आवाजाला ऐकणे, हे अगदी सहजसोपे आणि अस्सल, सच्चेपणाने होते.

मौक्तिक

आतला आवाज ही अशी शक्ती आहे, जी सर्व समजुतींच्या आणि आकलन शक्तींच्या पलीकडे असते.

पैलू : सत्याची कास धरा

"बहुतांश लोक सामान्य असतात. त्यांचे विचार हे दुसऱ्या कोणाची तरी मते असतात. त्यांचे जीवन ही एक फसवणूक असते आणि त्यांची आवड केवळ दिखाऊ असते."

– ऑस्कर वाइल्ड, ब्रिटिश लेखक

उत्तम किंमत आणि सौंदर्य यामुळे हिऱ्यांची नेहमीच नक्कल केली जाते. काही हिरेसदृश खडे हे नैसर्गिक असतात. बाकीचे कृत्रिम खड्यांपासूनच बनवले जातात. काच किंवा घन झिरकोनिआसारखे (CZ)दिसणारे, रासायनिक प्रयोगशाळेत हिऱ्यासारख्या दिसणाऱ्या वस्तूंपासून ते तयार केलेले असतात. ज्यांना रत्नपारख्याची नजर नाही किंवा ज्यांना हिरेमाणकांची पारख करण्याचे शिक्षण मिळालेले नाही, त्यांना CZ सारखे कृत्रिम हिरे, अस्सल हिऱ्यांसारखेच वाटतात. नाहीतरी म्हणतात ना, चांगल्या पद्धतीने वेष्टन केलेली खराब वस्तूसुद्धा खऱ्या वस्तूपेक्षा भाव खाऊन जाते. पण या भ्रामक कल्पनेत अजिबात वाहवत जाऊ नका. कुठलाही खोटा हिरा खऱ्या हिऱ्याच्या तेजाशी, सौंदर्याशी आणि मूल्यांशी बरोबरी करू शकणार नाही.

हेच सर्वसाधारण जगातही लागू आहे. काही लोक सच्चेपणाने, खरेपणानेच कायम जगतात. कुठलीही लांडीलबाडी करत नाहीत. त्याच्याचकडील उच्च मूल्यांमुळे ते जगाच्या सौंदर्यात आणि अभिरुचीत भर टाकत असतात. जगात अगदी हिऱ्यासारखीच 'दिसणारी'ही मंडळी

असतात. पण त्यांना जरा जवळून निरखल्यावर ते CZ सारख्या कृत्रिमतेने भारल्याचे दिसून येते. अशी मंडळी मोठेपणाचा भरपूर आव आणतात, पण त्यांच्यातील हुशारीचा अजिबात प्रभाव पडत नाही, कारण मुळातच ती त्यांच्याकडे नसतेच आणि त्यांना स्वत:ची खरी जाणीवच नसते.

मीसुद्धा सुरुवातीच्या काळात असा CZ माणूसच होतो. जगातील दुसऱ्या क्रमांकाच्या मोठ्या, 'मनोरंजना'चे कार्यक्रम करणाऱ्या कंपनीत मी बढती होऊन वरिष्ठ जागेवर काम करत होतो. साऱ्या जगाची जबाबदारी माझ्याच खांद्यावर असल्यासारखे मला वाटत होते. दक्षिणेकडच्या एका भाग्यवान कंपनीत मी, एक आफ्रिकन-अमेरिकन माणूस कामाला होतो. मला व माझ्या कुटुंबाचेच नव्हे; तर आख्ख्या आफ्रो-अमेरिकन समाजाचे प्रतिनिधित्व करण्याच्याबाबत मी तिथे काम करत होतो. माझ्या वरिष्ठांवर आणि सहकाऱ्यांवर छाप पाडण्यासाठी आणि त्यांच्यापुढे भाव खाण्यासाठी मी कार्यरत होतो. थोडक्यात सांगायचे, तर त्या उच्चभ्रूंच्या जागी बसण्यासाठी आणि यशस्वी होण्यासाठी मी एखाद्या 'गोऱ्या'सारखा वागू लागलो होतो. खरेतर मी 'त्या', वरच्या जागेसाठी योग्य होतो म्हणूनच मला तिथे बढती मिळाली होती, तरी मला स्वत:ला त्या जागेसाठी मी 'तेवढा पुरेसा' योग्य आहे, असे वाटत नव्हते. प्रत्यक्षात मी जो नाहीय ते होण्याचा मी काया-वाचा-मने करून प्रयत्न करत होतो. एका 'गोराजीचा' वेष घेतलेला मी एक काळा माणूस होतो. एका 'काळ्या' माणसाच्या अंगात 'गोरा माणूस' अडकला होता. त्यामुळे मी एका मुखवट्याच्या आड लपून कृत्रिम आयुष्य, अनैसर्गिक संबंधांवर आधारित जीवन, बनावट आणि खोट्या भविष्याकडे नजर लावून जगत होतो.

मग एके दिवशी मला साक्षात्कार झाला. माझ्या आत खोलवर जाणीव झाली की परमेश्वराने मला, 'त्याला' हवे होते तसे घडविले होते. त्याच दिवशी मी माझा 'तो' मुखवटा काढून टाकला – नव्हे त्या साक्षात्कारामुळे तो गळूनच पडला. मी जसा होतो तसा मी 'मला'च स्वीकारले, अगदी माझ्या पूर्वसुरींच्या वारशासकट! माझ्या या अस्सलपणाचा स्वीकार करण्याचे मी ठरविले.

असे बघा की, परमेश्वर सगळ्या गोष्टी अस्सल, खऱ्याच बनवतो.

तो खोट्या गोष्टी 'बनवत' नाही. तो आपला बौद्धिक गोंधळ असतो. आपल्याला वाटत असते की, बनावट गोष्ट खऱ्या वस्तूपेक्षा चांगली आहे, कारण 'खरे' असण्यापेक्षा त्याची 'खोटी' नक्कल सोपी असते.

ज्याच्याकडे पैसा-अडका, श्रीमंती सर्व आहे, पण जो मन:शांती आणि मन:स्वास्थ्य यांना पारखा आहे, अशी व्यक्ती तुमच्या पाहण्यात आहे का? अनंत लोकांचे फोन नंबर्स आणि नावांची जंत्री एखाद्याकडे असते, पण कोणाशीही चांगले संबंध नसतात? कार्यक्रमांची रेलचेल असते, पण प्रत्यक्षात माणूस एकाकी असतो. इतरांच्या दृष्टीने अशी माणसे एक संपन्न आयुष्य उपभोगत असतात. पण माझ्या दृष्टीने अशी माणसे म्हणजे वस्तूंवर बांधलेले आकर्षक वेष्टन असतात. प्रत्यक्षात तो देखावा त्या वेष्टनाच्या जाडीइतकाच म्हणजे अगदी पातळ असतो. त्यांना अस्तित्व असते, पण चिरंतन यशाची चव त्यांनी चाखलेली नसते.

माझ्या एका मैत्रिणीने तिच्या कॉलेजच्या जीवनातील एक घटना मला सांगितली होती. सर्वांना हव्याहव्याशा वाटणाऱ्या एका मुलाने तिला भेटायला बोलावले. खरेतर सगळ्या मुलींना आपल्याला 'तो' कधी बोलावेल, याची ओढ लागलेली असे. पण त्या हव्याहव्याशा वाटणाऱ्या भेटीचे पर्यवसान मात्र एका अत्यंत कंटाळवाण्या प्रसंगात झाले. तिच्या आयुष्यातल्या एका सुंदर संध्याकाळीची, काळरात्रीत परिणती झाली. तो मुलगा, त्याचा रुबाब हे सर्व अगदी तकलादू होते. त्याच्यामध्ये काही चैतन्यच नव्हते. वरवर तो प्रचंड आकर्षक/देखणा होता, पण आतून तो अगदी CZ खोटा निघाला.

तुम्ही खरे कसे आहात? खणखणीत बंदा रुपया आहात? सच्चा, अस्सल हिरा आहात की नकली हिरा आहात?

असे सच्चे लोक अंतर्बाह्य अस्सल असतात. ते अगदी सरळसोट असतात. ते स्वत:शी प्रामाणिक असतात. ते एकटे असले तरी शांत आणि सुखी असतात. सुखी होण्यासाठी त्यांना भोवताली खास घोळका लागत नाही. असे लोक दुसऱ्या कुणाशीही स्पर्धा करत नसतात. कुठलेही दोन हिरे एकसारखे/समान नसतात, याची त्यांना जाण असते आणि प्रत्येक हिरा हा स्वत:चे तेज, स्वत:चे एकमेवाद्वितीय देदीप्य आणि मूल्य घेऊन आलेला असतो, हेही त्यांना ज्ञात असते.

जिवंत अनुभव – पुराव्यानिशी सिद्ध झालेला स्टुअर्टची सत्यकथा

मी लहान होतो, तेव्हा खूप फोफसा-जाड होतो. मला कोणी फारसे मित्रही नव्हते. त्यामुळे मी एकटाच असे म्हणून बहुतेक वेळा पुस्तके वाचत बसे. वाचता-वाचता मला एक स्वप्न पडे, त्यात मी अगदी सडपातळ आणि सर्वांना हवाहवासा झालोय, असे दिसत असे. एका उन्हाळ्यात मी संपूर्ण 'वर्ल्ड बुक एनसायक्लोपिडिआ' वाचून काढला. मी अनेक संस्कृतींसंबंधी, त्यातील लोकांसंबंधी त्यात वाचले. ते लोक माझे मित्रच बनून गेले. मी स्वप्नातूनच अनेक ठिकाणे जाऊन आलो आणि त्या सुंदर प्रवासात मग्न होऊन गेलो. पूर्ण हरवून गेलो.

मी अनेक बास्केटबॉल खेळाडूंनाही स्वप्नात बघत असे आणि मीही त्यांच्यासारखा उंच आणि चपळ झालो आहे, असेही मला वाटे. माझा आदर्श खेळाडू विल्ट चेंबरलेन होता आणि त्या ७६ नंबरच्या जर्सी घालणाऱ्याची प्रत्येक मॅच मी बघत असे.

एका उन्हाळ्यात फिलाडेल्फियाला आमच्या नातेवाइकांकडे मी गेलो होतो. मी फेअरमॉन्ट पार्कपाशी असताना माझ्या समोरच एक छोटेखानी कार उभी राहिली आणि त्यातून एक भलीदांडगी व्यक्ती उतरू लागली. तो साक्षात विल्ट चेंबरलेन होता.

मी धावतच त्यांच्यापाशी गेलो आणि... आणि तो 'माझ्याशी' बोलला देखील. मला बास्केट बॉल आवडतो का? असेही त्याने विचारले. अर्थातच मी उत्तर दिले की, "खूपच! पण माझ्या बोजडपणामुळे मी तो चांगला खेळू शकत नाही." त्यावर त्याने मला जे सांगितले, ते मी कायम स्मरणात ठेवले आहे. तो म्हणाला, "हे बघ! तू तुझ्या मनात तुला जे समजतोस तेच तू आहेस. जसा तू आहेस तसाच तुला तू समजून घे. जसा आहेस त्याला मान्यता दे, त्याचा स्वीकार कर. तसे केल्याशिवाय तुला

जे काही बनायचे आहे, ते कदापिही सत्यात उतरणार नाही.'' असे बोलून त्याने त्याचा बास्केटबॉल माझ्याकडे टाकला आणि म्हणाला, ''चल, आपण तुझा खेळ बघू.'' मग तो जाईपर्यंत आम्ही खेळत राहिलो. या अनुभवानंतर मी त्याबाबत, त्याच्या बोलण्याबाबत खूप विचार केला.

काही काळानंतर मी उंच, सडपातळ मुलगा झालो. मात्र बास्केटबॉलऐवजी मी फूटबॉल खेळू लागलो. माझ्या उंचीमुळे मी प्रतिस्पर्ध्यांच्या डोक्यावरून बघू शकत असे आणि चेंडू उत्तमरित्या फेकू शके. मी शाळेतून पदवी घेऊन बाहेर पडलो, तेव्हा सहा फूट एक इंच उंच आणि १६० पौंड (सुमारे ७३ किलो) वजनाचा पुरुष बनलो होतो आणि 'उत्तम यशस्वी होऊ पाहणारा होतकरू विद्यार्थी' म्हणून माझी निवड झाली होती.

माझी खातरीच आहे की, मी जीवनात यशस्वी ठरलो आहे. पुस्तक लिहावे आणि स्वत:चा एक व्यवसाय असावा अशी माझी मनीषा होती. आज मी लेखकही झालो आहे आणि एका यशस्वी उद्योगाचा मालकही झालो आहे. त्या दिवशी विल्ट चेंबरलेनने दिलेला सल्ला मी कधीही विसरलेलो नाही. तेव्हापासून मी जे-जे काही व्हायचे म्हणून स्वप्न पाहिले होते, त्या सर्व गोष्टी मी प्रत्यक्षात आणू शकलो आहे.

दक्षिण कॅलिफोर्निआमध्ये एका ६९ वर्षे वयाच्या वृद्ध सज्जनाबरोबर मी जेवण घेत होतो, त्या वेळची आठवण आहे. तुमच्या आयुष्याबद्दल मला काय सांगाल असे मी त्यांना विचारले. त्यावर ते म्हणाले, ''स्वत:मध्येच मशगूल राहण्याची सवय पूर्णपणे काढून टाकली पाहिजे (सारखे मी, माझे, मला असे करू नका.). स्वत:ला ओळखा, स्वत:तील गुण-दोषांकडे लक्षपूर्वक पाहा आणि इतरांवर प्रभाव पडला पाहिजे त्यांना अंकित केले पाहिजे, या भ्रमापासून दूर राहायला पाहिजे.'' खरे सच्चे लोक, दुसऱ्यांनी प्रभावित करणे ही गरज मानतच नाहीत, कारण त्यांना स्वत:च्या किमतीची आणि हुशारीची पूर्ण जाण असते.

CZ पद्धतीचे लोक सारखी तुलना करत राहतात, इतरांना प्रभावित करण्याचा आटापिटा करतात आणि स्वत: जे नसतात 'ते' असण्याचा

आणि तसे दाखविण्याचा देखावा करतात, प्रयत्न करतात. मनापासून बोलण्याऐवजी आणि हृदयापासून दुसऱ्यांशी व्यवहार करण्याऐवजी अशी CZ मंडळी आपण भयंकर कामात असल्याचे आणि धंद्यात वगैरे आपलेच कसे बरोबर असते, हे इतरांना पटविण्याचा खटाटोप करत राहतात. खरे बोलणे, खरा व्यवहार, सचोटीने वागणे, याऐवजी लोकांना जे आवडते ते बोलणे, इतरांना जे प्रिय आहे तेच ऐकवणे, असल्या गोष्टीत मशगुल असतात.

असले नकली विचार हा हुशारीला झालेला कर्करोग असतो. तो तुमच्या जीवनाच्या सर्वच भागात पसरतो आणि वाईट परिणामही करतो. हे लोक खूप आत्मकेंद्रित असतात. व्यवस्थितपणाचा त्यांना हव्यास असतो म्हणून ते त्यांचा दिखाऊपणा सारखा जपत असतात आणि वरवरचे सर्व पैलू सारखे व्यवस्थित करत असतात. उपरोधाने म्हणायचे तर वरवरचा मुलामा देऊन खरेपणाचा आभास निर्माण करतात. गमतीचा भाग हा आहे की बहुतांश लोकांना वाटते की, सर्वगुणसंपन्न हिरा हाच सर्वांत सुंदर असतो, पण असे अगदी क्वचितच असते. बहुतेक सर्व शुद्ध हिऱ्यांत थोडे का होईना हीण असतेच, परंतु त्या दोषांसहदेखील ते सुंदररित्या चमकतात, दीप्तिमान होतात. तो दोष हा गालबोटासारखा असतो. त्या कमीपणातच त्याचे वैशिष्ट्य खुलून येते. थोडक्यात तुम्ही देदीप्यमान होण्यासाठी संपूर्ण दोषरहित असणे आवश्यक नाही, गरजेचे नाही.

ही नकली माणसे गर्दीबरोबर, गतानुगतिकांबरोबर जाणारी असतात. त्यांचा आतला आवाज ती ऐकत नाहीत. त्या गर्दीनेही त्यांच्यासारखेच मानले पाहिजे, असे यांना वाटत असते. खऱ्या, अस्सल माणसांना माहीत असते की, जेव्हा तुम्हाला एखादी गोष्ट पटलेली असते तेव्हा तुम्ही एकटे पडलात, तरी तुम्ही डगमगत नाही. नकली लोकांना एकटेपणाची भीती असते. ते अस्वस्थ होतात. त्यामुळेच ते स्वत:च्या मताशीही एकनिष्ठ नसतात. एकाकी बेटावर एकटे पडणे त्यांना रुचत नाही.

स्वत:च्या मताशी प्रामाणिक असणारे सच्चे लोक त्यांच्या कसोटीच्या काळात खंबीरपणे एक हाती लढा देतात. आधुनिक काळातील काही उदाहरणेच पाहू या ना! वर्णविरोधी चळवळीत खंबीरपणे लढा देताना

नेल्सन मंडेलांना त्यांच्या ऐन तारुण्याच्या काळात स्वत:च्या जन्मभूमीत, दक्षिण आफ्रिकेत, तुरुंगवास भोगावा लागला. सत्तावीस वर्षांच्या कारावासानंतर जेव्हा त्यांची सुटका झाली, तेव्हा त्यांनी सुडाची भावना ठेवली नाही, त्यांना अटकेत टाकणाऱ्यांना त्यांनी माफ केले. ज्यांनी दक्षिण आफ्रिकेतील काळ्या लोकांच्या समूळ विनाशाचा विडा उचलला होता, त्यांना त्यांनी क्षमा केली. मानवतेप्रती त्यांच्या प्रेमामुळे त्यांनी आपल्या देशातच नव्हे, तर बरेच लोक म्हणतात, तसे जगामध्ये परिवर्तन घडवून आणले.

एरीन ब्रोकोविच, तीन मुलांची एकाकी आई, तिला कुठलीही कायद्याची माहिती नव्हती. तिने पॅसिफिक गॅस ॲन्ड इलेक्ट्रीक, हिनकले, कॅलिफोर्निआ या कंपनीकडून भूगर्भात असणाऱ्या पाण्यात होणाऱ्या विषारी, जीवघेण्या पदार्थांच्या भेसळीसंदर्भात महत्त्वाचा पुरावा शोधून काढला. एवढ्या मोठ्या कंपनीविरुद्ध, कायद्याच्या यंत्रणेविरुद्ध आणि काही वेळा ज्या गावाला त्या दुष्टचक्रापासून ती वाचवू पाहत होती, त्या गावाविरुद्धही तिने लढा दिला. ब्रोकोविच आणि वकिलांची फौज यांनी दिलेल्या त्या लढ्यात त्यांचा विजय झाला आणि इतिहासातील सर्वांत मोठी ३३.३० कोटी डॉलर्सची, नुकसानभरपाई तिने मिळवून दिली. नागरी कोर्टातील हा एक ऐतिहासिक खटला तिने जिंकला.

तुम्ही जेव्हा गतानुगतिकांच्या मांदियाळीतून बाहेर पडता, स्वबळावर उभे राहता तेव्हा तुमचे मित्र, तुमचे सहकारी तुमच्याकडे वेगळ्या नजरेतून बघू लागतात. पण ही सच्ची माणसे अत्यंत सहजपणे म्हणतात की, "तुम्हाला जरी माझा पवित्रा सुखकारक, साधा-सरळ वाटला नाहीतरी मी मात्र माझ्या मताबाबत समाधानी आहे, ठाम आहे."

इतर लोक काय म्हणतील किंवा करतील या गोष्टीची कुठलीही पर्वा न करता, त्यांनी ठरवलेल्या मार्गावरून ते वाटचाल करत राहतात.

मी तुम्हाला एकाकी पाडतोय असे तुम्हाला वाटतेय का? नाही, अजिबात नाही. परंतु तुम्हाला जर एक संपन्न आणि चांगले जीवन जगायचे असेल, तर एकाकी वाटचाल करण्याची वेळ आपल्यावर येऊ शकते, हे मला तुम्हाला सांगायचे आहे आणि याच वेळी मला खातरी आहे की, सर्व तयारीनिशी, या सर्वसामान्य लोकांच्या गर्दीतून बाहेर पडून, स्वत:चे वेगळेपण जपत राहण्यासाठी सिद्ध व्हा! परमेश्वराने

तुम्हाला जसे बनविण्याचे ठरविले होते, तसे दीप्तिमान होण्याचे तुम्हीही ठरविता तेव्हा तुमच्यासारखेच भारलेले, बुद्धिमान लोक तुमच्याकडे आकर्षित होऊन तुमच्याबरोबर त्या प्रवासात सहभागी झाल्याशिवाय राहणार नाहीत.

मी तुम्हाला आज आवाहन करत आहे की, स्वत:कडे पाहा, तुमचा मुखवटा दूर करा आणि तुम्हाला अडचणीत आणणारे, तुमच्या प्रगतीत अडथळा उभे करणारे सर्व हीण बाजूस सारा. हाकलून द्या. तुम्ही खरोखर कोण आहात, त्याचा तपास करा आणि तुम्ही अंतर्बाह्य चमकून उठाल अशा स्वच्छ आणि सच्च्या आयुष्याचा उपभोग घ्यायचे ठरवा. निखळ, निर्मळ आयुष्य जगणे, ही एक प्रक्रिया आहे आणि तिला योग्य वेळ देणे आवश्यक आहे. सच्च्या माणसाच्या विचारांची सखोलता, संवेदनक्षमता आणि शक्ती, नकली, तकलादू माणसाच्या ठायी कधीही असणार नाही, कारण सच्चा माणूस भट्टीतून जसे सुवर्ण निघते, तसा तावूनसुलाखून निघालेला असतो.

प्रत्येकानेच स्वत: जसे आहोत त्याच व्यक्तिमत्त्वावर प्रेम केले असते, जगाच्या अपेक्षेप्रमाणे यशाच्या, संपत्तीच्या, सौंदर्याच्या मागे न लागता खरेखुरे आयुष्य व्यतीत केले असते, तर जग कसे झाले असते, याची कल्पना करा बरं!

वैयक्तिक मूल्यमापन

या प्रश्नांची उत्तरे द्या –

१) तुम्ही अत्यंत सच्चेपणाने जगला आहात, वागला आहात, ते आठवतेय का? त्या वेळी तुम्हाला कसे वाटले होते? आणि जेव्हा थोडे नकली, थोडे अस्सल पद्धतीने जगला होतात, त्याची तुलना पहिल्या अनुभवाबरोबर करून बघा. भविष्यात तुम्हाला कुठल्या पद्धतीने जगायला आवडेल?

२) सत्य तेच बोलायला तुम्ही घाबरता का? तुम्ही जगरहाटीच्या विरुद्ध धाडसाने पाऊल टाकले होते किंवा एखादी धाडसी सूचना अथवा विधान केले होते आणि त्यामुळे तथाकथित प्रस्थापितांच्या शेंडीचा दाह झाला होता, अशी अलीकडच्या

काळातील एखादी घटना तुम्हाला आठवते आहे का?

३) तुम्ही एक विश्वासू सल्लागार आहात म्हणून तुमच्याकडे पाहणाऱ्यांसमोर तुम्ही कोणता आदर्श उभा कराल?

हिऱ्याला झळाळी द्या

पुढील तीन पायऱ्या चढून हुशारीला झळाळी आणा आणि खऱ्याची आस धरा.

१) बहुतांश आयुष्यात तुम्ही सत्याची कास धरता की, खोट्याचा आधार घेता याची शहानिशा तुमची बायको (नवरा), दुसरी कोणी महत्त्वाची व्यक्ती, मित्र, भागीदार, जी व्यक्ती तुमच्या निकट आहे आणि जिला तुमच्याबद्दल आस्था आहे, अशा व्यक्तीकडून करून घ्या. त्यातून तुम्ही त्याच्याकडून सत्याच्या मार्गावर कायम चालत राहाल. यासाठी काय उपाययोजना केली पाहिजे याची चर्चा करा, त्याच्याकडून सूचना घ्या.

२) नकली विचार, भाषा, श्रद्धा यामुळे तुमचे कर्तृत्व झाकोळले जात आहे. त्यातून बाहेर पडण्याची शपथ घ्या.

३) समजा, तुमचे मित्र, क्लब, सहकारी, तुम्हाला अगदी वाळीत टाकतील असे निर्णय तुम्हाला या आठवड्यात घ्यायचे आहेत. तरीही तुम्ही तुमचा 'एकला सतमार्ग पर चलो रे'चा घोष चालूच ठेवाल का?

◆ www.ReleasingBrilliance.com या साइटवर अधिक माहितीसाठी संपर्क साधा.

मौक्तिक

तुम्ही एक अस्सल हिरा आहात की नकली, काचेचा तुकडा आहात?

काटछाट : धाडसी पाऊल उचला

''एका जागी बसून नुसते बघत राहणे सोपे आहे. झडझडून उठून रसरसून कामाला लागणेच अवघड आहे.''

– अल् बट्ट, विनोदी वक्ता

'कट' म्हणजे हिऱ्यामधील अनावश्यक भागाची काटछाट करणे. त्यामुळे हिऱ्याचे खरे सौंदर्य आणि तेज झळाळून उठते. ती काटछाट जर योग्य पद्धतीने योग्य ठिकाणी केली नाही, तर अगदी उत्तमातला उत्तम हिरादेखील फिका पडेल. खरे तर हिऱ्याची खासियत ही त्यामधील चमकच आहे. ही काटछाट (म्हणजे हिऱ्याचा आकार नव्हे; जसा की गोल, चौकोनी इ.) म्हणजे एखादा कसबी कलाकार जेव्हा अनघड हिऱ्याचे चकाकणाऱ्या हिऱ्यात रूपांतर करतो, ते होय. ही काटछाट जेवढी सुबक; तेवढी त्या हिऱ्याची किंमत अधिक. हिऱ्याची काटछाट, कपात जेवढी योग्य आणि प्रमाणबद्ध होईल, तेवढी जास्त प्रभा त्यातून फाकेल. त्याच्या विशिष्ट अंतर्गत घडणीमुळे त्याच्यातील एका भागातून दुसऱ्या भागावर आरशाप्रमाणे प्रकाश प्रतिबिंबित होतो आणि मग वरील भागातून तो बाहेर पडतो. हिऱ्यांची जर फार खोलवर किंवा वरवरच काटछाट केली, तर त्यातून प्रकाशकिरण योग्य पद्धतीने बाहेर येत नाहीत. अर्थातच त्यामुळे ते एक तेजोहीन बथ्थड, फिके दगड म्हणूनच ओळखले जातात.

एखाद्या कसबी कलाकाराने योग्य काटछाट करेपर्यंत हिऱ्याचे खरे

तेज दृष्टीस पडणार नाही. तद्वतच तुम्ही जोपर्यंत योग्य कृती, योग्य पावले टाकत नाही, तोपर्यंत तुमच्यातील खरे कौशल्य, तुमची खरी योग्यता दृग्गोचर होणार नाही. तुमचे सर्वसाधारण ऋणानुबंध, भीती, सवयी, भाषा आणि पात्रता या तुमच्या गुणावगुणांना तुम्ही जोपर्यंत योग्य वाव देत नाही, तोपर्यंत तुमच्या व्यक्तिमत्त्वाला झळाळी येणार नाही. या सर्व गुणांवर मेहनत घ्या आणि बघा तुमच्यातील अवगुणांचा नाश होऊन तुमच्या गुणांना तेज चढल्याचे दिसेल. एकदा का हिऱ्याची योग्य काटछाट झाली की, तो पृथ्वीतलावरील किमती वस्तू होतो, मौल्यवान घटक होतो. एकदा का तुम्ही योग्य कृती आचरलीत की, त्याबरोबरच तुमचे आचार-विचार, भावभावना, विश्वास तुमच्या नसानसांत भिनतच जातात. कृती तुम्हाला बलवान बनवते.

हिऱ्याला वेगवेगळे आकार देता येतात. तसेच तुमच्या व्यक्तिमत्त्वाच्या बाबतीतही होऊ शकते. तुमची हुशारी कुठल्या पद्धतीने आविष्कृत होते, याला फार महत्त्व नाही. तो 'हिरा' वेगवेगळ्या परिस्थितीतून, वेगवेगळ्या प्रसंगांतून जात असतो, हे महत्त्वाचे आहे. प्रत्येक व्यक्तीला प्रतिभावान बनण्याचा हक्कच आहे. प्रत्येक अनघड तुकड्यातून अमूल्य रत्न होऊ शकते. त्याचप्रमाणे आपल्यातील प्रत्येकामध्ये श्रेष्ठ होण्याची आणि अमूल्य हातभार लावण्याची क्षमता असतेच. प्रश्न असतो, तो तुम्ही योग्य काटछाट तुमच्यात कशी करता त्याचा!

◆ www.ReleasingBrilliance.com या साइटवरून अधिक माहिती घ्या आणि योग्य आकृतिबंधासाठी सामग्री गोळा करा.

मौक्तिक

कृती तुम्हाला बलवान बनवते.

पैलू : नातेसंबंधात गुंतवणूक करा

''लोक दोन्ही बाजूंनी बोलणारे असतात. कधी तुम्हाला ते हरभऱ्याच्या झाडावर चढवतील, तर कधी पायदळी तुडवतील.''
– डेव्ह मार्टिन, तत्त्वज्ञ

त्या गोष्टीला फार दिवस झाले नाहीत. मी एका रात्री माझ्या काही मित्रांना घरी जेवायला बोलावले होते. एका अनौपचारिक चर्चेसारखेच त्याला स्वरूप आले होते. तिथे आम्ही जगातील सर्व विषयांवर बोललो. त्या तीन तासांच्या मैफलीत आम्ही राजकारण, अध्यात्म, चित्रपट, उद्योगव्यवसाय, संपत्ती, पैसा, शर्यती, नातेसंबंध अशा यच्चयावत सगळ्या विषयांवर आम्ही चर्चा केली. अगदी सहजसुंदर आणि बहुमोल बोलणे झाले. अत्यंत खेळीमेळीच्या वातावरणात अत्यंत पारदर्शीपणे आणि मनापासून सर्वांनी त्यात भाग घेतला आणि सर्वच जण अगदी आनंदित झाले होते. एकाच संध्याकाळी जगातले यच्चयावत प्रश्न आम्ही निकालात काढले होते. हे वेगळे सांगायला नको.

त्या सर्वांत एक अगदी जिव्हाळ्याचा प्रश्न चर्चिला गेला. तो म्हणजे, 'आपण एकमेकांशी अत्यंत सौहार्दाचे आणि गाढ नातेसंबंध कसे जोपासू शकू?' एकाने सांगितले की, एकमेकांच्या मतांचा, जीवनमूल्यांचा आदर करणे, ही अगदी तातडीची गरज आहे. कारण कठीण परिस्थितीतही त्यासाठी तडजोड करणे योग्य नाही. दुसरा म्हणाला की, समोरच्या व्यक्तीचा आदर करणे, त्याच्या गुणांना योग्य

किंमत देणे आणि त्याचे वेळोवेळी कौतुक करणे व त्याला प्रोत्साहन देणे, हे ऋणानुबंध जोपासण्याचे गुपित आहे.

या सर्व संभाषणाने माझ्या विचारांना चालना मिळाली. सर्व मित्रमंडळी घरोघरी गेल्यावर मी बायकोला विचारले की, "खरंच, आपले खरेखुरे आणि जिवाभावाचे मित्र कोण असतात?" दर वर्षी आपण शेकडो व्यक्तींना आणि जोडप्यांना शुभेच्छा संदेश पाठवतो (आणि त्यांचेही आपल्याला येतात.), पण अगदी हाताच्या बोटावर मोजण्याइतपतच आपले म्हणवणारे असे संबंधित 'आपले' असतात. ह्या अंतर्मुख करणाऱ्या प्रश्नाने आम्हाला साक्षात्कार झाला की, डोळे उघडे ठेवून आणि मनापासून आपल्या नातेसंबंधांना खतपाणी घालून त्यांची जोपासना करणे, हे आपले आद्य कर्तव्य असते.

खरे निखळ संबंध, नातेसंबंध म्हणजे काय? या सगळ्यात महत्त्वाची बाब म्हणजे दोन्ही पक्षांचे, दोन्ही बाजूंचे लोक, मंडळी ही सच्ची असली पाहिजेत. स्वच्छ मनाची. कुठलाही आडपडदा मनात न ठेवणारी असली पाहिजेत. सच्ची मैत्री, निखळ नातेसंबंध तुमचे भावविश्व मजबूत करते. तुमचे मुखवटे फाडून टाकते आणि सच्चेपणाच्या आड येणारे सर्व पडदे बाजूला सारते. तुम्ही स्वत:चे मन वाचू शकता, तुमचे खरे रूप स्वच्छ दिसू लागते, तुम्ही स्वत:लाच गवसता आणि समोरची व्यक्ती तुमच्या त्या रूपावर अधिकच प्रेम करू लागते. हे संबंध सच्च्या विश्वासावर आधारित असतात. कुठलेही छक्के-पंजे करावे लागत नाहीत आणि दुसऱ्या माणसाच्या हेतूंविषयी कोणतेही संशय, कोणतेही किल्मिष मनात येत नाही.

हे खरे नातेसंबंध अगदी दृढ होतात. कालानुरूप ते अधिकाधिक बळकट होत राहतात. कारण दोघांचीही जीवनमूल्ये त्यात गुंतलेली असतात. सच्च्या मैत्रीमध्ये हा नातेसंबंध घट्ट होत जातो आणि त्यामुळेच दोघांचेही जीवन समृद्ध होते. पहाटे तीन वाजता जरी साद दिली, तरी अगदी आनंदाने प्रतिसाद देऊन हजर होणारेच सच्चे दोस्त असल्याचे सिद्ध होते.

याविरुद्ध काही जण केवळ कामापुरते – स्वार्थापुरते पुढे येणारे मित्र असतात. ते सोयीनुसार संबंध ठेवतात. त्यांचे संबंध 'तुमच्याशी' नसतात, तुमच्याकडून होणाऱ्या मदतीपुरतेच ते असतात. तुम्ही

त्यांच्यासाठी काय करताय? एवढ्यापुरतेच ते मर्यादित असतात. हे संबंध अगदी वरवरचे असतात. त्यात कुठलीही आंतरिक ओढ नसते. असे 'कामापुरते मामा' जीवनात नेहमी एकटे पडलेले आढळतात. या दोन्ही मैत्रींचे मी तुम्हाला उदाहरणच देतो ना! कॅल्व्हीन आणि लुईस असे माझे दोन खास मित्र आहेत. त्यांचे व माझे संबंधही अगदी खास आहेत. ते जरी दुसऱ्या शहरात राहत असले, तरी आठवड्यातून किमान एकदा तरी आम्ही एकमेकांशी बोलतोच बोलतो. ते माझे अगदी जिवाभावाचे मित्र असल्यामुळे माझ्या क्षमतांचा, शक्तिस्थळांचा पुरेपूर वापर करण्याचे आवाहन ते मला करत असतात. मी त्यांच्यावर जेवढा अवलंबून राहू शकतो तेवढेच तेही माझ्यावर अवलंबून राहू शकतात. हे आम्हां उभयतांना चांगलेच ठाऊक आहे. या आमच्या मैत्रीत कुठलेही फायद्या-तोट्याचे हिशेब नसतात. आम्ही बस्स, दोस्त आहोत!

माझे आणि माझ्या बायकोचे रेनीचे 'कामापुरते मामा' पद्धतीचे अनेक नातेवाईक होते, पण आम्ही त्यांच्यापासून दूर राहणेच पसंत केले. प्रत्येक वेळी हे संबंध आतबट्ट्याचेच होऊ लागले. फायदा त्यांचा आणि तोटा आमचा असेच प्रत्येक वेळी होऊ लागले. या खेळात आमचाच खुळखुळा होऊ लागला. आम्ही त्यांच्या मागण्या जेव्हा पुरवल्या नाहीत किंवा त्यांचे म्हणणे स्वीकारले नाही तेव्हाच, ही मंडळी सच्चे मित्र व्हायला लायक नाहीत, हे आमच्या लक्षात आले. आणि आम्ही ते संबंध संपुष्टात आणले. सातत्याने हरणाऱ्या खेळात गुंतवण्यासाठी आपला प्राण कारणी घालावा हे योग्य नाही, हे आमच्या तेव्हाच लक्षात आले.

एखादी मैत्री किंवा नातेसंबंध 'सच्चा' आहे की 'तकलादू' आहे, हे कसे ओळखाल? प्रथम तुमच्या अंतर्मनाचा कौल घ्या. तुम्हाला एखादा तरी संकेत मिळेल. त्यानंतर तो नातेसंबंध तुमचे भावविश्व विस्तारायला मदत करत आहे का अडथळा निर्माण करत आहे, हे बघा. अस्सल मैत्रीच्या संबंधात, इतर लोक तुमच्याबद्दल काय विचार करत आहेत किंवा तुम्ही कोण आहात, कसे आहात, याची काळजी करण्याचे अजिबात कारण नाही. दुसऱ्याचे जीवन समृद्ध करण्यानेच तुमच्या अंतरात्म्याला समाधान मिळणार आहे. तुलनात्मकदृष्ट्या या

कामापुरत्या असणाऱ्या संबंधात तुमचे समाधान बाह्य गोष्टींवर आधारलेले असते. दुसऱ्याला सतत आणि जास्तीत जास्त खूश ठेवण्याची गरज आणि तुम्ही त्यांच्या बरोबरीत कुठे आहात, हे सातत्याने पाहावे लागते.

लेखक आणि वक्ते जॉर्ज फ्रेजिअर याबाबत उपदेश करताना सांगतात की, तुमच्याशी संबंधित लोक निवडताना खूप काळजी घ्या. कारण पुढील चार गोष्टींपैकी एका गोष्टीचा परिणाम आपल्या आयुष्यावर हे लोक करतात. एकतर ते आपल्या अनुभवात, जीवनात भर घालतात किंवा त्याला ओहोटी लावतात, त्याला शतगुणित करतात किंवा शतत्रुटी निर्माण करतात. त्यांच्या सिद्धान्तानुसार, जे लोक तुमच्या नातेसंबंधात, समृद्धतेत भर घालतात व शतगुणित करतात ते सच्चे होत, तर जे ओहोटी आणतात किंवा शतत्रुटी निर्माण करतात, ते तात्पुरते आणि कामचलाऊ प्रकारचे संबंधित असतात. सच्चे नातेसंबंध तुमची हुशारी वृद्धिंगत करून तिला अधिक चमकदार बनवतात, तर नकली मैत्री ती कमी करते आणि तुम्हाला मरगळ आणते.

तेव्हा तुमचे मित्र कोण आहेत? ते तुमचे दोस्त का आहेत? ते खरेखुरे, जिवाभावाचे दोस्त आहेत का तात्पुरतेच संबंधित आहेत? ते तुम्हाला समृद्ध करतात, बरबाद करतात, वृद्धिंगत करतात, का गाळात नेतात?

तुम्ही ज्या समुदायात राहता त्यांच्याप्रमाणे होता. तुमची वाढ तुमच्या संबंधांच्या प्रमाणात असते. तुमचे संबंध जर कच्च्या पायावर, अल्पसंतुष्टत्वावर आधारित असतील, तर त्याचे फलितही अल्पच असणार. तुमच्या कानात-मनात जे गुंजणार आहेत, तेच प्रत्यक्ष जीवनात रुजणार आहेत.

जिवंत अनुभव – पुराव्यानिशी सिद्ध झालेला
लॉरेन्सची सत्यकथा

तुमचे यश तुमच्या भोवतालची परिस्थिती आणि भोवतालचे लोक यांच्यावर अवलंबून असते. बऱ्याच वर्षांपूर्वी, मी देस

मोईनस, आयोवामध्ये होतो. बर्फाच्छादित रस्त्यावरून गाडीतून चाललो होतो. गाडी गांजेकस लोकांनी भरली होती. गाडीच्या आरशातून मागे पाहिले, तर पोलिसांची गाडी आमच्या मागेच येत होती. मी घाबरलो आणि खेकसलो की, "सगळ्यांनी ताबडतोब हातातील अमली पदार्थ फेकून द्या, चिलमी टाकून द्या. पोलीस आपल्या मागेच आहेत." माझ्या लक्षात आले की, आता पोलिस ऑफिसर मला गाडीतून बाहेर ओढेल आणि त्याला दिसेल की, गाडी अमली पदार्थाने भरली आहे. माझ्या गाडीत भरपूर कोकेन होतेच. जर त्या दिवशी मी पकडला गेलो असतो, तर आजतागायत तुरुंगात खडी फोडायला गेलो असतो. आज गेली सतरा वर्षे मी अत्यंत स्वच्छ आणि चैनीत आयुष्य घालवत आहे.

त्या दिवशी परमेश्वरकृपेनेच मी वाचलो आणि आज माझी पूर्ण वेगळीच जीवनगाथा मी सांगू शकतो आहे.

आज माझ्यासोबत चांगली कामे, उत्तम कर्म करणारी मंडळी आहेत. त्यांना आयुष्याचे गमक कळलेले आहे. त्यामुळेच माझे जीवन बदलले आहे. माझ्या स्वप्नातले आयुष्य मी जगत आहे. मला ज्या पद्धतीचा बाप आणि नवरा व्हायचे होते, तसाच मी झालो आहे. माझी मुले असामान्य विद्यार्थी आणि खेळाडू झाली आहेत, तर माझी बायकोही सहधर्मचारिणी म्हणून माझ्यासोबत आहे. आम्ही सर्व जण एकत्रपणे जगभरातील रम्य स्थळे बघायला जातो. मी आता लखपती-निर्माता झालो आहे आणि माझ्या जीवनाचा सकारात्मक प्रभाव इतर अनंत लोकांच्या जीवनावर पाडण्याची संधी मला मिळाली आहे.

हे सर्व लक्षात घेऊनच तुमच्या या संबंधरूपी संपत्तीचा आढावा घेण्याचे आवाहन मी करत आहे. तुमच्याभोवती खूप लोकांचा गराडा आहे, पण त्यात जिवाभावाचे कोणी नसल्यामुळे तुम्ही एकाकी पडला आहात का? तर मग तुमच्या शेअर्स गुंतवणुकीबाबत तुम्ही जसा वारंवार आढावा घेता, तसाच या नातेसंबंधांचाही समाचार आपण घेऊ. तुमचे शेअर्स किंवा म्युच्युअल फंड त्यातील रकमेवर फायदा होऊन

तुमची संपत्ती वृद्धिंगत होत असेल, तर अशा वेळी तुम्ही काय करता? तुम्ही त्यात अधिक रक्कम गुंतविता आणि जर तोटा होत असेल आणि तुमचे मुद्दलच धोक्यात येऊ लागले, तरी ती गुंतवणूक तशीच तोटा खात ठेवता का? नाही. नक्कीच नाही. तुम्ही ते शेअर्स वा फंड येईल त्या किमतीला विकून टाकता आणि ज्या गुंतवणुकीतून चांगला परतावा मिळेल अशात गुंतवता.

अगदी असाच विचार या संबंधितांबाबत करायला हवा. कुठली मंडळी आणि संबंधित तुमची पत कमी करत आहेत आणि तुमची किंमत कमी करत आहेत, हे लक्षात घेऊन त्यांना तुमच्या जीवनातून हद्दपार करा. ज्या लोकांच्या संबंधामुळे तुमच्या हुशारीला व बुद्धिमत्तेला उभारी मिळते, अशांसाठी अधिक वेळ आणि शक्ती खर्च करा. ज्या लोकांच्या नातेसंबंधामुळे तुमची उन्नती चक्रवाढ व्याजाने होत आहे, अशा लोकांमुळे तुम्ही या ऋणानुबंधाच्या जगतात गर्भश्रीमंत होऊन जाल, लखपती व्हाल.

या मैत्रीच्या भांडवलात गुंतवणूक करणे, हे बरेचसे स्टॉक मार्केटमध्ये गुंतवणूक करण्यासारखेच असते. दोन्हीकडे दीर्घ मुदतीची गुंतवणूक म्हणूनच बघायला हवे. तुमचा पैसा वाढवण्यासाठी तुम्ही वृद्धी-फंडात पैसे गुंतवता. तसेच जर वैयक्तिक गुणवृद्धी करायची असेल, तर तुम्हाला नातेसंबंध वृद्धिंगत कसे होतील, याकडेच लक्ष द्यावे लागेल. जे लोक तुमच्याहून अधिक यशस्वी आहेत, तुमच्याहून जीवनात चार पावले पुढे आहेत, त्यांच्याशी संपर्क साधा आणि ते संबंध वाढवा. त्यांच्या सहवासाने तुमच्या श्रद्धा, विश्वास, ज्ञानात वाढ होणार आहे. ही वाढ तुम्हाला हवीहवीशी वाटतेच. हे लोक तुम्हाला पुढे नेणार आहेत, तुम्हाला प्रोत्साहन देऊन यापूर्वी जे यश तुम्ही स्वप्नातही बघितले नाही तिथे नेणार आहेत. आणि हे जर घडत नसेल किंवा त्याहून विपरीतच घडत असेल, तुमचा ऱ्हासच होत असेल, तर ते संबंध तिथेच थांबवा. तुमचा वेळ, शक्ती, भावना, बुद्धी यांचा नाश करणाऱ्या संबंधांना ताबडतोब मूठमाती द्या.

तुमच्या संबंधांच्या कक्षा वेगवेगळ्या तीन प्रकारात, जास्तीत जास्त प्रमाणात वाढवत न्याव्यात असे मला वाटते. जीवनाच्या अगदी वेगवेगळ्या तीन भागांत (उदा. आर्थिक, आध्यात्मिक आणि

व्यावसायिक इ.) आणि तीन क्षेत्रांपेक्षा जास्त क्षेत्रांत तुम्ही लक्ष घालायचे ठरवलेत, तर तुम्हाला पुरेसा वेळ आणि शक्ती तिथे खर्चता येणार नाही, त्यातून तुम्हाला योग्य परतावा मिळणार नाही. या संबंधातून योग्य सल्लागार मिळतात, तुमची जगाकडे पाहण्याची दृष्टी बदलते. तिची कक्षा वाढते आणि भरपूर शिकायला, ज्ञानवृद्धी करायला मिळते. यांपैकी केवळ एक नातेबंधसुद्धा तुमच्या जीवनात कमालीचा कायापालट करू शकतो.

तुमच्या सर्व नातेसंबंधांच्या खात्यात जर तुम्ही विवाहित असाल तर – तुमच्या बायको/नवऱ्याबरोबरच्या संबंधांना अनन्यसाधारण महत्त्व आहे. या संबंधांकडे अत्यंत गांभीर्याने आणि महत्त्वपूर्ण नजरेने बघणे आवश्यक नव्हे; अत्यावश्यक आहे, कारण तुमच्या जीवनात त्याला फार किंमत आहे. तुमच्या बायकोचा / नवऱ्याचा तुमच्या उन्नतीमध्ये, तुमच्या प्रगतीमध्ये आणि भरभराटीमध्ये इतर कुणाचाही नसेल इतक्या मोठ्या प्रमाणात सिंहाचा वाटा असतो. एवढेच नव्हे; तर तुमच्यातील सुप्त शक्तीचा साठा शोधण्यासाठी आणि त्याचा सर्व जगाला साक्षात्कार घडवून आणण्यासाठी, इतर कुणाही पेक्षा त्याचा किंवा तिचा जास्त सहभाग असेल हे निश्चित!

तुम्हाला जर नातेसंबंध जपणुकीसाठी थोडाही वेळ आणि शक्ती देता येत असेल, तर तो या व्यक्तीसाठीच द्या. नेहमी अगदी मनापासून – वरवर नाही – तिच्या संपर्कात राहा. गुंतवणुकीवर लक्ष न ठेवल्यास जसे तुम्हांला नुकसान सोसावे लागेल, तसेच कालांतराने, जर तुम्ही तिच्याकडे, तिच्या भावनांकडे कानाडोळा केलात, तर त्या संबंधांतील रस संपून जाईल. जणू काही तुमची तुमच्या आत्म्यापासूनच फारकत होईल. तुमच्या पूर्ण सहभागाशिवाय, समर्पणाशिवाय लग्न टिकत नाही.

सच्च्या हितसंबंधांमध्ये गुंतवणूक करा, बघा तुमची पत आणि संबंधाची दृढता कशी द्विगुणित होते ते! तुमची ओळखीची मंडळी जर खूप असतील आणि खरेखुरे संबंधी मात्र फारच कमी असतील, तर तुमचे मित्रमंडळ मोठे असेल पण खरेखुरे जिवलग मात्र कमी असतील. खऱ्या मैत्रीत एकामुळे दुसऱ्याची प्रगती होतेच आणि दोघांच्याही

जीवनाचा प्रवाह अधिकच तेजस्वी होतो.

वैयक्तिक मूल्यमापन

या प्रश्नांची उत्तरे द्या –

१) तुमचे हितसंबंध कुणाशी खरे आणि अस्सल आहेत आणि कोणते तोंडदेखले आहेत?

२) तुम्ही तुमचे संबंध वाढणारे ठेवता, कमी करता, शतगुणित करता का शतत्रुटीत काढता? तुम्ही स्वत:च इतरांच्या जीवनात सक्रिय भर टाकता की त्यांचे जीवनशोषण करता?

३) तुमचे संबंधित लोक वाढवण्यासाठी काय करता? ते संबंध दृढ व्हावेत यासाठी काय करता? ज्यांच्याबद्दल तुम्हाला विशेष काळजी, खास प्रेम आहे, त्यांचे संबंध अधिक दृढ होण्यासाठी सातत्याने प्रयत्न करता का?

हिऱ्याला झळाळी द्या

पुढील तीन पायऱ्या चढून तुमची पत वाढवा आणि नातेसंबंध वाढविण्यासाठी प्रयत्न करा.

१) तुमच्या अर्धांगिनीबरोबरचे संबंध अधिक दृढ करण्यासाठी कोणते तीन उपाय तुम्ही वापराल ते ठरवा.

२) इतरांना कोणत्या गोष्टीचे प्राधान्य/महत्त्व आहे, त्याचा आधार घेऊन संबंध प्रस्थापित करा. त्यांच्या जीवनकार्यासाठी तुम्ही त्यांना काय मदत करू शकता, ते त्यांना विचारा. तुम्हा उभयतांच्या अस्सल स्नेहबंधासाठी तुमच्याकडून त्यांना कशाची अपेक्षा आहे, ते शोधून काढा.

३) तुमच्या हुशारीचा उपयोग करून दोघांनाही फायदा होईल असे बघा.

प्रयोग – हितसंबंधांची वृद्धी, सुधारणा करणे.

१) तुम्हाला अपेक्षित असलेल्या तुमच्या जीवनातील तीन महत्त्वाच्या गोष्टींची निवड करा, (आध्यात्मिक, कौटुंबिक, कारकिर्दविषयक, भावनिक, मानसिक, स्वास्थ्यासंबंधी, सामाजिक, आर्थिक.)

२) प्रत्येक गोष्टीसाठी/विषयासाठी एखाद्या जिवलग/सभ्य व्यक्तीची निवड करा. जिच्याबरोबर तुम्हाला हितसंबंध वाढवायचे आहेत आणि तुमची प्रगती साधायची आहे अशी ही व्यक्ती असावी.

३) तुम्ही हा ऋणानुबंध जोपासण्यासाठी 'नेमके' काय करणार आहात, हे स्पष्टपणे लिहून काढा.

महत्त्वाची गोष्ट	कोणाबरोबर	नेमकी कार्यपद्धती

◆ www.ReleasingBrilliance.com या साइटवरून अधिक माहिती घ्या आणि स्नेहबंध प्रस्थापित करण्याचे नवीन मार्ग शोधा.

मौक्तिक

तुमच्या ओळखीचे भरपूर आहेत पण खरेखुरे, जिवाभावाचे कमी आहेत, असे आहे का?

पैलू : स्वत्वाला ललकारा

''तुमच्या धाडसाच्या प्रमाणात तुमचे जीवन यशस्वी होईल की अयशस्वी ते ठरेल.''
– ॲनाईस नीन, कादंबरीकार

लेखक आणि ड्युक स्टॅनफोर्ड व हॉर्वर्ड विद्यापीठाचा पदवीधर गॉर्डन डाल्बी एक गोष्ट सांगायचा. एका माणसाला एक भयानक स्वप्न नेहमी पडायचे. एक भयंकर दिसणारा सिंह त्याचा पाठलाग करतोय. इतका पाठलाग की, शेवटी तो माणूस दमून पडायचा आणि किंचाळत झोपेतून उठायचा.

होता... होता, त्याने हे भयानक स्वप्न त्याच्या एका मित्राला सांगितले. त्याचा साहेब किंवा बायको, त्या सिंहाच्या रूपाने त्याच्या स्वप्नात येत असावी, असा त्याच्या मित्राने अंदाज वर्तवला. मग त्या मित्राने त्याला एक सल्ला दिला. पुढच्या वेळी जेव्हा हेच स्वप्न पडेल तेव्हा पळून न जाता, त्या सिंहापुढे अढळपणे उभे राहायचे आणि त्या सिंहाला विचारायचे की तू कोण आहेस आणि माझ्या जीवनात तू काय करतोयस?

थोड्याच दिवसांत त्याला ते स्वप्न पुन्हा पडले. तो सिंह जवळ येत असताना तो भीतीने पाहू लागला. ती आयाळयुक्त भली मोठी मान हलवत आणि त्याचे अक्राळविक्राळ दात विचकत तो पुढे आला. या माणसाने भीतीने थरकापत त्याला चाचरतच प्रश्न केला, ''कोण आहेस

तू? तुला माझ्याकडून काय हवे आहे?'' तो सिंह उत्तरला, ''मी तुझ्यातलं धाडस आहे, तुझी शक्ती आहे. तू माझ्यापासून सारखा दूर का पळतोयस?''

मला अशा लहान-लहान बोधकथा फार आवडतात. कारण त्या तुमच्या शहाणपणाला आणि त्यातील तथ्याला आवाहन करत असतात. ज्या गोष्टींना आपण घाबरत असतो त्यात खरे तथ्य नसते, हेच खरे! आपल्या सगळ्यांच्यात ते धैर्य, धाडस असतेच, पण आपल्यातील हुशारीप्रमाणेच आपल्याला त्याची ओळख झालेली नसते.

भीती जबरदस्त शक्तिशाली असते. त्या भावनेची तुलना करायची झालीच, तर ती प्रेमाशीच होऊ शकेल. पण प्रेमातील शक्तीमुळे आपण क्रियाशील होतो, तर भीतीमुळे आपली गात्रे थंड पडतात, आपण क्रियाशून्य होतो. आपण जी कामे करायला हवीत त्यापासून भीती आपल्याला परावृत्त करते आणि आपल्या मनीषेत बाधा आणते. भीतीची व्याख्याच 'खोट्याला घातलेला खऱ्याचा अंगरखा' अशी आहे. खऱ्याची प्रतिमा भीतीमुळे धूसर होते, त्यामुळे खऱ्याचे स्वच्छ स्वरूप आपल्याला कळतच नाही. भीतीमुळे आपल्यातील धैर्याचा गळा घोटला जातो आणि आपल्या ईर्ष्यांना पायबंद बसतो. पर्यायाने आपण निष्क्रिय होतो आणि त्याहून वाईट म्हणजे आपल्या कोशातच आपण स्वत:ला कासवासारखे गुरफटून घेतो.

आपण कशाकशाला घाबरतो, त्याची यादी भलीमोठी होऊ शकेल. आजारपण, रोगराई आणि मरणाला घाबरणे अगदी नैसर्गिक आहे. चोर, दरोडेखोर, नैसर्गिक आपत्ती, दारिद्र्य यांचीही आपल्याला भीती असतेच. त्यानंतर मात्र आपल्या प्रत्येकाच्या भीतीची कारणे वेगवेगळी असू शकतात. आपण जगाकडून नाकारलो जातोय, ही भीती सगळ्यात मोठी असते. आपण इतरांपेक्षा वेगळे आहोत किंवा असेच आहोत. लोक आपल्याला हसताहेत असे किंवा लोक आपल्याबद्दल काय विचार करत असतील या भावनेलाही आपण घाबरतो. आपल्या स्वत:च्या आणि इतरांच्याही अपेक्षांना आपण उतरत नाही, आपल्या पराभवाला एवढेच काय विजयालाही आपण घाबरतो. हो, हे अगदी खरे आहे. बऱ्याचदा आपण आपल्या विजयाला सामोरे जायला घाबरतो. आपल्या हुशारीला, आपल्या तेजाला, आपण जे होऊ घातलेले आहे, त्या

हिरेपणाच्या दीप्तिमानतेलाही आपण भिऊन असतो. तुम्ही कशाला भिता? तुम्ही कशापासून दूर पळत आहात?

जमेकाहून माझे वडील चाळीस वर्षांपूर्वी अमेरिकेत स्थायिक व्हायला आले तेव्हा त्यांना उपजीविकेचे साधन हवे होते; पण त्यांच्या भाषेच्या उच्चाराला, अशिक्षिततेला आणि वर्णाला घाबरून ते मागेमागेच राहिले. त्यांच्याकडे काय नाही याच गोष्टीला ते महत्त्व देत राहिले. आपण कसे यशस्वी होऊ यापेक्षा आपण कसे अपयशीच ठरवले जाऊ यावर त्यांचा भर होता; पण कालांतराने अमेरिकेतच आपल्याला नशीब काढायचे आहे याची त्यांना जाणीव झाली; याशिवाय पर्याय नाही हे त्यांना कळले. जमेकाला परतण्याचे काही कारणच नव्हते. तिथे जाऊन काहीच उपयोग नव्हता. निव्वळ इच्छाशक्ती आणि प्रयत्नांच्या बळावर त्यांनी त्या अनामिक भीतीवर मात केली आणि समाधानाने आयुष्याची मार्गक्रमणा करू लागले. त्या भीतीखाली त्यांच्या आयुष्याची किती वर्षे त्यांनी वाया घालवली, हे त्यांचे त्यांनाच माहीत!

तुमच्या अपयशाचे किंवा या अवस्थेचे खापर दुसऱ्या कोणावर तरी फोडणे अगदी सोपे असते. तुम्ही कसा विचार करता, तुमच्या श्रद्धा कोणत्या आहेत, तुम्ही कसे काम करता, या सर्व गोष्टींसाठी तुम्ही स्वत:लाच जोपर्यंत जबाबदार धरत नाही तोपर्यंत तुमच्यातील या भीतीचा नाश होणार नाही. तेव्हा हे विचारांशी खेळणे सोडून द्या, तुमच्यातील धाडसरूपी सिंहाला जागे करा आणि जीवनमार्गावर कूच करा.

भीतीला शत्रू न मानता तिच्यावर प्रेम करा आणि तिला तुमच्या उन्नतीसाठी वापरा. ज्या गोष्टीला तुम्ही घाबरत आहात तिच्यावर मात केलीत, तर तुमच्या सुप्त शक्तीच्या मार्गातील एक मोठा अडसर दूर होणार आहे. तुमच्या त्या भीतीवर विजय मिळवल्यामुळे तुमच्यातील हुशारीला वाव मिळेल आणि तिची प्रभा आणखी फाकेल.

तुमच्या या भीतीवर मात करण्याचे अनेक मार्ग आहेत. पण नेहमीच छोटे-छोटे मार्ग आधी निवडा. त्यातला सगळ्यात उत्तम मार्ग म्हणजे लोकांपुढे व्याख्यान देणे किंवा थोडक्यात म्हणजे वक्ता बनणे. अशा लहान-लहान गोष्टींतून तुमचा आत्मविश्वास बळावत जातो. पायरी पायरीने तुमची वाटचाल तुम्हाला अधिकाधिक सोपी

होत जाते. धाडस ही एक सवय आहे, तिचा तुम्ही रोज सराव केलाच पाहिजे. लेखिका मेरी ॲन राडमाचर म्हणते की, 'धैर्याचा आवाज नेहमीच एखाद्या डरकाळीसारखा असेल असे नाही. म्हणजे ते नेहमी धडक मोर्चाच काढेल असे नाही. काही वेळा तो आवाज अगदी मंद, चिमणीसारखाही असेल. मी उद्या पुन्हा प्रयत्न करेन असे बारीक आवाजात तो पुटपुटेल. हळूहळू तोळ्या-माशानी तो आवाज वाढीला लागेल आणि अचानक एके दिवशी तुम्हाला जाणीव होईल की, भीतीवर आपण पूर्णपणे विजय मिळवलेला आहे. आणि आपल्यातून ती पूर्णपणे हद्दपार झाली आहे.

काही वेळा एका क्षणात नाश केला पाहिजे, अशीही भीती आपल्याला वाटू शकते. उदा. विमानातील प्रवास. त्या भीतीवर ताबडतोबच मात करावी लागते. अशा भीतीवर तुम्ही जेव्हा विजय प्राप्त करता तेव्हा होणाऱ्या अत्यानंदाला सीमा नसते. त्याच क्षणी तुम्हाला साक्षात्कार होतो की, आपण आता कुठल्याही भयगंडावर मात करू शकतो आणि सातत्याने भविष्यातही मात करत राहणार आहोत, मग ती भीती, ते भय कुठल्याही प्रकारचे असो. आपण कायमचे धैर्यवान बनलो आहोत.

तुमच्या श्रद्धा, विश्वास यांच्या मागे खंबीरपणे उभे राहण्यासाठी फार मोठे धैर्य लागते. मुख्यत: स्वत:साठीही. इतिहासात आजपर्यंत धाडसाने, खंबीरपणे उभे राहिलेल्या अशा अनेक महान व्यक्ती आपल्याला ज्ञात आहेत. महात्मा गांधी, मार्टिन ल्युथर किंग (ज्यु.), मदर तेरेसा इत्यादी. परंतु जगाला नेहमीच अशा धैर्यवान लोकांची गरज असतेच. तुमच्याबद्दल लोकांचे काय मत आहे? अर्थात संपूर्ण जगाला तुमचे धैर्य दाखविण्याची आवश्यकता नाही. तुमच्या 'स्वत:च्या' जगापासून सुरुवात करा. तुमच्या समाजासाठी, शाळेसाठी, संस्थेसाठी, कुटुंबासाठी आणि तुमच्या आयुष्यासाठी काय कराल?

ही एक माहितीवजा मनोरंजक दंतकथा ऐका. मध्ययुगात मौल्यवान खडे बसवून केलेल्या अंगठ्या हा दागिना समजला जात नव्हता. तर त्यांना मंत्रसिद्ध ताईत वापरणाऱ्याच्या जादूई शक्तीचे, त्याच्या निडरपणाचे आणि शक्तिमान असण्याचे द्योतक मानले जात असे. मोठमोठे सम्राट, राजे सत्ता आणि धाडसाचे प्रतीक म्हणून हिरे वापरू लागले. त्याचप्रमाणे

तुमची बुद्धिमत्ताही तुमच्या भोवतालच्या जगात तुमच्या नीडरपणाची आणि धैर्याची ग्वाही देऊ शकते. इतिहासातील इतर कुठल्याही थोर व्यक्तिमत्त्वांपेक्षा तुमचे तेज तिळभरही कमी नाही. फक्त या धैर्याचा म्हणावा तेवढा विकास अजून झालेला नाही, इतकेच!

ध्येयप्रवृत्त करणारा माईकेल प्रिटचार्ड हा वक्ता म्हणतो त्याप्रमाणे, 'जिथे तुमची नकारात्मकता वाढीला लागणार आहे, अशी भीती ही एक अंधारी खोली आहे. आपल्या भीतीच्याच अवगुंठनात आपण जेवढे राहू तेवढे आपले आयुष्य, आपण स्वत: आणि आपले भवितव्य अंधारात खितपत पडणार आहे.'

तुमच्याकडे डिजीटल कॅमेरा आहे ना? तर मग तुमच्या भवितव्याचा एक फोटो काढून बघा. तुम्ही आजपर्यंत जे नव्हता तसे बनण्याची मनस्वी इच्छा धारण करण्याची आणि ती प्रत्यक्षात आणायची शक्ती तुमच्यात आहे का? स्वत:च्या प्रगतीत अडथळा होऊन राहिलेली ही भीतीरूपी अंधारकोठडी उघडून, तुमच्या मनीषेप्रमाणे असणाऱ्या भवितव्यात पाऊल टाका आणि एक सुंदर, हुशार, तेजस्वी आणि निर्भय प्रतिमा घेऊन जीवन जगा.

वैयक्तिक मूल्यमापन

या प्रश्नांची उत्तरे द्या –

१) तुम्हाला भयंकर भीती वाटणाऱ्या तीन गोष्टी कोणत्या आहेत?

२) त्या तीन भीतींवर जर तुम्ही मात केलीत, तर तुम्ही कोण होणार आहात, काय होणार आहात आणि तुम्हाला काय प्राप्त करून घ्यायचे आहे?

३) जर तुम्ही तुमच्या आयुष्यात आमूलाग्र बदल घडवू शकणार असाल, तर जगरहाटीविरुद्ध जाऊन, पूर्ण धोका पत्करून तुमच्या श्रद्धांवर विश्वास ठेवून खंबीरपणे उभे राहण्याची धमक तुमच्यात आहे का?

जिवंत अनुभव – पुराव्यानिशी सिद्ध झालेला कूपरची सत्यकथा

मला अगदी समजायला लागल्यापासून आणि मला आठवतंय तेव्हापासून मला जेट विमान उडवण्याची जबरदस्त इच्छा होती. लहान असताना मला माहीत असलेल्या-नसलेल्या सर्व प्रकारच्या विमानांच्या प्रतिकृती मी बनवत असे आणि माझ्या खोलीतील तक्तपोशीला टांगून ठेवत असे. आमच्या गावातल्या विमानतळावर जाऊन तासन्‌तास बसत असे आणि वैमानिक झाल्यावर कसे वाटत असेल, याचे स्वप्न मी बघत असे. मी वैमानिक झाल्याच्या स्वप्नात मशगूल होत असे. परंतु मोठा झाल्यावर मला वैमानिक होण्यासाठी कसलेही प्रोत्साहन मिळाले नाही, कारण जीवनात 'यशस्वी' होणारे लोक जगण्यासाठी विमान उडवत नसतात. असे यशस्वी लोक उद्योगधंदे करतात. पुढे मी कॉलेजला जाईपर्यंत माझे वैमानिक होण्याचे स्वप्न पूर्णपणे कोमेजून गेले होते.

'उत्तम बायको मिळणे हे सुदैव, नाहीतर तीच दुर्दैवाची नांदीही असते' अशा अर्थाची एक म्हण आहे. माझी बायको ही नि:संशय माझ्या आयुष्यात सुदैवानेच आली. माझे वैमानिक होण्याचे स्वप्न पूर्ण होण्यासाठी तिने, लग्नाची भेट म्हणून मला वैमानिक प्रशिक्षणाचे धडेच दिले आणि त्यानंतर मला माझे जीवनाभिधानच मिळाले. माझ्यातल्या वैमानिक होण्याच्या नैसर्गिक कौशल्याला धुमारेच फुटले म्हणा ना! मला अगदी सहजपणाने विमान चालवता येऊ लागले. आता मी जेव्हा विमान चालवतो, तेव्हा मला उत्साही वाटते. मी 'काहीतरी' करण्यात गुंतलोय असे वाटते आणि आपण योग्य जीवनमार्गावर चाललोय असेही वाटते. आता विमान चालविणे, हा उदरनिर्वाहाचा पर्याय ठरेल का असा विचार मी करू लागलो; पण त्यात अनेक धोके मला दिसत होते. वैमानिकाला मिळणाऱ्या तुटपुंज्या पगारात आमचे भागेल का? (लोकांच्या समजुतीच्या विरुद्ध, वैमानिकाला अगदी अपुरा कमी पगार असतो.)

वैमानिकांच्या वेगवेगळ्या पाळ्यांमुळे आमच्या वैवाहिक जीवनावर काही वाईट परिणाम होणार नाही ना? सारखा एवढा प्रवास करावा लागल्यामुळे, एक वडील म्हणून मी कुठे कमी पडणार नाही ना? या सर्व भीतीमुळे मी निर्णय घ्यायला धजावत नव्हतो.

अखेरीस अशी एक वेळ आली की, पुढील आणखी तीस वर्षे या एकाच टेबलवर बसून काढण्याचा विचार मला असह्य होऊ लागला. वैमानिक होण्यासाठी मी काय काय केले, ह्या विचारापुढे तर ते अधिकच असह्य झाले. माझ्या वैमानिकाच्या जीवनचर्येतदेखील आम्ही व्यवस्थित राहू शकू इतपत माझ्या वैवाहिक आणि कौटुंबिक जीवनात स्थैर्य आले होते. माझी बायको आणि मुले ह्या तर माझ्या उत्साहमूर्तीच होत्या. पुढील दोन वर्षे माझ्या दिवसभराच्या कामाच्या मोबदल्यात मी दैनंदिन खर्च भागवू लागलो आणि प्रत्येक सप्ताहाअखेरीस नव्वद मैल लांब असणाऱ्या एका विमानतळावर कामाला जाऊ लागलो. तिथे स्कायडायव्हर्सना विमानातून उड्या मारायला घेऊन जायचे काम मी करत होतो. विमानतळावरच्या हँगरमधील साध्या हवा भरलेल्या गादीवर दर शनिवारी रात्री मी झोपत असे. सप्टेंबर, २००१मध्ये विभागीय विमान कंपनीत नोकरी लागण्याइतकी शैक्षणिक अर्हता मी मिळवली होती. आणि... आणि ११ सप्टेंबरची ती दुर्घटना घडली, या ९/११चा इतर हजारो लोकांवर जेवढा परिणाम झाला तेवढा माझ्यावर खचितच झाला नाही. विमान कंपन्यांचे विश्व मुळापासून उखडले गेले आणि या भयानक हादऱ्यामुळे हजारो वैमानिकांचे भविष्य एकतर पूर्णपणे नष्ट झाले किंवा त्यांची कारकिर्द पूर्ण अडचणीत आली. मीसुद्धा आयुष्यभर जपलेल्या स्वप्नपूर्तीच्या इतक्या जवळ आलो होतो, त्यासाठी मी जंग-जंग पछाडले होते, ते स्वप्न कदाचित कायमचेच चक्काचूर झाल्याचे पाहताना मला फार मोठा धक्का बसला. याआधीही नोकरी सोडून देण्याचा विचार माझ्या मनात अनेकदा डोकावून गेला होता, पण माझ्या अर्धांगिनीने मला त्यापासून परावृत्त केले होते. ती मला

नेहमी विचारत असे की, आपल्या मुलांपुढे आपण काय आदर्श ठेवणार आहोत?' मग मी एक पाऊल मागे घेत असे. दुसरा काही मार्ग सुचतो का, ते चाचपून पाहत असे. मग काहीतरी मार्ग काढून पुढे जात असे.

सरतेशेवटी तीन वर्षांनंतर वैमानिकांची मागणी येऊ लागली. आज माझ्या हातात पाच जणांची बोलावणी आहेत. २०००० डॉलर्स पगार. दुसऱ्या शहरात आणि आव्हानात्मक पाळ्या (२४ X ७). तरीही, मी तुम्हाला खरं सांगतो, या नोकऱ्यांना नकार देताना मला खूप धैर्य आणि विश्वास पणाला लावायला लागला. मी त्यांना नकार का दिला? कारण माझ्या कुटुंबाच्या दृष्टीने त्या नोकऱ्या योग्य नव्हत्या. तुम्ही तुमची हुशारी/बुद्धिमत्तेवर एकट्याने निर्णय घेऊ शकत नाही. तुमच्या अशा निर्णयाचा परिणाम इतरांवरही होत असतो. तुमच्या देवदत्त गुणांचा आणि हुशारीचा अशा एकतर्फी निर्णयासाठी वापर करणे योग्य नाही. कुटुंबाची भविष्यातील गरज आणि माझे स्वप्न यांची सांगड घालणारी वैमानिकाची नोकरी माझ्याकडे चालत येईल, असा विश्वास मला आहे. असा रोमहर्षक दिवस जेव्हा येईल तेव्हाही उत्तम पगाराच्या नोकरीवर लाथ मारून, एका नवीन जीवनपद्धतीचा स्वीकार करायला आणि एका नव्या विश्वात प्रवेश करायलाही मला धैर्याचीच गरज लागणार आहे. हे सर्व कसे होईल, यासंबंधातही माझ्या मनात खूप भीती आहेच. पण यापुढे ती भीती मला रोखू शकणार नाही. माझ्या जीवनाचे ध्येयवाक्यच हे आहे की, जेव्हा आणि जसा प्रसंग समोर उभा ठाकेल, त्याला पार करून मी पुढे जाईनच.

यशस्वी आणि तेजस्वी आयुष्य सहजगत्या वाट्याला येत नसते. तुम्ही भविष्यातला फार लांबचा विचार केला तर तुम्हाला, आपण तिथे कधीच पोहोचणार नाही असे वाटेल. परंतु हळूहळू एकेक पाऊल उचला. त्या लहान टप्प्याचा, यशाचाही आनंद घ्या. लक्षात ठेवा, आपल्या हुशारीचा / बुद्धिमत्तेचा आविष्कार करणे, हा लांबचा प्रवास आहे (ती मॅरेथॉन स्पर्धा आहे.). फक्त १०० मीटरची औट घटकेची स्पर्धा नव्हे.

हिऱ्याला झळाळी द्या

पुढील तीन पायऱ्या चढून तुमची पात्रता वाढवा आणि धैर्यरूपी सिंहाला जागृत करा.

१. तुम्हाला पूर्वी कशाची भीती वाटत असे आणि तिच्यावर तुम्ही कशी मात केलीत? त्या अनुभवातून तुम्ही कोणते धडे घेतलेत, ते लिहून काढा. त्यांचा उपयोग करून सध्याच्या आणि भविष्यातील भीतींचा तुम्ही कसा नायनाट कराल तेही लिहून ठेवा.

२. शांत वेळी (दिवसाची सुरुवात होण्यापूर्वीची पंधरा मिनिटे) तुमची भीतीची धार कमी करा आणि धैर्य वाढवा. तुम्हाला जे करायचे आहे, या विषयीची इच्छाशक्ती वाढवा. त्या भीतीतून बाहेर पडल्यावर कसे वाटते, त्याची कल्पना करा.

३. अस्सल जीवन जगण्यासाठी कुठल्या भीतीवर मात करायची आहे, यावर विचार करा आणि ते लिहून काढा. त्यावर विजय कसा मिळवायचा याची योजना आखा आणि तीही लिहून ठेवा.

मौक्तिक

आपण जो तेजस्वी हिरा होणार आहोत, त्याच्या दीप्तिमानाच्या शक्तीलाही आपण घाबरतो.

पैलू : शब्दसंपत्ती समृद्ध करा

''आपणच भाषेला आकार दिला आणि आपणच तिचे स्वामी आहोत अशा प्रकारे माणूस वागत असतो; पण प्रत्यक्षात भाषा हीच माणसाची स्वामिनी असते.''
– मार्टिन हेडिगर, जर्मन तत्त्वज्ञ

'द केम्ब्रिज एनसायक्लोपीडिया ऑफ द इंग्लिश लँग्वेज'च्या मतानुसार इंग्रजी भाषेत सुमारे दहा लाखांहून जास्त शब्द आहेत. परंतु आपण त्यांपैकी फक्त दोन हजार/अडीच हजार शब्दच वापरतो. एवढ्या शब्दसंग्रहाच्या मानाने हे प्रमाण अगदीच नगण्य आहे. रॉबिन्स रिसर्च इन्स्टिट्यूटच्या मते, आपल्या दैनंदिन आयुष्यात दोनशे/तीनशे शब्द नेहमीच्या सवयीचे असतात आणि त्यांचाच वापर आपण आपल्या संभाषणात करत असतो आणि तीच आपली ओळख असते.

'भाषा' ही मनाची एक आज्ञावली आहे. त्यानुसार एका विशिष्ट कामासाठी आपण त्या भाषेचा एक अवजार म्हणून उपयोग करतो. 'शब्द' तुमच्यापुढे चित्र साकारतात. शब्दांमध्ये तुम्ही तुमचे विचार प्रकट करता आणि भावना पोहोचवता.

उत्तम शब्दांच्या प्रभावी वापराने माणसांना कार्यप्रवण करता येते आणि निर्जीव शब्द लोकांना कार्यापासून परावृत्त करतात आणि सामान्यच राहतात.

तुमचे शब्दसामर्थ्य वाढविण्यासाठी आणि शब्दसंपत्ती वाढविण्यासाठी मी तुम्हाला आवाहन करीत आहे, त्यायोगे तुम्ही तुमच्या इप्सित

कार्याचा वेग वाढवणार आहात, कूर्मगतीतून चित्त्याच्या वेगात तुमचे संक्रमण होणार आहे. कसे? खरी जिवंत भाषा वापरून. शब्दातील शक्तीचा वापर करून. शक्तिशाली शब्दसंपत्ती तुमच्या जीवनातील अत्यंत महत्त्वाचा जीवनरस आहे. जिवंत शब्द तुमच्या भावनांना आकाशाला गवसणी घालायला लावतात. शक्तिहीन माणसाला शक्तिशाली बनवतात. तुमच्या एका शब्दोच्चाराने मृताला संजीवनी मिळू शकते. 'जीवन आणि मरण तुमच्या बोलण्याच्या शक्तीवर अवलंबून असते.' अशा आशयाची एक म्हण आहे. जीवनाला उभारी मिळेल अशा पद्धतीनेच हुशार लोक बोलतात. आपण जीवनाला उभारी आणणारी आणि निरस करणारी काही वाक्ये पाहू.

जीवनाला निरस करणारे बोल	जीवनाला उभारी देणारे बोल
हे जाणून घेण्यासाठी मी अगदी मरतोय.	हे जाणून घ्यायला मला खूप आवडेल.
हे माझा अंत पाहतेय.	मी यावर मात करेन.
हे करण्यासाठी मी योग्य आहे, असे मला वाटत नाही.	ही संधी घेण्यासाठी मी अगदी योग्य व्यक्ती आहे.
माझ्याकडे पुरेशी साधनसामग्री कधीच नसते.	माझ्याकडे सर्व गोष्टी अगदी मुबलक आणि पुरून उरणाऱ्या आहेत.
मी जीवनात अगदी सैरभैर झालो आहे.	माझा जीवनरथ चौखुर उधळत आहे.

हुशारीचा योग्य वापर करून जगणाऱ्या लोकांत एक धागा समान असतो. त्यांच्या सुंदर भाषावैभवाचा कौशल्यपूर्ण वापराने स्वत:मध्ये तर ते पूर्ण बदल घडवून आणण्याचा प्रयत्न करतातच पण आपल्या भोवतालच्या जगाकडे बघण्याचा स्वत:चा दृष्टिकोनही ते बदलवतात.

तुमच्या बुद्धीनुसार तुम्ही जे-जे बोलता त्यापुरते तुमचे जग सीमित असते. विसाव्या शतकातील तत्त्वज्ञ लुडविग जोसेफ जोहान विटगेनस्टेन त्याबाबत असे म्हणतात की, ''माझ्या भाषेची सीमा हीच माझ्या

आयुष्याची सीमा आहे.'' तुमच्या शब्दांतून तुमच्या श्रद्धा किंवा विश्‍वास दृग्गोचर होत असतो. तो विश्वास तुम्हाला निर्णयाप्रत नेतो. तुमच्या निर्णयांना फळे लगडतात – काही चांगली, काही वाईट. तुमच्या भाषेवर/बोलीवर सगळे अवलंबून असते.

हे सर्व मला कसे माहिती असे तुम्हाला वाटेल ना? बरीच वर्षे, मला अगदी अल्प प्रमाणात स्वाभिमान, स्वत्वाची जाणीव होती. मी आर्थिक आणि मानसिकदृष्ट्या अगदी कोलमडून गेलो होतो. सर्व उत्तम संधी, आरामशीर नोकऱ्या, विकासाच्या वाटा आणि सर्व सुखसोयी विशेष प्रसिद्ध लोकांना मिळाल्या आहेत, असा विश्वास मला वाटत होता. प्रगतीचे सर्व मार्ग खुंटले आहेत, विकासाचे सारे मार्ग बंद झाले आहेत, मी सर्वसाधारण दर्जाची शर्यतसुद्धा हरणारच आहे, मी अगदी विरुद्ध मार्गाने प्रवास करतो आहे, मी कुठल्याही उच्च कुळाचा वारसदार नाही किंवा उच्चशिक्षितही नाही, असे मला सतत वाटत होते. मी जे-जे काही करत होतो, ते कोणीही स्वीकारत नव्हते, मग मी आता प्रयत्न करून तरी काय फायदा होता? मी सोडून बाकी सर्व जण माझ्यापेक्षा खूप वरचढ आहेत, हेच मी माझ्या मनाशी सारखे घोकत होतो. हळूहळू ह्या गोष्टीबाबत माझी खातरी पटली आणि मग त्या विश्वासाचे सत्यात रूपांतर झाले. माझ्यातल्या या कल्लोळाने माझ्या यशाचा गळाच घोटला. माझ्या यशाचे श्रेय घ्यायलाही मी घाबरू लागलो, न जाणो; उद्या एखादे अपयश माझ्या वाट्याला आले, तर त्याचे खापर मी दुसऱ्यावर फोडू शकणार नव्हतो, ती जबाबदारी मलाच घ्यावी लागली असती, याची मला प्रचंड भीती वाटू लागली.

या खोल गर्तेत मी स्वत:ला लोटून माझ्याकडेच बघत असताना, एके दिवशी, मला कुणीतरी एका अभ्यासवर्गाला बोलावले आणि तोच क्षण माझ्या जीवनाला पूर्ण कलाटणी देणारा ठरला. द विझ्डम् सेंटरचे संस्थापक डॉ. माईक मर्डोक त्या दिवशीचे वक्ते होते. डॉ. मर्डोक यांनी जीवनातल्या काही गूढ सत्यांवर प्रकाश टाकला आणि माझ्या डोळ्यांतही त्याचे झणझणीत अंजन पडले. या सर्व घोटाळ्यांना मीच कारणीभूत आहे, 'दुसरे' कोणीही नाही ह्याची मला सर्वप्रथम जाणीव झाली, (जी अर्थातच मीही मान्य केली.) माझ्या हेही लक्षात आले की, जोपर्यंत मी माझ्यातील कमीपणाचे गोडवे आणि शक्तिहीन करणाऱ्या मानसिकतेची

गाणी गाणे बंद करणार नव्हतो, तोपर्यंत ते तसेच चालू राहणार होते.

डॉ. मर्डोकांनी प्रत्येकाला घरी गेल्यानंतर साठ सेकंद म्हणता येईल, असे एखादे जिंगल (नादयुक्त कविता) तयार करायला किंवा स्वत:शीच एक कबुलीजबाब लिहायला आणि पाठ करायला सांगितले. मी लिहिलेली ती कविता अशी होती :

- मी भव्य-दिव्य वाटेवर चाललो आहे. मी एकमेवाद्वितीय आहे. जगाने कधीही न बघितलेली मी व्यक्ती आहे आणि पुढेही माझ्यासम कोणी होणार नाही. माझा जन्म महान कार्ये करण्यासाठीच झालेला आहे.
- मी नेहमीच अद्वितीय आहे, होतो आणि असेन. मी महान होणार आहे, हे विधिलिखितच आहे. ते मी जन्माला आलो तेव्हाच निश्चित झाले होते. माझ्यावर देवाची मेहेरनजर झालेली आहे.
- या जगातील लाखो लोकांचा प्रेषित म्हणूनच मी या पृथ्वीतलावर अवतरलो आहे. नवरा म्हणून, वडील म्हणून, वक्ता म्हणून, लेखक म्हणून, उद्योजक म्हणून, दानशूर म्हणून आणि जीवनाला आकार देणारा गुरू म्हणून यशस्वी होण्यासाठी माझा जन्म झाला आहे.
- मी उत्साहमूर्ती आहे.
- मी आनंदी आणि जागृत आहे.
- माझ्यातील जीवनरस संसर्गजन्य आहे.
- मी सच्चा आहे.
- मी भावनाप्रधान आणि भावनांनी ओतप्रोत आहे.
- मी तेज:पुंज आहे.
- मी बुद्धिमान आहे.
- मी सर्जनशील, हुशार आहे.
- व्यावसायिक वक्ता म्हणून मला भरपूर मागणी आहे.
- मी त्या परमेश्वराचेच लेकरू आहे.
- मी नेता आहे.
- मी विचारी आहे.
- मी आर्थिकदृष्ट्या स्वतंत्र आहे.
- मी संचालक मंडळाचा अध्यक्ष आहे.
- मी अत्यंत विश्वासू आहे.

- मी अंतर्बाह्य समृद्ध आहे.
- मी आकर्षक आहे.
- मी अत्यंत कष्टाळू आहे.
- मी घेतलेले काम तडीला नेणारा आहे.
- मला मिळालेल्या देवदत्त देणगीमुळे, माझे प्रत्येक स्वप्न, इच्छा तडीस जाण्यासाठी, प्रत्यक्षात साकार होण्यासाठी, तिन्ही लोक मला मदतीचा हात देतील. मला वाटेल ती प्रत्येक गोष्ट मी करू शकणार आहे. मला या जगातील सर्व गोष्टींचा उपभोग घ्यायचा आहे. या क्षणाच्या आधारे मी माझ्या जीवनाचा पूर्ण आस्वाद घेणार आहे!

हे लिहिल्यानंतर माझ्या जीवनात संपूर्ण कायापालट झाला. तुम्हीही असा तुमच्या आयुष्याचा कायापालट करू शकता. तुम्हाला तुमचे भवितव्य बदलायचे आहे ना? मग तुमच्या 'आज'च्या जीवनाचे अवलोकन करा. तुमचे आताचे मिळणारे परिणाम बदलायचे असतील, तर तुमच्या संभाषणाची भाषा बदला. तुमचे शब्दवैभव वाढवा. या नवीन जीवनाची नवीन भाषा वापरा. जुनी भाषा टाकून द्या. जुने जाऊ द्या मरणालागुनी! तुमच्या बोलण्यातून, मनातून नैराश्यपूर्ण विधाने तडीपार करा. जीवनाला सकारात्मक बनवा आणि बघा कसा चमत्कार घडतो ते!

तुम्ही भविष्यातील देवदूत आहात, प्रेषित आहात. तुम्ही उच्चारलेला प्रत्येक शब्द ह्या विश्वात क्रियाशील ऊर्जा निर्माण करणार आहे आणि तुमच्या भवितव्याचा आलेख लिहिणार आहे. अर्थपूर्ण आणि आश्वासक शब्द/भाषा, नवीन कल्पना, नवीन विचार, तुमच्यामध्ये नवे स्फुल्लिंग चेतवण्याच्या कामी महत्त्वाचा दुवा ठरतात. त्यायोगे तुमच्या हुशारीलाही नवीन धुमारे फुटतात.

वैयक्तिक मूल्यमापन

या प्रश्नांची उत्तरे द्या –

१) तुमच्या बोली भाषेत नेहमीच्या सवयीचे शब्द कोणते आहेत?
२) तुमची भाषा, तुमचे बोलणे तुमच्या ध्येयापर्यंत जाण्यास

तुम्हाला मदत करतात की, त्यापासून दूर नेतात?

३) जिच्यामुळे तुमचे भविष्य धोक्यात येईल, अशी पूर्ण अश्लाघ्य भाषा तुम्ही वापरत होतात का?

जिवंत अनुभव – पुराव्यानिशी सिद्ध झालेला अनिताची सत्यकथा

मी तेरा वर्षांची होईपर्यंत माझी छान वाढ होत होती. मी एक सुंदर, आनंदी मुलगी होते. पण शाळेत, मित्रमंडळींत आणि मुख्य म्हणजे आत्मविश्वासात मी मार खात होते. त्यानंतर माझ्यावर लैंगिक अत्याचार झाला.

या अत्याचाराचा परिणाम एवढा भयानक असतो की, माणसाची सर्व चेतनाच नाहीशी होते. दोन स्वार्थी आणि पाशवी माणसांच्या दुर्दैवी अत्याचारामुळे माझा माझ्या क्षमतेवरचा विश्वास उडाला, हे निस्संशय. मी माझ्यावरच चिडले होते. मी माझाच तिरस्कार करत होते. माझ्या छातीचा उभार दिसू नये म्हणून मी पोक काढून चालू लागले. माझा आत्मविश्वास खचला होता. मला माझीच काही किंमत वाटत नव्हती. आजपर्यंत तो विश्वास पुन्हा मिळवण्यासाठी मी झगडत होते.

माझ्या आयुष्याच्या उमेदीच्या काळात झालेल्या या निष्ठुर हल्ल्यातूनही मी माझे जीवन कसेतरी पुढे नेत होते. तरीही मी अशा अर्थाने थोडीतरी नशीबवान होते की, माझ्या घरात आणि शाळेत सहानुभूतिपूर्वक संरक्षित वातावरण माझ्या वाट्याला येत होते. उदा. माझी आई. तिला माझ्याकडून खूप अपेक्षा होत्या आणि तिचा माझ्यावर पूर्ण विश्वासही होता.

कधीकधी माझी आईदेखील वाईट-साईट आणि ऐकवत नव्हते, अशा पद्धतीने बोलायची. तिनेही तिच्यावर लहानपणी अनेकवार झालेल्या लैंगिक अत्याचाराविरुद्ध मन मारून सारे मनात दाबून टाकले होते. आता मागे वळून पाहताना मला जाणवते की, तिलाही ती मला दुखावते हे जाणवत होते, पण

ते का हे तिच्या लक्षात येत नव्हते. आयुष्यातील सगळ्यात महत्त्वाची गोष्ट म्हणजे कुणाची तरी आई होणे, जबाबदार पालक होणे, पण त्यासंबंधी आम्हाला काही शिकवले जात नाही. तरीही माझ्या आईने भूतकाळाच्या काळ्या सावल्या बाजूस सारून तिला जेवढे शक्य होते, तेवढे माझ्यासाठी केले. तिने माझ्या उत्साहावर, चेतनेवर कधीही घाला घातला नाही की, ते कमी होऊ दिले नाही. जीवनातील ताणतणावांमुळे तिचे ते वाईट-साईट बोलणे होत होते, इतके ते साधे आणि सरळ होते. पण ते सर्व कळण्याइतकी मी मोठी नव्हते, त्यामुळे मी दुखावली जात होते आणि त्याचा परिणाम म्हणून माझ्या आत्मविश्वासाबाबत मलाच शंका येत होती.

आपल्या बालपणावरच आपले भविष्य अवलंबून असते. माझ्या मुलीवर माझे प्रेम आहे आणि तिच्यावर माझा पूर्ण विश्वासही आहे, हे मी तिला दररोज सांगत असते. तिच्या आत्म्यावर, चेतनेवर कुणीही घाला घालू नये अशी मी दररोज देवाकडे प्रार्थना करत असते. मला कुठल्या भयानक मानसिक अवस्थेतून बाहेर यावे लागले, हे तिला माहीत नाही. ती जीवनासक्तीने पूर्णपणे भारलेली आहे. इतर कुठल्याही लहान मुलाप्रमाणे तिनेही जीवनात नेहमी आत्मविश्वासू आणि स्वावलंबी असावे, असेच मला वाटते. तिचा तो हक्कच आहे. तिच्यामध्ये खूप क्षमता आहे. एक जबाबदार पालक म्हणून माझ्या शब्दसामर्थ्याचा मी उपयोग करते आणि तिला प्रोत्साहित करते. तिला मार्गदर्शन करायला मला खूप आवडते.

मी बाल अत्याचारातून वाचलेली बळी आहे, हे जेव्हा लोकांना कळते तेव्हा त्यांना खूप आश्चर्य वाटते. अर्थात तशी मी दिसतही नाही. मी एका कष्टाळू, सधन आणि एकसंध कुटुंबातून आलेली आहे. मी एक मॉडेल होते. मी उच्चशिक्षित आहे आणि आता मी एक पूर्ण व्यावसायिक अधिकारी म्हणून एका आरोग्यधामात काम करते आहे.

तर मी या आव्हानात्मक अनुभवातून यशस्वी कशी झाले? माझ्यावर पूर्ण विश्वास असलेल्या माझ्या जवळच्या लोकांच्या

प्रोत्साहनामुळे आणि पाठिंब्यामुळे! माझ्या आईने माझ्यावर खूप जिवापाड प्रेम केले आणि दिवसभरात शक्य होईल, तेव्हा ती मला ते बोलूनही दाखवायची. त्या शब्दसामर्थ्यानेच माझा आत्मविश्वास, माझे स्वत्व पुन्हा मिळवून द्यायला मदत केली. साधे चारच शब्द प्रचंड परिणाम साधू शकतात. ते शब्द म्हणजे 'माझा तुझ्यावर पूर्ण विश्वास आहे.' एका असुरक्षित आणि भित्र्या प्रौढ व्यक्तीचा कायापालट होण्याचे कारण म्हणजे लोकांचा माझ्यावरचा विश्वास आणि स्वत:वर विश्वास ठेवायला पुन्हा शिकणारी मी स्वत:! माझा छानसा नवरा, हुशार मुलगी, मित्रमंडळी, माझे वरिष्ठ, माझे कुटुंबीय त्यांना मी खूप मानते. ते सर्व जण कधीही चुकणार नाहीत, हेही मला समजले आहे.

माझ्या हुशारीचा काही हिस्सा माझ्या चिकाटीला आणि निश्चयी स्वभावाला आहे. माझ्यापुढे मी निश्चित ध्येये ठेवलेली असतात आणि मी माझ्या स्वप्नांपासून आणि माझ्यापासून कधीही फारकत घेत नाही. माझी कविता, त्यातील आशावाद मी नेहमीच, मुखोद्‌गत करून आठवत राहते. भीतिदायक आणि मन दडपून टाकणारी आव्हाने मी स्वीकारत आले आहे. एकदा का तुम्ही एखादी गोष्ट करण्याचे मनापासून ठरविले असेल, तर ते तुम्ही नक्की करता असे जे मी ऐकले आहे, ते खरेच आहे.

मी यशाच्या शिखरावर आहे. यशाच्या पलीकडे यश मला मिळाले आहे. माझ्या क्षमतांचा आणि त्याहीपेक्षा महत्त्वाचे म्हणजे माझ्या आत्मविश्वासाचा शोध मला पुन्हा लागला आहे.

हिऱ्याला झळाळी द्या

पुढील तीन पायऱ्या चढून तुमच्या हुशारीला झळाळी द्या आणि तुमचे शब्दवैभव वाढवा.

१. तुमचे स्वत:संबंधीचे वर्णन करतील, असे तुमचे आवडते दहा शब्द सांगा. तुमचे ध्येय सांगतील, असे शब्द सांगा.
२. तुमच्या वाढीच्या वयात तुम्हाला निराश करणारे शब्द किंवा

वाक्ये (बोलणे) तुम्हाला लोकांनी ऐकवले असतील, त्यांच्यावर विचार करा. त्याच्या नेमकी विरुद्ध व तुमचे मनोधैर्य उंचावतील, अशी वाक्ये लिहून काढा. उदा. तू 'अगदी करंटा आहेस'च्या विरुद्ध 'मी अत्यंत योग्य विजेता आहे.'

३. तुम्ही स्वत:संबंधी एखादे जिंगल किंवा वचननामा लिहा. तुमच्यातील हुशारीला उजाळा देतील किंवा आठवण करून देतील, असा तीन ते पाच वाक्यांत मावणारा संदेश खाली दिलेल्या मोकळ्या जागेत लिहा. हा महत्त्वाचा प्रयोग करताना, मदतीसाठी, चेरिल रिचर्डसनच्या 'स्टॅन्डअप फॉर युअर लाइफ'ची एक प्रत जवळ ठेवा. त्यामुळे तुमच्यातील महत्त्वाच्या क्षमतांचा शोध लागण्याच्या दृष्टीने मदत होईल. त्यातून तुम्हाला नवीन, स्वत:ची पत वाढवणारी धोरणे ठरवता येतील.

मौक्तिक

उच्च शब्दवैभवाच्या साहाय्याने तुमचे भवितव्य उज्ज्वल घडवा!

पैलू : चांगल्या सवयी जोपासा!

"मित्रा, सवय ही बऱ्याच काळाच्या सरावाने लागते आणि शेवटी त्या सवयीला माणसापासून वेगळे करता येत नाही."
– इव्हॅनस, पुरातन ग्रीक कवी

लोक मला नेहमी विचारतात की, माझी नोकरी सोडल्यानंतर अवघ्या दोन वर्षांपेक्षा कमी वेळात, मी माझ्या उद्योगाचा एवढा प्रचंड डोलारा कसा काय उभा करू शकलो. तर, आज मी तुम्हाला यामागचे एक गुपित उघड करून सांगणार आहे.

मागच्या प्रकरणात वर्णन केलेला माईक मर्डोकचा अभ्यासवर्ग तुम्हाला आठवतोय ना? मग ठीक आहे. तर मर्डोकने सांगितलेली आणखी एक शहाणपणाची गोष्ट सांगतो. त्याने सांगितले होते, "तुम्ही तुमचे भवितव्य ठरवू नका. तुम्ही तुमच्या सवयी, तुमचे वळण ठरवा. त्या सवयी तुमचे भविष्य ठरवतील." तो पुढे असेही म्हणाला, "तुमच्या दैनंदिन कामकाजात तुमचे भविष्य लपलेले आहे."

साध्यासुध्या भासणाऱ्या या विधानांमुळे मी बुचकळ्यात पडलो आणि मग त्या विधानांच्या सत्यतेची छाननीच करण्याचे मी ठरविले.

तुम्हाला मागच्या प्रकरणात सांगितलेली ती कविता, तो वचननामा मी मोठ्यांदा वाचू लागलो – अगदी दररोज. ती मला सवयच लागून गेली. पहिल्या पहिल्यांदा ते तसे 'म्हणणे' मला कसेसेच वाटत असे, पण नंतर-नंतर मी जे काही म्हणतो आहे, त्यावर माझी श्रद्धा जडली.

माझा त्यावरचा विश्वास वृद्धिंगत होऊ लागला. मग मी माझ्या मनाची बैठक बदलली. त्या शक्तिशाली शब्दांतील आणि ऊर्जायुक्त सुरांतील चैतन्य मी साऱ्या विश्वात पसरू लागलो. ते शब्द, ती ऊर्जा माझ्या आत्म्याशी तादात्म्य पावली होती. तुम्हाला स्वत:ला जेव्हा तुम्ही यशस्वी होणारच असा ध्यास लागतो, तेव्हा तसे न घडण्याचे काही कारणच उरत नाही.

माझ्या जीवनात बदल होण्यासाठी, त्या कवितेचे गुंजन दररोज करणे, हे दिवसाची उत्तम सुरुवात करण्याचे एक साधनच बनून गेले. मग मी हाताच्या बाह्या सरसावून कामाला लागत असे. सकाळी अगदी लवकर उठून दिवसभराच्या कामाची रूपरेषा, कुठल्या ग्राहकांना भेटायचे त्याची यादी किंवा माझ्या पहिल्या पुस्तकाचे एखादे प्रकरण लिहिणे यासाठी पंधरा मिनिटांचा वेळ देऊ लागलो. पूर्वी मी माझी सकाळची आन्हिके (अंघोळ, दाढी इ.) जेमतेम उरकून कामावर जाण्याइतपत, वेळेवर उठत असे. माझी ही लवकर उठण्याची सवय मी हेतुपुरस्सर वाढीला लावली आणि थोड्याच दिवसांत पंधरा मिनिटांऐवजी मी तीन तास आधी उठू लागलो. थोडक्यात मी अगदी काया-वाचा-मने करून माझी स्वप्ने प्रत्यक्ष साकार करण्यासाठी माझा वेळ कारणी लावू लागलो. तर मला काय सांगायचंय? मी जेव्हा सतरा वर्षांचा होतो तेव्हापासून म्हणत आलोय की, मला साऱ्या विश्वाशी संपर्क साधायचा आहे; पण असे नुसते तोंडाने म्हणणे हे वेगळे आहे आणि प्रत्यक्ष त्याप्रमाणे आचरण करणे, ही पूर्णतया वेगळी गोष्ट आहे. त्यानंतर पूर्ण पंधरा वर्षांनी, माझ्या वयाच्या बत्तिसाव्या वर्षी, मी माझ्या म्हणण्यानुसार प्रत्यक्ष कृती करू लागलो. माझा वचननामा (कविता) आणि त्याला साजेशी कृती हीच माझी महत्त्वाची साधना होती. तुमचा विश्वास बसो की न बसो, माझ्या कृतीला फळे आली. या माझ्या स्वत:च्या अनुभवावरून माईक मर्डोकच्या म्हणण्याला दुजोरा मिळाला. तुमच्यात वसलेल्या सवयी, त्यांचे दैनंदिन आयुष्यातले आचरणच तुमचे भवितव्य घडविते. तोच त्याचा पाया आहे.

एखादी कृती वारंवार करण्यानेच माणसाचे वर्तन घडत असते. हे वर्तन, त्यातील सवयी बदलायच्या असतील, तर तुम्हाला त्यांचा पुनर्विचार करावा लागतो, त्यांचीही सवय लावायला लागते. ही नवी

वर्तनपद्धती वारंवार, अनेक वेळा अमलात आणावी लागते, तेव्हा कुठे नवा पायंडा तुम्ही पाडू शकता. अर्थातच ही नवीन सवय जेवढ्या वेळा आणि जितके जास्त दिवस तुम्ही अमलात आणता तेवढ्या प्रमाणात त्याचा परिणाम तुम्हाला जाणवू लागतो. कुठलीही नवीन सवय लागायला किमान तीस दिवसांचा अवधी लागतो असे म्हटले जाते, तरीही त्या बदलाचे पक्क्या सवयीत रूपांतर व्हायला किमान तीन ते सहा महिने लागतातच असे संशोधन सांगते. तुमच्यातला बदल जेव्हा इतरांना जाणवायला लागेल, तेव्हाच खरे तर अशा प्रकारे त्या बदललेल्या वर्तनाचे सवयीत रूपांतर होत असल्याचे तुमच्याही लक्षात येईल.

उच्च प्रतीच्या, अभिरुचीच्या सवयी अंगात बाणवणे आणि त्यायोगे आपले जीवनमान उंचावणे, ही एक फार अवघड गोष्ट आहे. अशा सवयी आणि तसेच आचरण तुम्हाला तुमच्या ईप्सित कार्यात फार लवकर आणि वेगाने पुढे नेईल. अशा उच्चतम सवयी आणि आचरण तुमच्या अंगभूत सुप्त हुशारीला आणि बुद्धिमत्तेसाठी भरपूर वाव निर्माण करतात. कमी प्रतीच्या आणि फालतू सवयी मात्र तुमचा शक्तिपात करतात, तुम्हाला निरुत्साही करतात आणि तुमच्या प्रगतीला बाधा आणतात.

अशी उच्चतम आणि पहिल्या क्रमांकाची सवय कुठली? तुमचा तो वचननामा – कविता दिवसभर अगदी आतासुद्धा न चुकता म्हणा. सकाळी-संध्याकाळी दिवसातून दोनदा... एवढेच काय, जेव्हा वेळ मिळेल तेव्हा अगदी गाडीत बसल्या-बसल्या देखील त्याची उजळणी करा. ते शब्द मोठ्याने उच्चारा, म्हणजे त्याच्या प्रतिध्वनीची आणि कंपनांची जाणीव तुमच्या अंतरंगाला होईल.

तुमचा वेळ आणि ऊर्जा यांच्यावर नियंत्रण ठेवण्याची सवय लावून घ्या. या दोन महत्त्वाच्या साधनांची सांगड घालून त्यांचा ताळमेळ तुम्ही कसा साधता यावर तुमच्या जीवनाचे फलित ठरणार आहे. वेळ हा ह्या जगातील सगळ्यात महत्त्वाचा ठेवा आहे. हे माहीत असूनही आपण इतक्या फालतू गोष्टींवर तो उधळून लावतो की, त्यामुळे आपण जीवनात तिथल्यातिथेच राहतो. टी.व्ही., ई-मेल बघणे, इंटरनेटवर काहीतरीच बघत बसणे यात आपण किती

वेळ दवडतो? माझा स्वत:चा बराचसा वेळ या तीन गोष्टींवर खर्च होतो, हे मी स्वत:ही कबूल करतो. मला जर माझ्या जीवनातील महत्त्वाकांक्षा आणि ध्येये पूर्ण करायची असतील, तर अशा फालतू गोष्टींवर मी असा वेळ उधळून चालणार नाही, असे माझ्या मनाला मी सारखे बजावत असतो.

अशा ई-मेलसाठी वाया जाणाऱ्या वेळेवर नियंत्रण ठेवण्यासाठी मी एक साधा नियम केला आहे. तुम्हीही प्रयत्न करून बघा. माझ्या ई-मेल्स बघण्यासाठी मी दिवसातून फक्त दोन वेळा ठरवल्या आहेत. एकदा सकाळी आणि एकदा संध्याकाळी. त्याच वेळी सर्वांना उत्तरे द्यायची. तुमच्या इतर महत्त्वाच्या गोष्टींसाठी तुम्हाला किती अधिक वेळ उपलब्ध होतो, हे पाहून तुम्हाला आश्चर्य वाटेल. इंटरनेटवर वाया जाणाऱ्या वेळेसाठीही आणखी एक नियम केला आहे. तो म्हणजे फक्त आवश्यक अशा मोजक्याच कारणांसाठी तो उघडायचा.

तुमचा काय विचार आहे? कोणत्या फालतू सवयी तुम्हाला सोडवायच्या आहेत? टी.व्ही. बघण्यात जाणारा, वर्तमानपत्राच्या वाचनात, खेळाच्या वर्णनाचे पान वाचत बसण्याचा किंवा संगणकावरील खेळ खेळत बसण्यावर जाणारा वेळ वाचवू शकाल? जेणेकरून तीच सुवर्ण-वेळ तुम्ही तुमच्या जीवन-ध्येयाप्रत नेणाऱ्या एखाद्या उत्तम कौशल्याचे शिक्षण घेण्यावर खर्च करू शकाल.

प्रयोग – उत्तम सवयींचा विकास करा, स्वत:त त्या सवयी रुजवा.

जीवनातील अष्टावधानांसाठी या गोष्टींचा शोध घ्या आणि त्या लिहून काढा.

- तुमच्यातील एखादी टाकाऊ (निरुपयोगी) सवय सोडून देणे.
- एखादी उत्तम सवय लावून घेणे.
- तुम्हाला मुळातच असलेली एखादी चमकदार सवय टिकवून ठेवणे.

दररोज सकाळी पंधरा मिनिटे बाजूला काढण्याच्या चांगल्या सवयीचा मला आयुष्यात फारच उपयोग झाला. तुम्हीही प्रयत्न करून बघा असेच मी सुचवेन. तुमची ऊर्जा आणि तुमचे स्वत्व टिकवून ठेवण्यासाठी

	उत्तम सवयी		
मुकुट पैलू	**थांबविणे** फालतू सवय	**सुरू करणे** उत्तम सवय	**चालू ठेवणे** चमकदार सवय
आध्यात्मिक			
कौटुंबिक			
कारकिर्द विषयक			
भावनिक			
मानसिक			
स्वास्थ्यविषयक			
सामाजिक			
आर्थिक			

दररोज स्वत:साठी फक्त एक तास वेगळा काढा. २० मिनिटे ध्यानधारणा, २० मिनिटे व्यायामासाठी आणि २० मिनिटे मोठ्यांदा वाचनासाठी.

ध्यानधारणेमुळे तुमची चेतना आणि व्यवधान जागृत ठेवता येते व तुमचा दिवस चांगल्या प्रकारे व्यतीत होते. व्यायामामुळे दिवसभरासाठी तुमची तब्येत, ऊर्जा, अबाधित राहते. तुम्ही दिवसभर उत्साहित राहता. वाचनामुळे तुमच्या मनाची मशागत होते. आपण या इलेक्ट्रॉनिकच्या जगात वावरतोय. हे जीवन प्रकाशाच्या वेगाने जात आहे. आपल्या बोटाच्या टोकापाशी जगातील कुठलेही ज्ञान उपलब्ध आहे; पण दुर्दैवाने आपल्या डोळ्यांवर झापड आली आहे, त्यामुळे आपण आपले चित्त एकाग्र करायला विसरलो आहोत. मोठ्याने वाचन केल्यामुळे आपले लक्ष एकाग्र होते. एवढेच नव्हेतर शब्दसंपत्ती वाढते, आत्मविश्वास वाढतो आणि लेखकाला नेमके काय सांगायचे आहे, ते डोक्यात शिरून विचारमंथन सुकर होते.

ॲरिस्टॉटल म्हणतो, ''सूर्य उगवण्यापूर्वी उठल्यामुळे तब्येत, संपत्ती आणि शहाणपणा यात वृद्धी होते. अशा सवयींचे जतन करा.'' अशा उत्तमोत्तम गोष्टींवर तुम्ही जेव्हा लक्ष केंद्रित करता आणि त्यांचे सवयीत रूपांतर करता, तेव्हा आजपर्यंत कधी नव्हे एवढा तुमच्या हुशारीचा प्रभाव जाणवू लागेल.

वैयक्तिक मूल्यमापन

या प्रश्नांची उत्तरे द्या –

१) तुमच्या आयुष्यातील सर्वाधिक प्राधान्याच्या कोणत्या तीन कृती, तीन कार्यक्रम आहेत? तुमच्यातील हुशारीला वाव देणाऱ्या सगळ्यात जास्त महत्त्वाच्या आणि जास्त प्रभाव पाडणाऱ्या त्या गोष्टी असाव्यात.

२) त्यांना तुम्ही तुमच्या दैनंदिन आयुष्यातही अग्रस्थान दिले आहे का? त्या कृती तुमच्या सवयी बनल्या आहेत का?

३) तुम्ही कोणती उत्तम सवय सध्या लावून घेणार आहात?

जिवंत अनुभव – पुराव्यानिशी सिद्ध झालेला बिट्रीसची सत्यकथा

लोकांची नावे लक्षात ठेवण्याची सवय मी लक्षपूर्वक लावून घेतली आहे. ही एखादी सर्वसाधारण कला आहे असे वाटेल, पण या गोष्टीमुळे तुमच्या व्यावसायिक जीवनात तुम्ही फार चांगला प्रभाव पाडू शकता. तुम्ही जेव्हा दुसऱ्या किंवा तिसऱ्याच भेटीत त्या व्यक्तीला नावाने संबोधता तेव्हा तर तो चकितच होतो, कारण कुठल्याही औपचारिक ओळखीशिवाय तुम्ही ते उच्चारता.

कॉलेजमध्ये असताना मी एका समितीचा अध्यक्ष झालो होतो. प्रत्येक नवीन सत्रात ८० नवीन लोक त्या समितीचे सभासद होत असत. त्यांची नावे सारखी माझ्या डोळ्यांखालून जायची. त्यांना प्रत्यक्ष भेटेपर्यंत त्या सर्वांची नावे मला पाठ व्हायची. त्यांच्या आपसातील बोलण्याकडे मी लक्ष देत असे जेणेकरून कुणाचे नाव काय हे मला समजत असे. साधारण दुसऱ्या भेटीतच मी त्या चेहऱ्यांना नावासकट ओळखू लागत असे.

अगदी सुरुवातीच्या काळातील एका बैठकीच्या वेळेची अगदी सुखद आठवण आहे. मला एका कार्यक्रमात भाग घेणाऱ्या सर्व स्वयंसेवकांची नावे त्यांच्या कामाखाली लिहायची होती. जेव्हा ते स्वयंसेवक आपले हात वर करत, तेव्हा मी त्यांना "धन्यवाद, मि. ..." असे त्यांच्या पहिल्या नावाने संबोधू लागलो. संपूर्ण वर्गात, मी हे कसे काय करू शकलो, याबाबत कुजबुज सुरू झाली.

आजच्या जगात, माझ्या व्यवसायात, तुम्ही कोणाला ओळखता यावर तुमचे यश अवलंबून असते. जेव्हा मी एखाद्या व्यक्तीला त्याच्या नावाने संबोधतो, तेव्हा त्याचे माझ्याकडे नुसते लक्ष वेधले जात नाहीतर तो माझ्याशी संवादही साधतो. त्यामुळे मी एक धोरणी आणि हुशार माणूस आहे हेही दिसून येते.

लोकांना त्यांच्या नावाने ओळखल्यामुळे ते अधिक जवळ येतात. हे तुमच्या सौहार्दाचे द्योतक तर असतेच; पण तुमच्या मनात त्यांच्याबद्दल एक विशेष स्थान आहे, हेही त्यातून दृग्गोचर होते. ह्यामुळे आमचे मैत्रीचे संबंध ताबडतोब निर्माण व्हायला मदत होते. माझ्याकडून ही प्रेमाची ऊब त्यांना देताना मला आनंद होतो. बदल्यात तेही मला हसूनच प्रतिसाद देतात किंवा अभिवादन करतात.

हिऱ्याला झळाळी द्या

पुढील तीन पायऱ्या चढून हिऱ्याला झळाळी द्या आणि उत्तमातल्या उत्तम सवयी अंगी बाणवा.

१) पुढील सात दिवसांत तुम्ही दररोज काय करता आहात ते लिहून काढा. चांगला प्रतिसाद मिळणाऱ्या उत्तम सवयी आणि वाईट प्रतिसाद मिळालेल्या टाकाऊ सवयी कोणत्या याची छाननी करा. सात दिवसांनी स्वत:लाच विचारा की, माझ्या हुशारीला वाव देणाऱ्या आणि अधिक परिणामकारक सवयी अगर कामे कुठली आहेत?

२) दररोज सकाळी जो तासभराचा 'शक्तिवर्धक' प्रयोग करताहात तो चालूच ठेवा आणि त्याचा तुमच्या दिवसभराच्या वेगवेगळ्या कामांसाठी जाणीवपूर्वक उपयोग करा.

३) या पुस्तकातील पंधराही पैलूंचा पुन्हा आढावा घ्या. त्यापैकी सर्वांत महत्त्वाचा कुठला आहे, ते ओळखा आणि त्यासंबंधी आणखी स्पष्टीकरण ताबडतोब घ्या. ही माहिती तुमच्या त्या जिवलग मित्रालाही द्या आणि पैलूबाबत आवश्यक अशी एखादी नवी सवय तुम्हाला स्वत:ला लावून घेण्याबाबत तुम्ही स्वत:शीच आग्रही राहा आणि त्यालाही त्यात हातभार लावण्यासाठी आग्रह करा. त्यासाठी जबाबदारी घ्यायला तुम्हाला प्रवृत्त करायला सांगा. त्या सवयीचा सराव करण्यासाठी रोज

सकाळी आणि संध्याकाळी पंधरा मिनिटांचा वेळ त्याला काढायला लावा. त्यानंतर ती सवय तुमच्या अंगात भिनू लागेल आणि मग अंगवळणी पडून जाईल.

मौक्तिक

उत्तम सवयी तुमच्या सुप्त हुशारीला वाव देतात आणि तुमच्या बुद्धिमत्तेला अधिक तेजोमय करतात.

पैलू : ज्योत से ज्योत जलाते चलो...

"तुम्ही काही लोकांना ज्ञानी करता, तेव्हा तेवढेच फक्त भारित होत नाहीत, तर त्यांच्या सान्निध्यात जे लोक येतात तेही ज्ञानभारित होऊन जातात."
– जॉन मॅक्सवेल, लेखक

शास्त्रीय संगीतात अत्यंत संस्मरणीय आणि सर्वांना भारून टाकणारी पाचवी स्वररचना लुडविग वॅन बिथोव्हनने निर्माण केली. पत्रकार पीटर गुटमानने म्हटल्यानुसार बिथोव्हन त्या स्वररचनेचे पूर्ण स्वरूप उकलून दाखविण्यासाठी सतत दहा वर्षे झगडत होता. त्यातील स्वरन्स्वर सोप्या पद्धतीने बांधत होता आणि त्याच वेळी त्यातील हीण काढण्याचा प्रयत्न करत होता. त्याच्या त्या संमोहित करणाऱ्या संगीतरचनांमुळेच एकोणिसाव्या शतकाच्या सुरुवातीचा काळ हा आपल्याकडील गंधर्वयुगाप्रमाणे संगीताचा सुवर्णकाळ म्हणून ओळखला जातो, अद्भुत म्हणून गणला जातो. परंतु बिथोव्हनच्या अंतर्मनातील कल्लोळामुळे आणि स्वत:लाच नगण्य समजण्याच्या स्वभावामुळे जगावर तो एकछत्री अंमल गाजवू शकला नाही; परंतु त्यांचे 'कलाकार' म्हणून असलेले द्रष्टेपण दुर्दम्य होते, अजिबात लपून राहणारे नव्हते.

तरुणपणीच त्याला बहिरेपणाची जाणीव होऊ लागली आणि शेवटची काही वर्षे तर तो ठार बहिरा झाला होता. परंतु हे अपंगत्व त्याच्या अभिजात संयोजनाच्या आड येऊ शकले नाही. खरे तर त्याच्या

सगळ्यात श्रवणीय आणि गाजलेल्या संगीतरचना, त्यात ती हेलावून टाकणारी पाचवी संगीतरचनाही, बहिरेपणाच्या मार्गावर असतानाच त्याने निर्मिली होती. पाश्चात्त्य संगीत जगतावर बिथोव्हनचा असणारा प्रभाव वादातीत आहे. आजसुद्धा कुठलेही संगीताचे कार्यक्रम करणारे पाश्चात्त्य रेडिओ स्टेशन लावा, त्याच्या सुरम्य संगीतरचनांच्या आधारानेच आजचे संगीतही उभे राहिले आहे, याची प्रचिती आल्याशिवाय राहणार नाही.

आता मुख्य प्रश्न हा आहे की, बिथोव्हन जर त्याच्या अंतरंगात डुबी घेऊ शकतो, स्वत:च्या आयुष्यातील अपंगत्वावर मात करून शेकडो वर्षे या संगीतविश्वावर अधिराज्य गाजवू शकतो, तर तुम्हीही या जगाला भारून का टाकू शकणार नाही? त्यासाठी तुम्हाला काय करावे लागेल? त्यासाठी एखादा महान संगीतकार, श्रेष्ठ खेळाडू किंवा जागतिक दर्जाचा नेता बनण्याची तुम्हाला गरज नाही. लोकांना भारून टाकण्याचा साधा अर्थ हा आहे की, त्यांच्यापुढे आदर्श विचारपद्धती, आचारपद्धती ठेवणे, जेणेकरून, त्यांना स्वत्वाची जाणीव होईल किंवा त्यांना स्वत:चीच ओळख करून घ्यायला प्रोत्साहन मिळेल. त्यांच्या डोक्यावर टपली मारून तुमची मते त्यांच्या भेज्यात घुसवणे म्हणजे भारून टाकणे नव्हे. केवळ तुमच्या वर्तनातून ते मनावर ठसले पाहिजे. तुमच्या उक्तीपेक्षा तुमची कृती लोकांच्या लक्षात राहते.

माझे गुरू मार्क चिरोन्ना नेहमी म्हणायचे की, ''तुमचा प्रभाव बुद्धीपेक्षा मनावर अधिक ठसणारा हवा.'' यावर खरेच क्षणभर विचार करा. बिथोव्हनने त्याचे काम किंवा कर्म करून ठेवले. परिणामत: आज त्याच्या मृत्यूनंतर दोनशे वर्षांनंतरही त्याच्या रचनांचे गारूड आपल्या मनावरून उतरलेले नाही.

अशा महान व्यक्ती त्यांना मिळालेल्या एकमेवाद्वितीय अशा देणग्यांचा, अंतर्गत हुशारी आणि नैसर्गिक क्षमतांमुळे जगाचा कायापालट करतात. आपण प्रत्येक जणही आपापल्या परीने असा ठसा उमटविणारे आहोतच. तुम्ही करत असलेले काम, तुमचे जीवन, एवढेच काय, पण तुमचे निव्वळ अस्तित्वही या जगावर काहीही परिणाम करत नसेल असे तुम्हाला वाटत असेल, पण तसे नाही हे मी तुम्हाला बजावून सांगतो. त्यांचा परिणाम, त्यांचा प्रभाव होत असतोच. काही लोक तुमचे जीवन

म्हणजे एक 'बायबल' (जे वाचायचे असते, पण आचरणात आणायचे नसते!) आहे, अशा पद्धतीने तुमच्याकडे बघत असतीलही. (पण) तुम्ही तुमच्या उक्तीतून, विचारांतून आणि आचारातून त्यांच्यापुढे कोणते उदाहरण ठेवणार आहात?

तुम्हाला वरवर वाटते त्याहून तुम्ही बरेच हुशार, बुद्धिमान आहात याकडे मी तुमचे लक्ष वेधू इच्छितो. तुम्ही आपले चारचौघांसारखे साधे, सरळ जीवन विनातक्रार व्यतीत करणार आहात अशी जर तुमची धारणा असेल, तर ते मनातून काढून टाका. तुमचे कुटुंब, मित्रपरिवार, नोकरी, सहकारी, शेजारी आणि ओळखीपाळखीचे इत्यादीचे जे तुमचे जग आहे, त्यावर तुमचा प्रभाव पाडण्याची वेळ आली आहे.

सर्वांत पहिली गोष्ट करायची ती म्हणजे, त्या अष्टअवधानांवर विचार करणे, आचार करणे आणि तुमच्या हुशारीला तजेला आणणे. ते केलेत तरच तुमच्या जगावर तुम्ही प्रभाव पाडू शकाल. जे तुम्ही स्वत: अमलात आणले नाहीत, ते त्यांना करायला सांगण्याचा तुम्हाला काय अधिकार आहे? लोका सांगे ब्रह्मज्ञान, आपण कोरडा पाषाण हे उपयोगाचे नाही. तुम्ही पूर्वी कोठे होता, काय होता आणि हे सर्व अंगिकारल्यावर कुठे पोहोचला आहात, हे फक्त त्यांना बघू द्या.

सर्वसाधारण व्यक्ती त्याच्या किंवा तिच्या आयुष्यात सुमारे दहा ते वीस लोकांवर अर्थपूर्ण पद्धतीने प्रभाव टाकू शकते, तेवढी तिची क्षमता असते, असे माझा अनुभव मला सांगतो. तेच नेमके तुमच्याकडून मला अपेक्षित आहे. तर असा जगाचा कायापालट करायला तयार व्हा. प्रथम तुमच्या जवळच्यांचे जीवनावर प्रभाव पाडून त्यांच्यात बदल घडवून आणा आणि मग तुमच्या भोवतालच्या इतर पंधरा-वीस लोकांच्या आयुष्यात क्रांती घडवायला मदत करा. ते पंधरा-वीस जण त्यांच्या संपर्कातील आणखी पंधरा-वीस व्यक्तींना (प्रत्येकी हं!) मदत करतील. म्हणजेच प्रत्यक्षात जरी फक्त पंधरा-वीस लोकांच्या आयुष्यावर तुम्ही प्रभाव टाकला असलात तरी अप्रत्यक्षरित्या तुम्ही शेकडो लोकांवर तुमचा ठसा उमटवू शकता.

'स्वत:चे सुप्त गुण ओळखून तुम्ही त्यांची जोपासना केलीत, कौशल्याने त्यांचा वापर करून हुशारी आणि चमक दाखवलीत, तर अंधारात चाचपडत असलेल्यांना तुम्ही आशेचा किरण दाखवू शकाल.

स्वत:तील गुणांचा शोध घेणे त्यांना कदाचित जमत नसेल. मग ते कुणाच्यातरी – तुमच्यादेखील – संपर्कात येतील. त्यांनाही तुमच्यासारखेच त्या यशस्वितेच्या, चैतन्याच्या, चमकणाऱ्या मांडवाखालून जाऊ द्यायला हवे.

जिवंत अनुभव – पुराव्यानिशी सिद्ध झालेला
टेसाची सत्यकथा

लोकांना त्यांच्या अधिकाराची जाणीव करून देणे, त्यांचे स्वत्व आणि स्वाभिमान जागवणे. निर्णय घेण्याचे धैर्य त्यांना देणे किंवा त्यांची शक्तिस्थाने त्यांना दाखविणे, त्यांच्या क्षमतांची जाणीव करून देणे आणि सकारात्मकतेचे स्फुल्लिंग चेतवणे, या सर्व गोष्टींत माझ्यातील हुशारीची क्षमता कामी येते.

हायस्कूलमध्ये शिकवायला लागल्यावर माझ्यातील या गुणाचा मला शोध लागला. तेव्हा मी अगदी वीस वर्षांची लहान तरुणी होते. माझ्या विद्यार्थ्यांनी आणि त्यांच्या पालकांनी सांगितल्यावरून माझ्यात अशी काही दैवी देणगी असल्याचे मला समजले. नंतर मी जेव्हा उद्योग जगतात प्रवेश केला, तेव्हा माझ्या ग्राहकांनी, सहकाऱ्यांनी, माझ्या अभ्यासवर्गातील लोकांनी जो वृत्तान्त मला सांगितला त्यावरून माझा आत्मविश्वास वाढला. त्यातून माझ्यात ती क्षमता पूर्णपणे निर्माण झाल्याचे माझ्या लक्षात आले.

माझ्या इतक्या वर्षांच्या प्रशिक्षणानंतर माझ्या हे ध्यानात आले आहे की, स्वत:ला कमी लेखणारे व त्यामुळे बऱ्याचशा चांगल्या संधी गमावणारे बरेच जण या जगात आहेत त्याचे मुख्य कारण असते, ते त्यांच्यातील आत्मविश्वासाचा अभाव. त्यांचा स्वत:च्या कर्तृत्वावर/क्षमतांवरच विश्वास नसतो. मला अशा निराश लोकांच्या मनावरील काजळीवर फुंकर मारायला मिळते, दररोज त्यांच्यात सकारात्मक बदल घडवून आणण्याची संधी मिळते, या गोष्टीचे मला अपरंपार समाधान मिळते. माझ्या वैयक्तिक जीवनातच नव्हे, तर व्यावसायिक जीवनातही माझे धैर्य, आत्मविश्वास वाढविण्याच्या कामी या गोष्टीचा उपयोग

होतो. मलाही स्फूर्ती मिळते. अनुकंपा दाखवणे, काळजी घेणे, दुसऱ्यांचे बोलणे मनापासून ऐकणे आणि नि:स्वार्थीपणा या फार अनमोल गोष्टी आहेत, हे मला समजले आहे. त्यामुळे जेव्हा शक्य होते तेव्हा माझ्या या देणगीचा दुसऱ्या लोकांशी संबंध वाढविण्याच्या कामी मी उपयोग करते आणि माझा ठसा उमटवते.

तुमच्या हुशारीचा इतरांना फायदा करून देण्यामुळे त्यांच्या तुमच्या बाबतच्या अपेक्षा वाढीला लागतात आणि या अपेक्षांतूनच तुमच्या कर्तृत्वाला वाव मिळतो (जसे गरजेतूनच शोध लागतात.). तुम्ही इच्छाच मनी धरली नाहीत, तर तिची पूर्तता कशी होणार? तुमच्या हुशारीचा शोध, इच्छा, आविष्कार करणे एवढीच तुमची जबाबदारी नाही; तर तेच करण्यासाठी इतरांनाही मदत करणे हेसुद्धा तुमचेच काम आहे असे मला वाटते. इतरांच्या प्रगतिपथावर दिवे लावत जा; अन्यथा ते त्याच अंधाऱ्या गर्तेत चाचपडत राहतील. एवढेच नाही; तर हुशार किंवा बुद्धिमान म्हणून जन्माला आलेली त्यांची मुलेही त्याच अंधारी जगात घुटमळत राहतील.

नवचैतन्याने भारलेल्या बुद्धिमत्तेच्या आधारे तुम्ही या जगाला प्रेरणा देऊ शकाल. नवचैतन्य म्हणजे जीवात पुन: चेतना जागी करणे किंवा भावना आणि बुद्धी यांना जागृत करणे. लोकांमध्ये नवचैतन्याची रुजवण करणे, तुम्हाला भेटणाऱ्या प्रत्येकाला चेतना देणे, प्रत्येकाच्या जीवनकुडीत ऊर्जेची फुंकर घालणे, प्रत्येक परिस्थिती, प्रसंग, समस्या किंवा संधीवर ताबा मिळवून ती योग्य प्रकारे मार्गी लावणे हेच जीवितकार्य घेऊन तुम्ही या पृथ्वीवर जन्म घेतला आहे. तुम्ही सभोवतालच्या जगाचे जीवनसत्त्व बना, डोकेदुखी बनू नका.

अगदी नुकताच मी माझ्या कामासाठी जोहान्सबर्गला (दक्षिण आफ्रिका) गेलो होतो. तिथल्या यजमानांनी मला 'ऊबंटू' या शब्दाची ओळख करून दिली. हा एक आफ्रिकन परंपरेतला शब्द आहे. त्याचा अर्थ असा की, 'मी तुझ्यामुळे आहे. तू माझ्यामुळे आहेस.' थोडक्यात सगळ्यांप्रती मानवता असे या ऊबंटूच्या मागचे तत्त्व आहे. इतरांमुळेच माणसाला मनुष्यत्व प्राप्त होते, अशी यामागची भूमिका आहे. या शब्दामागचा भावार्थ, त्याचा मथितार्थ माझ्या मनाला फारच भावला.

त्याच क्षणी मला उमजले की, माझ्या सहप्रवाशांना मी जीवनाचा हा महामंत्र सांगायचा आहे; त्यांच्यात वसत असलेल्या देवदत्त सद्‌गुणांना, हुशारीला, कौशल्याला आणि क्षमतांना जागृत करण्यासाठी त्यांना मदत करणे, हे माझे आद्य कर्तव्य आहे. माझ्याबरोबर जोपर्यंत तुम्ही आहात तोपर्यंत तुमच्यावर जास्तीत जास्त प्रभाव पाडणे, हेच माझे जीवितकार्य आहे.

तुम्हाला काय वाटते? तुमच्या भोवतालच्या जगातील लोकांवर तुम्ही कसा प्रभाव टाकाल? तुमचे जीवन हे इतरांसाठी आहे, हे जेव्हा तुम्हाला समजेल आणि त्याप्रमाणे तुम्ही वागू लागाल तेव्हा तुमचे आयुष्य पूर्वीसारखे राहणार नाही (ते पूर्ण भरून पावलेले असेल.).

वैयक्तिक मूल्यमापन

या प्रश्नांची उत्तरे द्या –

१) वैयक्तिक आणि व्यावसायिक जीवनात तुम्ही कोणाला प्रभावित केले आहेत? तुम्ही त्यांच्या सुप्त हुशारीला वाव देण्यात मदत करत आहात हे तुम्हाला कसे कळले?

२) तुम्हाला मार्गदर्शन करणारे, शिकवणारे आणि आदर्श कोण आहेत? तुमची बुद्धिमत्ता अबाधित ठेवण्यासाठी त्यांना तुम्ही किती दिवसांनी भेटता?

३) पुढच्या पिढीवर उत्तम संस्कार होण्यासाठी कोणत्या एकाच गोष्टीचा तुम्ही पुरस्कार कराल?

हिऱ्याला झळाळी द्या

पुढील तीन पायऱ्या चढून तुमच्या हुशारीला तजेला आणा आणि तुमच्या भोवतालचे जग बदलून टाका.

१) तुमच्या भोवतालच्या जगावर प्रभाव टाकणाऱ्या कोणत्या तीन गोष्टी तुम्ही सध्या अंगिकारल्या आहेत? जर तुम्हाला तीन

गोष्टी आठवत नसतील, तर असे परिवर्तन घडविणाऱ्या कुठल्या गोष्टी तुम्ही कराल? त्यावर विचार करा आणि त्या प्रत्यक्षात आणण्यासाठी काय करावे लागेल ते लिहून काढा.

२) हसून-खेळून आनंदी राहायला शिका. हे हसणे तुमच्या आत्म्यापासून/मनापासून येऊ द्या. स्वत:वर खूश झाल्यावर जसे हसतात किंवा दात विचकून हसतात तसे हास्य नको. ते किणकिणणारे मधूर हास्य हवे. तुम्ही जेव्हा हसता तेव्हा तुमच्या भावना तुमच्या डोळ्यांत, चेहऱ्यावर दृग्गोचर होतात. तुमच्या हास्यामुळे तुमच्या आसपासचे लोक प्रफुल्लित होतात आणि त्यांच्यातही तुमच्या आनंदाचे प्रतिबिंब उमटू लागते. तुमच्यातील तेज त्यांच्याही चेहऱ्यावर दिसू लागते. तुमच्यातील दीप्तीमुळे त्यांच्या जीवनातील अंधार दूर होणार आहे. तुमच्या बरोबरीनेच त्यांच्याही हुशारीला वाव द्या.

३) तुमच्या आयुष्यातील स्नेहसंबंध, साधने आणि परिस्थिती यांचा आढावा घ्या. त्यांच्यामुळे तुमची हुशारी वाढते आहे का? का ती नाश पावत आहे ह्याचा तपास करा.

◆ www.ReleasingBrilliance.com ह्या साइटवर जा आणि अधिक माहीत घ्या आणि तुमचे जग बदलून टाका.

मौक्तिक

तुमच्यातील हुशारीला पूर्ण वाव द्या. जीवनाचे, भोवतालच्या लोकांचे जीवन समृद्ध करणारे सत्त्व बना. डोकेदुखी बनू नका.

पैलू : महानतेचा टप्पा ठरवा

"अपयश ही तुमच्या जीवनाची शोकांतिका नाही, बनचुकेपणा ही शोकांतिका आहे; अतिरेक करणे नव्हे, तर अगदीच कमी प्रयत्न करणे ही शोकांतिका आहे; क्षमतेपेक्षा जास्त चांगले जगण्यात नव्हे, तर तुमच्या पात्रतेपेक्षा कमी प्रतीने जगण्यात शोकांतिका आहे."

– बेंजामिन इ. मेज, अभ्यासक

तुम्हाला जर वाङ्‌निश्चयाच्या वेळी हिऱ्याची अंगठी मिळाली असेल किंवा तुम्ही दिली असेल, तर कदाचित तुम्हाला कॅरेट या संज्ञेची माहिती असेल किंवा जेवढे जास्त कॅरेट तेवढा तो हिरा जास्त मौल्यवान एवढे तरी माहीत असेल. हिऱ्याचे वजन मोजण्याचे ते परिमाण आहे. एक कॅरेट म्हणजे ०.२ ग्रॅम. या वजनावर हिऱ्याची प्रत ठरत नाही. कॅरेटने फक्त वजन मोजले जाते आणि म्हणूनच आकारही. मोठे हिरे अधिक मौल्यवान असतात कारण ते दुर्मीळ असतात, म्हणून त्यांना मोठी मागणीही असते, तेवढी त्याच प्रतीच्या लहान खड्यांना नसते. एक कॅरेटच्या पाच खड्यांपेक्षा त्याच प्रतीच्या पाच कॅरेटच्या एकाच खड्याची किंमत खूपच जास्त असते.

साखरपुड्याच्या वेळी हिऱ्याची अंगठी देण्याची प्रथा १४७७ साली ऑस्ट्रेलियाचा आर्कड्युक मॅक्सिमिलियन याने सुरू केली. त्याने त्याच्या वाग्दत्त वधूला – बर्गेंडीच्या मेरीला दिलेला हिरा एवढा मोठा आणि

तेजस्वी होता की, पाहणाऱ्याचे डोळेच दिपत असत. अशी मोठी हिऱ्याची अंगठी देण्याची परंपरा ज्यू-ख्रिश्चन जगतात सर्रास सुरू झाली. आणि तेव्हापासून पुरुष मंडळी स्वत:च्या दोन-तीन महिन्यांच्या पगाराइतक्या रकमेची हिऱ्याची अंगठी आपल्या भावी पत्नीला भेट देऊ लागले; पण त्याला काही इलाज नाही. हिऱ्याची बाब आली की, तो जेवढा मोठा तेवढा तो अधिक चांगला हेच खरे आहे.

आता हेच सर्व मुद्दे, या सर्व कसोट्या तुमच्या बाबतीत कशा लागू होतील, ते बघू या. तुम्ही एक अत्यंत हुशार, कर्तबगार आणि सुघड हिऱ्यासारखे होणार यात काहीच शंका नाही. फक्त तुम्ही किती 'मोठा' 'हिरा' होणार हाच प्रश्न आहे. एक लहानसा मिणमिणणारा हिरा होणार का, जगाने कधीही न बघितलेला झळाळणारा हिरा होणार? तुमच्या क्षमतांच्या मर्यादेत सीमित राहणार का तुमच्या पात्रतेनुसार गगनाला गवसणी घालणार? लहानशा विहिरीत आतापर्यंत खूप डुंबलात. इतर कुणाच्यातरी अल्पमतीनुसार आणि ऱ्हस्व दृष्टीनुसार तुमच्या आत्मविश्वासाची कक्षा संकुचित करू नका, तुमच्या कुवतीचा संकोच होऊ देऊ नका. तुमच्या दौडीला पायबंद घालून अटकाव करणाऱ्याला तुमच्या घोडदौडीच्या वेगाचा अंदाजच नाही.

कॅरेट म्हणजे आपल्या संदर्भात तुमची विचारशक्ती, तुमच्या महत्त्वाकांक्षेची सीमा. तुमचे तेज वाढवायचे असेल तर तुमचा विचारांचा आवाका वाढवावा लागेल. तुम्हाला समृद्ध आणि संपन्न आयुष्य जगायचे असेल तर तुम्हाला आताच्या सुखासीनतेपलीकडे जाऊन आचार-विचार करायला हवा. तुम्हाला सिंहासारखी झेप घ्यायला हवी. तुम्हाला कुबेराला दिवाणजी (तुमचा नोकर) बनवायला हवे.

ॲकॉर्डियनीस्ट गाय लालीबर्ट, डोंबाऱ्याचे खेळ करणारा डॅनिअल गॉथिअर आणि त्यांचे कॅनडातील हिप्पी मित्र हे एका खटारावजा गाडीतून लहानलहान जत्रांसाठी भटकत होते. तेव्हा भटक्या विमुक्त लोकांची धरपकड चालू होती. तेव्हा ही मंडळी अगदी थोड्याच अंतरावर आपला खेळ करत होते. त्यामुळेच ते थोडक्यात अटकेपासून वाचले. पुढे १९८७मध्ये लालीबर्टने इसपार या उसपार या कॅलिफोर्निआतील लॉस एंजल्सच्या एक्क्याच्या शर्यतीत जत्रेत भाग घेतला.

''तिथे पोहोचण्यासाठी लागणाऱ्या पेट्रोलइतकेच जेमतेम पैसे

आमच्याकडे होते.'' त्याने आठवून सांगितले. तिथे आगाऊ पैसे मिळत नव्हते. म्हणून मी ठरवले की, आपण थोडा धोका पत्करून तर बघू. मी फक्त त्यांना थोड्या प्रसिद्धीची, जाहिरातीची विनंती केली आणि मला उद्‌घाटनाच्या रात्रीच्या कार्यक्रमात संधी द्यायला सांगितले आणि तो कार्यक्रम प्रचंड गाजला. लोकांनी डोक्यावर घेतला; पण आम्ही जर अपयशी ठरलो असतो, तर आमच्याकडे सामानासकट परत क्विबेकला परतण्याइतकेही पैसे शिल्लक नव्हते.

लालीबर्टने मोठे स्वप्न पाहिले, कारण त्याला मोठे, महान व्हायचे होते. आता आजमितीला वेगवेगळे कसरतपटू, जादूगार, नर्तक, पाणबुडे, जोकर्स, वादक आणि पोहणारे लासवेगास व ऑरलॅन्डोमधील कर्क द सोलोलच्या कायम सुरू असणाऱ्या कार्यक्रमांत भाग घेऊन आपापले कौशल्य दाखवत असतात आणि जगभर खेळ करत हिंडत असतात. स्वत:वरच्या विश्वासाचे आणि अमर्याद क्षमतांचे योग्य परिष्करण दाखवणारे हे अगदी ज्वलंत उदाहरण आहे.

तुम्हाला तुमचे भवितव्य किती उज्ज्वल आहे असे वाटते?

हिमालयाचे एव्हरेस्ट शिखर सर करण्याचे ठरवा. उगाच लहानसहान टेकड्या चढण्याचे स्वप्न बघू नका. चित्त्यासारखी लांब उडी मारा उगीच चिलटासारखी नको. कोहिनूर हिऱ्यासारखे व्हा, कारण त्यासाठीच परमेश्वराने तुमची योजना केली आहे.

मौक्तिक

तुमच्या बुद्धिवैभवाची कक्षा रुंदावायची असेल, तर तुमच्या विचारांची सीमा क्षितिजापार रुंदावली पाहिजे.

पैलू : आध्यात्मिक बैठक तयार करा

''महान आणि प्रभावी लोकांची जीवनपद्धती तुम्ही अभ्यासलीत तर त्यात एक समान धागा तुम्हाला आढळेल. प्रथम त्यांची आध्यात्मिक बैठक दृढ असल्याचे तुम्हाला दिसेल आणि मग त्यांची शारीरिक, मानसिक वगैरे एकतानता दृग्गोचर होईल.''

– अल्बर्ट आइनस्टाइन, शास्त्रज्ञ

दुसऱ्यांवर केवळ प्रभाव टाकण्यासाठी ज्या गोष्टी घेणे एरव्ही परवडणार नाही त्या घेण्यासाठी आपल्या मिळकतीची उधळपट्टी करणारे लोक तुम्हाला माहीत आहेत का? आपण जर भारी कपडे वापरले, नवनवीन गाड्या उडवल्या, उच्चभ्रू वसाहतीमध्ये राहिलो, उत्तमातल्या उत्तम हॉटेल्समध्ये जेवलो आणि निव्वळ निमंत्रितांसाठी असलेल्या कार्यक्रमांना उपस्थित लावली, तरच आपण 'उच्चभ्रू', 'श्रीमंत' म्हणून गणले जाऊ, अशा भ्रमात ते राहत असतात.

कृपया, हे अगदी नीटपणे समजून घ्या की, जीवनातील सर्व चांगल्या गोष्टींचा उपभोग घेण्यात काहीही गैर नाही. स्वत:चे जीवनमान उंचावण्यातही काहीही चूक नाही. तसा प्रयत्न जरूर करावा; पण हे सर्व करण्यामागे केवळ दुसऱ्यांवर प्रभाव टाकणे, पर्यायाने त्यांना कमी लेखणे यासाठी तुम्ही असे वागत असाल, तर तुम्ही पैशा-अडक्याने खूप श्रीमंत ठराल. पण माणुसकीहीन आणि सांस्कृतिकदृष्ट्या अगदी कफल्लक ठराल. त्या श्रीमंतीच्या भरजरी वस्त्रांनी तुमची आध्यात्मिक

भूक भागणार नाही. या जगातील सर्व संपत्ती जरी ओतलीत तरीही या जगातील माझ्या आगमनाचे प्रयोजन काय? या गहन प्रश्नाचे उत्तर तुम्हाला मिळणे शक्य नाही.

'संपत्ती' म्हटली की, आर्थिक संपत्ती किंवा जमीन-जुमला इत्यादी, असेच सर्वसाधारण माणसाला वाटते. मला वाटते, ही व्याख्या आपण बदलली पाहिजे. खरी संपत्ती हा आध्यात्मिक वा पारमार्थिक विषय आहे, असा माझा दृढ विश्वास आहे. एक पगाराचा धनादेश, एक बोनस, शेअर्स सर्टिफिकेट्स, पेन्शन योजना इत्यादी पेक्षा संपत्तीची व्याख्या वेगळी आहे, मोठी आहे. संपत्ती ही एक विश्वासाची ठेव आहे, एक मानसिकता आहे. पैसेवाले लोक नेहमी अस्वस्थ असतात, ते कधीही स्थिर नसतात. ते वस्तुस्थितीची जाण ठेवत नाहीत. केवळ ते 'पैसेवाले' आहेत म्हणून त्यांना कायम उच्च श्रेणीची वागणूक हवी असते. दळभद्री लोक त्यांना जेवढे आणि जे मिळते ते घेऊन गप्प बसतात. अधिकाची अपेक्षा करत नाहीत. ज्यांची श्रद्धा कमी असते ते लोक घाबरट असतात, त्यांना जिथे पोहोचायचे असते, तिथे ते ह्या भीतीमुळे पोहोचतच नाहीत. ते त्यांच्या श्रद्धांच्या दडपणाखालीच राहतात आणि जे काय अल्पस्वल्प मिळते, त्यातच सतत जगत राहतात.

आध्यात्मिक दृष्टीने, पारमार्थिक पद्धतीने जर तुम्हाला 'श्रीमंत' व्हायचे असेल तर तुम्हाला तुमची मानसिकता संपूर्ण बदलायला हवी आणि तुमची चेतना, मन हे अगदी उच्च पातळीवर असायला हवे. मनाची सामान्य अवस्था असून उपयोगी नाही. तुम्हाला जर उच्च आणि आरामदायी जीवनाची आस असेल, तर मनाची निम्न श्रेणी किंवा निराशाजनक अवस्था असून उपयोगी नाही.

आयुष्यात निराशाजनक घटना घडल्या म्हणून निरुत्साही होण्याची गरज नाही. 'हेही दिवस जातील,' असे म्हणून आणि त्यावर खरोखरच विश्वास ठेवून स्वतःला उत्साहित ठेवा. या परमसत्याचा स्वीकार करा. नैराश्य हाच तुमच्या जीवनाचा महामार्ग बनवू नका आणि तुमच्या आत्म्याला, अंतरंगाला त्याखाली गाडून टाकू नका. तुमच्या मनातील संकुचित विचारांना हाकलून द्या, त्यांचा नाश करा. तुम्ही स्वतःला कुठल्या दृष्टिकोनातून जोखता, यावर तुमच्या जीवनाचा डोलारा उभा राहणार आहे. आत्मविश्वास आणि तुमची क्षमता हीच तुमची शक्ती

आहे, ऊर्जा आहे. चांगले तेच घडणार आहे अशी अपेक्षा करा आणि तुमची खरोखरच ती योग्यता आहे, हे मनाशी पक्के करा. लक्षात ठेवा, तुम्ही श्रीमंत आहात, तुम्ही अनमोल आहात, तुम्ही खूप मूल्यवान आहात!

ही अतिशयोक्ती नाही किंवा नवीन पिढीच्या भाषेतील माजखाऊ किंवा आम्हीच फक्त शहाणे अशी भावना नाही. तुमच्यातील अमर्यादित क्षमतांच्या संदर्भातील ते एक त्रिकालाबाधित सत्य आहे. तुमच्या श्रीमंतीमध्ये भर टाकण्याऐवजी तुमचे स्वत:चे आत्ममूल्य वा स्वत्व वाढवण्यासाठी तुम्ही तुमचा वेळ खर्च केलात, तर तुमची आध्यात्मिक उन्नती होणार आहे, तीही चक्रवाढ पद्धतीने.

गीता, बायबल अशा पवित्र ग्रंथांतून शेजाऱ्यावर प्रेम करा, 'अगदी तुम्ही स्वत:वर करता' इतके प्रेम करा असा संदेश दिलेला आढळतो. हे म्हणणे अगदी स्वाभाविक आहे, खूप वर्षांपासूनचे आहे; परंतु स्वत:वरसुद्धा इतके प्रेम करणे, स्वत:चेच कौतुक करणे, हे वाटते तितके सोपे नाही. एखाद्याने जर ठरविले की आपण आपल्याशी कसा संवाद साधतो, स्वत:लाच कशी वागणूक देतो हे बघू या, तर त्याला एक प्रेमळ आणि दयाळू व्यक्ती तुमच्यात दिसेल का? काही लोक स्वत:लाच किती क्लेश देतात, किती यातना देतात, हे पाहून तुम्हाला धक्का बसल्याशिवाय राहणार नाही. ते ज्या पद्धतीने स्वत:शी व्यवहार करतात तसा जर त्यांनी इतरांशीही केला, तर एव्हाना ते कारावास भोगत असताना दिसले असते.

तुम्ही स्वत:वर जोपर्यंत प्रेम करत नाही, स्वत:चा आदर करत नाही, स्वत: जसे आहात तसे स्वत:लाच स्वीकारत नाही, तोपर्यंत तुम्ही मौल्यवान हिरा होणार नाही. या जगात मूलभूत आणि प्रचंड बदल घडविण्यासाठी तुमच्या बुद्धिमत्तेचे परिष्करण करावयाचे असेल, तर तुम्ही स्वत:लाच सारखे ताडन करणे योग्य नाही. तुम्ही तुमच्या गुणांना कितीही चुचकारलेत, त्यांना वरवर कितीही गोंजारलेत तरी स्वत:चा आदर राखायला जोपर्यंत तुम्ही शिकत नाही तोपर्यंत, परमेश्वराने तुम्हाला ज्या प्रतीचा हिरा करायचे ठरवले आहे, तो तुम्ही बनू शकणार नाही. स्वत:चे मूल्य/किंमत वाढवा, आध्यात्मिक, पारमार्थिक समृद्धी वाढवा आणि बघा भविष्यात तुम्ही किती आणि कशी मजल माराल ते!

प्राचीन काळी हिऱ्याची किंमत त्यांच्यातील दैवी अंशावर ठरत असे. हिरे हे तुटणाऱ्या ताऱ्यांचेच अंश आहेत, असे प्राचीन काळी रोमन लोक समजत असत. तर ते देवांचे अश्रू आहेत, असे ग्रीकांना वाटत असे. हिरे हे स्वर्गीय आत्म्यांचे, देहरूपाने प्रकटलेले रूप आहे, असे प्लेटोनेदेखील लिहून ठेवलेले आहे.

आपणही आपल्याला अशा देवदत्त देणगीतूनच प्राप्त झालेलो आहोत, असे समजले पाहिजे. आजचे मोठमोठे विचारवंत म्हणतात की, आपण परमेश्वरी, आध्यात्मिक स्पर्श झालेले मानवप्राणी नाहीतर मानवीय अनुभव घेतलेले या जगातील पारमार्थिक आहोत. आमची हुशारी ही आध्यात्मिक भावनेने भारलेली आहे. हे जर खरे असेल, तर तुमच्या यशासाठी तुमची आध्यात्मिक, पारमार्थिक बैठकच आवश्यक आहे.

तर तुमची ही आध्यात्मिक समृद्धी आणखी वाढवणे जरुरीचे आहे, म्हणजे तुम्ही ती इतरांनाही देऊ शकाल, त्यांनाही त्याचा फायदा घेता येईल. तुमचे जीवितकार्य पूर्णत्वास नेण्यासाठी आणि इतरांची सेवा करण्यासाठी तुमचे सारे कौशल्य, क्षमता, सिद्धी, वेळ आणि ऊर्जा पूर्णपणे वापरा. तुमची सर्व ताकद अशा अर्थपूर्ण आणि हेतुपुरस्सर कार्यात वापरा म्हणजे तुमची आध्यात्मिक ठेव आणखी समृद्ध होईल आणि तुम्हाला आनंद आणि आंतरिक शाश्वत सुख मिळेल. स्वत:पुरते न बघता इतरांसाठी जगायला एकदा का शिकलात की, तुमची आध्यात्मिक आणि पारमार्थिक उन्नती होतच राहील.

या आध्यात्मिक समृद्धीचा, भौतिक गोष्टींच्या उपभोगाशी काहीही संबंध नाही यावर माझा दृढ विश्वास आहे. आंतरिक समाधान आणि सुख हेच माझ्या दृष्टीने सारे काही मिळवल्यासारखे आहे. त्याद्वारेच माझा आला दिवस आनंदाचा करून माझ्या बुद्धिमत्तेचा आविष्कार करण्यात घालवणे, परमेश्वराने जे काही दिले आहे त्याचा स्वीकार करून यथाशक्ती जीवन व्यतीत करणे यातच मला जन्माचे सार्थक वाटते. मी सूर्याचा किंवा चंद्राचा हट्ट धरला नाही. आकाशात रात्रीच्या वेळी किती तारे दिसतात हे मोजायला मी असमर्थ आहे. मी सतत श्वास घेतो पण ती हवा मला दिसत नाही; पण मला हे ज्ञात आहे, मला पूर्णपणे याची जाण आहे की, वरील सर्व गोष्टी माझ्यासाठीच निर्माण झालेल्या आहेत, माझ्या

आनंदासाठीच व उपभोगासाठी त्या आहेत.

माझ्या खिशात किती नोटा आहेत किंवा शेअर बाजारात कशी उलथापालथ होत आहे, यामुळे माझ्या आध्यात्मिक शक्ती, समृद्धीत भरही पडत नाही आणि घटही होत नाही : मी जो कोणी आहे, जसा आहे तसे मी मला स्वीकारले असल्यामुळेच मी समृद्ध आहे आणि मी जे काही 'रसायन' बनत आहे, ते मला तसेच आवडते आहे. मी जसा आहे तसा माझा तुम्ही स्वीकार केला नाहीत तरी माझी काही हरकत नाही. मला रोज रात्री छान झोप लागणारच आहे आणि तुम्हीही कसेही असाल तरी मला प्रियच आहात, माझ्यासारखेच आंतरिक आध्यात्मिक खजिन्याच्या शोधात असलेले तुम्हीही एक आध्यात्मिक व्यक्ती आहात.

वैयक्तिक मूल्यमापन

या प्रश्नांची उत्तरे द्या –

१) तुम्ही पैशाने श्रीमंत आहात पण पारमार्थिक दृष्टीने कफल्लक आहात काय? उत्तर जर होकारार्थी असेल तर तसे का आहे? ही परिस्थिती बदलण्यासाठी तुम्ही कोणते प्रयत्न करणार आहात?

२) दुसऱ्या कोणाचे नीतिधैर्य वाढवण्यासाठी तुम्ही त्याच्याशी कधी धीराचे बोल बोलला आहात का?

३) पुढील पिढीकरता तुम्ही कोणता आध्यात्मिक वारसा मागे ठेवून जाणार आहे?

जिवंत अनुभव – पुराव्यानिशी सिद्ध झालेला
ग्रेचेनची सत्यकथा

मी भरपूर श्रम करू शकतो आणि माझ्यातील हुशारीच्या मार्गाने मी यशस्वीही होऊ शकेन असा मला आत्मविश्वास होता... पण त्यासाठी आणखी काही लागते, याचा मला साक्षात्कार झाला.

या ना त्या मार्गाने माझ्या व्यावसायिक कामात आणि

त्यातील निर्मिती- प्रक्रियेतून मी काही ना काहीतरी धडा घेत असे. प्रत्येक गोष्टीतून सत्याचा शोध घेण्यासाठी आणि नावीन्य शोधून काढण्यासाठी मी कायमच प्रवृत्त होत असे आणि त्यापासून स्फूर्ती घेत असे. जीवनातील सखोलता, त्याचा अर्थ आणि त्यासंबंधीचे ज्ञान केवळ अर्जित करण्यासाठी नव्हे, तर जीवनातील वेगवेगळ्या आव्हानांना तोंड देण्यासाठी अधिक चांगल्या रितीने सज्ज होण्यासाठीदेखील मला त्याचा उपयोग होत असे.

माझी सत्याचा शोध घेण्याची मनीषा ही एकांगी आणि अगदी अलिप्त पद्धतीने मी पूर्ण करत होतो. आपला समाज ती मागणी लगेच पूर्ण करतो. माझ्या या सत्य शोधनामागे समाजाकडून माझा स्वीकार, माझी ओळख आणि वैयक्तिक दर्जा प्राप्त करून घेण्याचाही माझा हेतू होता. इतर अनेकांप्रमाणे मलाही माझ्या 'अहं'ला सुखवायचे होते, गोंजारायचे होते. त्यामुळे मीही पारंपरिक 'पुढे जायच्या' शर्यतीत सहभागी होतो. परिणामांची कुठलीही जबाबदारी न घेता किंवा त्याची काहीही व्याप्ती न जाणतादेखील काही वेळा मी त्या स्पर्धेत भाग घेत असे.

मी भावनिकदृष्ट्या अथवा शारीरिकदृष्ट्यादेखील तयार आहे की नाही हे माहीत नसतानादेखील त्या वेळच्या प्रत्येक वेगवेगळ्या अनुभवातून मी काही ना काही शिकलोच. मला फक्त एवढेच माहीत होते की, या प्रत्येक शिकवणुकीचा, माझ्या हुशारीच्या आविष्कारात कधी ना कधीतरी उपयोग होईलच. काही जण यालाच 'बुद्धीचे तेज' म्हणतात.

मग एके दिवशी असा जबरदस्त प्रसंग माझ्या वाट्याला आला की, त्याच्यासाठी माझी अजिबात तयारी नव्हती. माझ्या एका खास प्रिय व्यक्तीचा देहान्त झाला. मी अपरिमित दुःखाच्या गर्तेत सापडलो. मला प्रचंड धक्का बसला. हे दुःख पचवून माझे उर्वरित आयुष्य कसे काढायचे हेच कळेनासे झाले. कालांतराने मला वाटू लागले, समजू लागले, जाणीव झाली की माझ्या त्या प्रिय व्यक्तीची प्रेरणा, त्याची ऊर्जा, त्याचा आत्मा नष्ट झाला नसावा. ती व्यक्ती माझ्यासाठी फारच मौल्यवान आणि खास होती. ती व्यक्ती म्हणजे सत्य आणि प्रेमाची साक्षात प्रतिमाच

होती... ती कशी नष्ट होईल?

माझ्यात परिवर्तन घडवायला ही घटना हा विचार कारणीभूत ठरला. माझा पूर्वीचा सर्व अभ्यास, धडे, सर्व श्रम, ती सत्यशोधनाची मोहीम एका नवीन आणि अनपेक्षित मार्गाने कामी आली. एक अज्ञात पण अनंत असे सत्य अस्तित्वात आहे, याचा मला साक्षात्कार झाला. ते सत्य म्हणजे आपण सारे एक आहोत. पारंपरिक अर्थाने जसे सर्व जण हे या विश्वाचे स्वतंत्र घटक आहेत असे मानले जाते तसे नव्हे; तर खरोखरीच आपण सगळे जण एकच आहोत. सारे श्रम एका क्षणात नाहीसे झाले. स्टार वॉर्समध्ये दाखविल्याप्रमाणे, समानतेपेक्षा विषमताच जास्त आहे - हे एक मिथ्या विधान आहे – याची जाणीव झाली. आपण सर्व जण अध्यात्माच्या एका समान धाग्याने बांधले गेलो आहोत. एकाच सद्सद्विवेकबुद्धीचे घटक आहोत आणि त्या सर्वांचा प्रेरक बिंदू 'प्रेम', 'जिव्हाळा' हाच आहे. या चिरंतन सत्याच्या साक्षात्कारामुळे माझ्या जीवनाची प्रवृत्तीच नाट्यमय पद्धतीने बदलून गेली. आतापर्यंत मी आत्मनिष्ठ, अहंभावाने पछाडलेला होतो, तोच आता सर्व मानव समाजाची परिपूर्ण सेवा करण्यास उद्युक्त झालो, मग त्याला तुम्ही हुशारी म्हणा नाहीतर जीवनकार्य समजा, दोन्हीचा अर्थ एकच!

हिऱ्याला झळाळी द्या

पुढील तीन पायऱ्या चढून बुद्धीला तेज आणा आणि आध्यात्मिक प्रवृत्तीत वाढ करा.

१) तुमच्या संपत्तीत भर टाकण्यापेक्षा तुमच्या स्वत:ची मूल्यवृद्धी तुम्ही कशी कराल यासंबंधात मदत करणाऱ्या तीन गोष्टी कोणत्या?

२) तुमच्या आयुष्यात तुम्हाला मिळालेल्या सर्वोत्तम शुभेच्छा आणि शुभाशीर्वाद कोणते ते लिहून काढा आणि तुम्ही किती पुण्यवान

आहात, समृद्ध आहात याबाबत विचार करा. त्यात आनंद माना.

३) या आठवड्यात घडलेल्या दहा सकारात्मक, उत्साहजनक गोष्टी कोणत्या ते ठरवा आणि तुमच्या जिवलग मित्राला सांगून त्याचा आस्वाद घ्या. त्यालाही तसेच करायला सांगा.

मौक्तिक

तुमच्या श्रीमंतीमध्ये आणखी भर टाकण्यापेक्षा तुम्ही तुमचे स्वतःचे मूल्य, स्वतःची किंमत, स्वतःची पात्रता वाढवणे म्हणजेच तुमच्या हुशारीला तेज चढवणे होय.

पैलू : सत्याचा साक्षात्कार

''प्रत्येक माणसाच्या आयुष्यात, परमेश्वर त्याला जागे करून अशी वेळ नक्की आणतो, जेव्हा त्याच्या हातून काहीतरी दिव्य काम घडण्याची संधी त्याला प्राप्त झालेली असते; परंतु ती व्यक्ती पूर्वतयारी नसल्याने या क्षणाची हेळसांड करते, अवहेलना करते, यापरते दुर्दैव किंवा शोकांतिका ती कोणती? तो दिव्य क्षण ज्यामुळे त्याचे जीवन उजळून निघणार असते, त्याच्या हातून निसटून जातो, याहून दुःखाची गोष्ट आणखी कोणती?''
– विन्स्टन चर्चिल, ब्रिटनचे पंतप्रधान

१९०३ साली किटी हॉक, नॉर्थ कॅरोलिना येथे पहिले हवाई उड्डाण करून राइट बंधूंनी इतिहास घडविला. ऑरव्हिलने एकशे वीस फुटांवरून (सदतीस मीटर) बारा सेकंदाचे उड्डाण केले. आणखी तीन वेळा त्या बंधूंनी विमान चालविले. त्यातले जास्तीत जास्त वेळ म्हणजे एकोणसाठ सेकंद विलबरने आठशे बावन्न फुटांवरून (अडीचशे मीटर) विमानोड्डाण केले. जेव्हा त्यांनी ती उड्डाणे केली तेव्हा त्यांना काय वाटले असेल, याची कल्पना आपण करू शकतो. त्या प्रत्येक उड्डाणाने त्यांना सत्याच्या साक्षात्काराचा क्षण दाखवून दिला आणि अधिक प्रयत्न करण्याचे बळ दिले, उत्साह दिला. प्रत्येक प्रयत्नाने त्यांना अधिक विश्वास, धैर्य, चिकाटी आणि बळ प्रदान केले.

द मेरिअम-वेब्स्टर कॉलेजिएट डिक्शनरीमध्ये 'मोमेंट ऑफ ट्रूथ'चा

अर्थ, ज्या क्षणावर बरेचसे काही अवलंबून आहे, असा निर्णायक कसोटीचा क्षण असा दिला आहे. हा क्षण असा असतो की, त्या वेळी आपल्या जीवनातील अनाकलनीय कोडी सुटतात. असे धक्का देणारे क्षण, क्षणभर तुम्हाला आपला श्वास रोखून धरायला लावतात. तुमचे चालू काम थांबवून क्षणभर विचारच करायला लावतात. डोक्यात लख्खकन प्रकाश पडल्यासारखे वाटते, आत कुठेतरी घंटा किणकिणते आणि तुमच्या आयुष्याचा अर्थ आणि हेतू मनात स्वच्छ स्पष्ट होतो.

हे असे साक्षात्कारी क्षण जादूई असतात, आनंद देणारे असतात, तुमच्या साऱ्या आयुष्याच्या तारा एकाच सुरात बांधल्यासारख्या होऊन सुंदर स्वराविष्कार ऐकण्याची संधी देतात. इतर वेळी मात्र जीवनाच्या एका वळणावर आल्यानंतर आता पुढे कोठे जायचे, हे ठरवायला लावणारे असतात. काही क्षण मात्र तुमच्या आयुष्याला पूर्णत: वेगळे वळण देणारे असतात. दु:खाचा धक्का किंवा एखादी दु:खद घटना आयुष्याचे वेगळेच रूप तुमच्यापुढे सचेतन करते, तुमच्या आयुष्याचे आणखी कोणते गंतव्य स्थान आहे ते दर्शविते, तुमच्या जीवनाचे अंतिम ध्येय काय आहे, हे स्पष्ट करते.

असा प्रत्येक प्रलयकारी क्षण तुम्हाला शक्ती आणि क्षमता देतो. त्यामुळे तुम्हाला आणि तुमच्या भवितव्याला नवा आयाम मिळतो. तुमच्यामधील बदलाला हा प्रत्येक क्षण कारणीभूत असतो. अर्थातच जर तुम्ही तसा बदल स्वीकारलात तर! या प्रत्येक क्षणाचा जो खोलवरचा अर्थ आहे, त्यातील गर्भित अर्थ आहे, तो समजून घेण्याकरता सर्व चेतना वापरा आणि त्या क्षणांवर पूर्ण लक्ष केंद्रित करा.

'क्रिस्टलाइज' या शब्दाला किमान दोन अर्थ आहेत. एक म्हणजे 'स्पष्ट करणे' आणि 'कायमचे स्वरूप देणे'. सुदैवाने हे दोन्ही अर्थ आपल्या कामात योग्य ठरणारेच आहेत. तुम्ही जेव्हा या साक्षात्कारी क्षणांचा विचार करता तेव्हा तुमच्या आयुष्याचे तुम्ही आरपार/आरस्पानी दर्शन घेता आणि त्यातून तुमच्या जीवनावर कायमसाठीचा, शाश्वत असा परिणाम साधत असता.

तुम्ही हे कसे करणार? ही प्रक्रिया पुढील तीन पायऱ्यांमधून समजून घेऊ.

१) त्या क्षणी जागृत राहा.

तुमच्या काया-वाचा-मने करून तुम्ही त्या क्षणाचे स्वागत करा. कुठलाही पूर्वग्रह मनात न बाळगता त्या अनुभवाचे बारकाईने निरीक्षण करा.

२) त्या क्षणाचा अर्थ समजून घ्या.

त्या क्षणाचा काहीतरी हेतू आहे. जीवनातील सत्य उलगडणाऱ्या त्या क्षणाला प्रश्न विचारा की, ह्या अनुभवाचा माझ्या जीवनाशी नेमका काय संबंध आहे? यातून मी कोणता बोध घेणे आवश्यक आहे? अगदी खुल्या दिलाने त्या क्षणाला सामोरे जा आणि जो अनुभव मिळेल तो मनापासून उपभोगा.

३) त्या अनुभवातून तुमच्या जीवनात धडा घ्या.

आता तुम्हाला खरे काय त्याचा शोध लागला आहे किंवा आपले काय हरवले होते ते गवसले आहे. तेव्हा आता कायमस्वरूपी, असा कोणता बदल घडवून आणणार आहात? त्या अनुभवाची तुमच्या जीवनात कशाशी नेमकी सांगड घालणार आहात?

तुम्ही त्या सुवर्णक्षणाचा हात धरून, त्याला साक्षी ठेवून तुमच्या जीवनाला आता गती देणार आहात. तुमचे जीवन हे क्षणांची अनंत मालिका आहे आणि प्रत्येक क्षण तुम्हाला काहीनाकाही अनुभव देत धडा शिकवत असतो. या प्रत्येक अनुभवातून तुम्ही तुमच्या जीवनात थोडे-थोडे जरी बदल घडवायचे ठरवलेत तरी सरतेशेवटी प्रचंड परिवर्तन घडलेले असेल; प्रचंड चालना तुमच्या आयुष्याला मिळालेली असेल. जर तुम्हाला योग्य परिणाम नजरेला आले नाहीत, तर तुम्ही तुमच्या आयुष्यात केलेल्या तडजोडीच्या क्षणांकडे लक्षपूर्वक पाहा. तुम्हाला मिळालेल्या चालनेमुळे तुमच्या सुप्त गुणांना, सुप्त हुशारीला वाव द्या. तसेच त्या चालनेच्या साहाय्याने भरपूर परिश्रम करा आणि महान 'हिरा' बना.

आज जर ऑरव्हिल आणि विलबर हे राइट बंधू जिवंत असते, तर त्यांनीही हेच सांगितले असते की, प्रत्येक क्षण हा अनंत शक्यतांना किंवा संधींना जन्म देणारा असतो आणि जीवनाला कलाटणी देणारा असतो.

- प्रत्येक आशावादी माणूस अशा भविष्यवेधी क्षणांचा विचार करत असतो.

- तुमच्या प्रत्येक सकारात्मक उक्तीमध्ये सर्जनशील क्षमतांचा समावेश असतो. त्यामुळे चालना मिळते.
- तुम्ही जेव्हा प्रत्येक भीतीवर आरूढ होता आणि तिच्यावर मात करता तेव्हा त्यानेही चालना मिळते.
- ज्या संधींचा तुम्ही फायदा करून घेता त्यातूनही चालनेचा उगम होतो.
- प्रत्येक अपयश हे तुमच्या प्रतिभेला आव्हान असते आणि त्यातूनही चालनाच मिळते.

आज तुमच्या वैयक्तिक साक्षात्कारी क्षणांना तपासून घेण्याचे, वाढविण्याचे आणि त्यातून कायमस्वरूपी परिणाम साधण्याचे मी तुम्हाला आवाहन करतो आहे. तुम्ही तुमच्या या क्षणांच्या अनुभवातून जे धडे घेतले आहेत, त्यामुळे तुमच्यात बदल घडवा आणि तुमच्या भवितव्याला योग्य आकार द्या. अशा प्रत्ययकारी क्षणांना माघारी पाठवू नका. ते पकडून ठेवा, त्यातून सकारात्मक, जीवनात उत्कृष्ट, बदल घडवून आणण्यासाठी उपयोग करा.

वैयक्तिक मूल्यमापन

१) तुमच्या जीवनात अगदी अलीकडे असा साक्षात्कारी क्षण तुम्ही केव्हा अनुभवला होता? तुम्हाला त्याची जाणीव झाली होती का? त्या क्षणाचे तुम्ही पुढे काय केलेत?

२) अशा साक्षात्कारी क्षणांतून तुम्ही काय शिकलात? आणि त्यांना कसा प्रतिसाद दिलात?

३) हे क्षण अनुभवत असताना त्यांचा जास्तीत जास्त आस्वाद कसा घ्याल?

जिवंत अनुभव – पुराव्यानिशी सिद्ध झालेला
मर्सिडीजची सत्यकथा

तुम्ही जेव्हा ऐन एकविशीत असता तेव्हा तुमची भावना असते की, माझ्यापुढे माझे अखखे आयुष्य पडले आहे. माझ्या

एकविसाव्या वाढदिवशी मला तरी तसेच वाटत होते. पण त्याच दिवसाच्या शेवटी माझ्या पालकांसकट आणखी एकशे अठ्ठावन्न लोकांचा कोलंबियाच्या पर्वतावर मृत्यू झाला होता आणि मी स्वत: जबर जखमी झाले होते. तोपर्यंतचे माझे आयुष्य मखमलीच्या गालिच्यावरच गेले होते, अगदी स्वप्नवत! उत्तम कुटुंब, यशस्वी कॉलेज जीवन, खूप जिवलग मित्रांचे सान्निध्य आणि एक सुरेख नवा खास मित्र असे सुंदर आयुष्य मी व्यतीत केले होते. ह्या सर्वांचा दुर्दैवी शेवट २३ डिसेंबर, १९९५ला झाला तोही केवळ मानवी चुकांच्या वारंवारितेमुळे!

त्या अपघातामधून कोणीही वाचणे शक्य नाही, असे तज्ज्ञांना वाटत होते. त्यात मी धरून आणखी तिघे जण वाचले होते. आमचे विमान त्या पर्वतावर पडले होते. अठरा तास मी तिथेच सुटकेची वाट पाहत होते आणि त्यानंतर हॉस्पिटलमध्येसुद्धा डॉक्टर्सच्या मतानुसार माझी फक्त २० ते ३० टक्के जगण्याची शक्यता होती. मी तर जगण्याची वाचण्याची आशाच सोडली होती. मी परमेश्वराची करुणा भाकली की, मला जगण्याची दुसरी संधी त्याने द्यावी. मी शपथ घेते की, माझे उर्वरित आयुष्य मी इतरांसाठी, त्यांच्या मदतीसाठीच वेचेन. मी काहीतरी भरीव कार्य करेन.

त्या दिवशी माझ्या जीवनाचा पूर्ण कायापालट झाला. माझ्या जीवनाला त्या अपघाताने पूर्णपणे वेगळे वळण लावले आणि तोच क्षण माझ्या आयुष्यातल्या अनेक घटनांपैकी पहिला निर्णायक साक्षात्कारी क्षण ठरला. मला जाग आणणारा तो क्षण होता; अविस्मरणीय स्मरण देणारा होता; माझ्या यापुढील जीवनातील प्रत्येक दिवशी मी काहीतरी भरीव कार्य करेन आणि ते कृतज्ञतापूर्वकच व्यतीत करेन असे मी ठरवले. माझ्या आयुष्यात मी कधी कल्पनाही केली नव्हती अशा, भावी काळात घडलेल्या आणि वाट्याला आलेल्या, अनेक घटनांची ती पूर्वसूचनाच होती. माझ्यापुढे अनेक शारीरिक आणि भावनिक द्वंद्वांची मालिकाच सुरू झाली. परदेशातील एका हॉस्पिटलमध्ये मी एकाकी होते. टीव्हीवरील बातम्यांमधून मला माझ्या पालकांच्या मृत्यूची खबर मिळणार होती, पाच शस्त्रक्रियांना सामोरे जायचे होते, पुन्हा

चालायला शिकायचे होते, हॉस्पिटलमधून फक्त एकाच महिन्याने बाहेर पडल्यावर पुन्हा विमानानेच प्रवास करायचा होता, आईवडिलांचा केवळ आवाज ऐकण्यासाठी त्यांच्या अन्सरिंग फोनवर फोन करायचा होता, कायमस्वरूपी शारीरिक अपंगत्वावर मात करायची होती. यात सगळ्यात अवघड गोष्ट म्हणजे माझ्या पालकांच्या मृत्यूचा स्वीकार करणे आणि ते दु:ख पचविणे ही होती, तेही एवढ्या लहान वयात.

परमेश्वराच्या कृपेने माझा हा पुनर्जन्म झाला होता. सहानुभूतीच्या पंखाखाली आणि दैवाला शिव्याशाप देत मला जगता आले असते. त्याऐवजी मी 'जगायचे' ठरविले, खऱ्या अर्थाने 'जीवन' जगायचे ठरविले. अपघातानंतरच्या त्या अंधकारमय कालखंडात, माझ्या प्रत्येक प्रलयकारी क्षणांमध्ये मी निवडलेल्या पर्यायामुळे माझ्या भविष्यातील आयुष्याचा मार्ग ठरून गेला. जणू माझ्या आयुष्याचा आलेख माझ्यासमोर स्पष्ट झाला. त्या काळात चोखाळलेला मार्ग आजही मला ऊर्जा देतो, शक्ती देतो त्यामुळे मी माझ्या समृद्ध आणि यशस्वी जीवनासाठी त्यांचा आजही उपयोग करते.

आता मी जगणार हे जेव्हा स्पष्ट झाले तेव्हाच मी मनोमन ठरवले, परमेश्वराला, माझ्या पालकांना आणि त्या एकशे अठ्ठावन्न लोकांना स्मरून ठरविले की, माझा हा पुनर्जन्म मी अगदी वेगळ्या मार्गाने इतरांसाठी खर्ची घालेन. म्हणून त्यानंतर बऱ्याच वर्षांनी मी माझ्या वैद्यकीय साहित्य विक्रीच्या सुखासीन नोकरीला रामराम ठोकला आणि लोकांना कार्यप्रवण करणाऱ्या वक्त्याचा पेशा पत्करला आणि हे आयुष्य आयते काही देत नाही, हा संदेश देत फिरू लागले. आजही कित्येक लोक या भ्रमात वावरत आहेत की, आपले उद्याचे आयुष्य अगदी ऐतखाऊप्रमाणे जगायला मिळणार आहे. तेव्हा आजच्या सर्व समस्यांचा नाश झालेला असेल, आजच्या चुका आपोआप सुधारल्या जातील आणि आज करायच्या गोष्टी उद्या नक्कीच करता येतील. थोडक्यात त्यांना जीवनात कसलीही घाईगर्दी नसते. ते अगदी निवांत असतात. ते परिस्थितीच्या दबावाखाली अपंग होतात, स्वत:चे अस्तित्व टिकवताना चाकोरीमध्येच अडकून

पडतात, जीवनाने जे काही दिलेले आहे, त्याचा उपभोग घेण्यास असमर्थ ठरतात.

दुःखद प्रसंग हे मोठे शक्तिशाली गुरू असतात. आपल्या वाट्याला आयुष्यात काय येते यावरून आपले प्रारब्ध ठरत नाहीतर आपण कोणते आयुष्य निवडतो त्यावरून आपले भवितव्य घडत असते. आपण दररोज जेव्हा झोपेतून उठतो तोसुद्धा आपला एक प्रकारे पुनर्जन्मच असतो. दुसरा जन्म मिळाल्याची ती एक भेटवस्तूच असते. प्रत्येक नवीन दिवशी योग्य मार्गाने जाण्याची सुसंधी आपण मिळवतो, शांतता आणि सुख मिळवण्याची संधी मिळवतो आणि आपल्यावर जे जीवितकार्य सोपवले आहे, ते पूर्ण करण्यासाठी संधी मिळवतो. तुम्हाला आज प्राप्त झालेल्या पुनर्जन्माचा तुम्ही काय सदुपयोग करणार आहात?

हिऱ्याला झळाळी द्या

पुढील तीन पायऱ्या चढून हुशारीला वाव द्या आणि प्रत्ययकारी घटनांचा आढावा घ्या.

१) तुमच्या आयुष्यावर प्रचंड परिणाम करणारे तीन साक्षात्कारी क्षण किंवा घटना आठवून पाहा. त्यामुळे तुमच्या जीवनावर काय कायमस्वरूपी परिणाम झाला?

२) दररोजच्या जीवनातील अशा प्रत्ययकारी घटना शोधून त्यांचा आढावा घ्या. त्या प्रत्येक घटनेतून योग्य बोध घ्या आणि त्यांचा तुमच्या जीवनात कसा अंगीकार कराल ते सांगा.

३) यापुढील जीवनात उपयोग करून घ्याल अशा कोणत्या तीन नव्या गोष्टी तुम्ही अंगीकारणार आहात, ते लिहून काढा.

मौक्तिक

साक्षात्कारी क्षणातून चालना मिळते आणि तिच्या अंगिकारामुळे संस्मरणीय परिणाम घडवणाऱ्या कृती हातून घडतात.

पैलू : क्षमतांची व्याप्ती वाढवा

''अशक्यतेच्या धुसर ढगातून राइट बंधुंनी आकाशसंचार केला.''
– डोरोथी ब्रॅन्ड, लेखिका

अमेरिकेत अलीकडेच केलेल्या एका अभ्यासात असे आढळले की, तिथे साठ-सत्तर लाख लक्षाधीश आहेत. तीस कोटी लोकसंख्येमध्ये फक्त सत्तर लाख! याहून अधिक प्रमाणात लक्षाधीश का नाहीत? काय झालंय काय इतरांना? काहीही नाही! आपण संकुचित विचारही करतो आणि आचारही! आपले अंथरूण पाहून पाय पसरण्याच्या वृत्तीमुळे आपण अधिक उबेची आशाच सोडून देतो, आपल्या इच्छेप्रमाणे आपण बनू शकणार नाही, असाच विचार आपण करतो. आपण कोणीतरी मोठे होण्याचे स्वप्न बघतो पण ते पूर्ण करायला घाबरतो. ते पूर्ण करायच्या कल्पनेनेही गर्भगळित होतो. अर्थातच महान कार्य करणाऱ्या हुशार आणि बुद्धिमान व्यक्ती इथे आहेतच; पण बहुतेक जण तसे काही होण्याची शक्यताही चाचपून पाहत नाहीत.

सर्वसाधारण राहणीमान आणि 'जैसे थे' संस्कृतीचा पुरस्कार करणाऱ्या समाजातच आपण बहुतेक जण राहत असतो. शाळेत शीक, चांगलीशी नोकरी मिळव, लग्न कर, (जमल्यास) घर घे आणि... सुखाने जीवन व्यतीत कर अशीच शिकवण आपल्या सर्वांना मिळालेली असते. कुठलेही अति साहस करू नकोस अशी विचारधारा बनलेली असते. अशा तऱ्हेने खोट्या आणि नकली शिकवणुकीचे आपण बळी असतो.

संकुचित विचारसरणीच्या लोकांना सर्वच गोष्टी अवघड वाटतात. जी मंडळी मोठी आणि महान कामे करण्याच्या मन:स्थितीत असतात ते चांगल्या संधी, चांगल्या परिस्थितीकडे आणि चांगल्या वस्तुस्थितीकडे खेचले जातात. अशक्य ते शक्य करून दाखविणारी ती विलक्षण मंडळी असतात. ते अल्पसंतुष्ट राहण्याचे नाकारतात. ते स्वत:च्या मर्यादा ओलांडून कर्तृत्व गाजविणारे असतात म्हणूनच ते यशाची शिखरे गाठणारे ठरतात. संकुचित विचार, संकुचित आचार आणि संकुचित बोल, हे त्यांच्या रक्तातच नसते. सगळे काही शक्य आहे ह्या उक्तीवर त्यांचा पूर्ण विश्वास असल्याने कितीही अडचणींचा पहाड त्यांच्यापुढे असला तरी त्यांची चेतना, त्यांचा आतला आवाज दबत नाही. स्वत:च्या कर्तृत्वावर विसंबून पुढे जात राहा, हेच त्यांचे सूत्र असते. हिरव्याकंच टेकडीवर एक सुंदर महालासारखे घर असणे, दारात रोल्सरॉईस उभी असणे, पुढे-मागे नोकरांचा ताफा असणे, हे काही त्या महत्त्वाकांक्षेच्या पूर्ततेचे मापदंड आहेत का? तर नाही, अजिबात नाही. ही महान मंडळी अशा भौतिक गोष्टींच्या आणि अमाप संपत्तीच्या मोहात कधीही अडकून पडत नाहीत. या सर्व गोष्टींचे कौतुक आहेच पण त्या सर्व आनुषंगिक गौण गोष्टी आहेत, त्या तर आपोआप मिळणारच आहेत.

स्वत:च्या कर्तृत्वावर, क्षमतेवर विश्वास असणारे लोक पथदर्शक होतात, मागोवा घेणारे पथानुगतिक होत नाहीत. हे पथदर्शक बनून स्वत:च्या भवितव्याचा मार्ग स्वत:च शोधतात, तयार करतात. हे लोक या विश्वाच्या कालगतीत नवनवी स्थानके धुंडाळत राहतात. दुसरा कोणी आपले चांगले करेल वा भले करेल या विचारात न राहता ते स्वत:चे भविष्य स्वत:च घडवतात. ते त्यांच्या भावनांप्रमाणेच त्यांच्या विचारांशीही प्रामाणिक असतात. माझे गुरू डॉ. मार्क चिरोन्रा मला एकदा म्हणाले होते की, ''तुम्ही मनात विचार करत असता, परंतु अंतर्मनातील प्रेरणेच्या जोरावरच तुमच्या भावी काळाचा मार्ग निश्चित करता.''

तुम्ही आता नोकरदार असा की बेकार, सुखी असा की दु:खी, मोठी स्वप्ने बघणारे असा की अजिबात स्वप्ने न बघणारे असा, आताची हीच सुवर्णघडी आहे जेव्हा तुम्ही तुमच्या भविष्याचे दर्शन घेऊ

शकणार आहात. मला पूर्ण विश्वास आहे की, माझ्या बाबतीत जसे अशक्य ते शक्य होऊ शकले, तसेच आताची तुमची काहीही परिस्थिती असो तुमच्याबाबतही ते प्रत्यक्षात येईल. तुमच्या बुद्धिमत्तेच्या तेजाचा साक्षात्कार होणे म्हणजे, तुमच्यापुढे असलेल्या अनंत पर्यायांतून आणि असंख्य शक्यतांतून जास्तीत जास्त चांगल्या संधी साधणे आणि त्यांची वृद्धी करणे होय.

लोकांनी तुमच्याकडून फार अपेक्षा ठेवू नयेत, असे कदाचित तुम्हाला वाटत असेल. कदाचित तुम्हाला असेच लहानच राहायला आवडत असेल आणि तुम्ही अत्यंत नम्र, विनयशील आणि साधे आहात, असे लोकांचे तुमच्याबाबत मत असावे असे तुम्हाला वाटत असेल. ज्यांना खरेच असे अल्पसंतुष्ट राहावे असे मनापासून वाटत असेल त्यांना रस्ता मोकळा आहे. त्यांनी तोच मार्ग अवश्य चोखाळावा – अल्पसंतुष्टत्वात खितपत पडलेले, पण यापुढे मात्र ज्यांना जीवनात काही भव्यदिव्य करायचे आहे त्यांचा, ज्यांना स्वत:च्या बुद्धिवैभवाचा अनुभव घ्यायचा आहे, त्यांचा विचारच आपण आता करणार आहोत.

या जगात अशक्य असे काहीही नाही हे जेव्हा तुम्हाला पटेल तेव्हाच सगळे काही घडणार आहे. सकारात्मक विचार करणारे बना. फक्त सोप्या गोष्टी करणे आपल्याला जमेल, काही थोड्याच कामांना आपण न्याय देऊ शकू असे विचार सोडून मी सर्व कामे करणारच आहे. करू शकेन आणि ते मला शक्य आहे, माझ्यात ती कुवत आहे हे मनाशी पक्के करा, घोकत राहा, त्यावर विश्वास ठेवा.

हे खरे आहे की काही गोष्टींवर, परिस्थितीवर आपले नियंत्रण नसते आणि त्या गोष्टी अशक्य आहेत असा शिक्का आपण त्यावर मारतो. पण माझा विश्वास आहे, अनुभव आहे की, अशा अनियंत्रित गोष्टीसुद्धा आपण नियंत्रणात आणू शकतो. कसे? 'द स्कॉटिश हिमालयन एक्स्पिडिशन'चा लेखक डब्ल्यू.एन. मरेनी दिलेला हा सल्ला लक्षात घ्या, ''एकदा का माणसाने दृढनिश्चय केला की, ईश्वरही त्याच्या मदतीला धावून येतो. ज्या गोष्टी अन्यथा कधीही घडल्या नसत्या त्याही घडून यायला सुरुवात होते. सर्व अनुकूल गोष्टींचा ओघ सुरू होतो. निर्णय, प्रतिकूल परिस्थितीचा नाश, सर्व भेटीगाठी, सर्व साधनांची उपलब्धता, अशा सर्व गोष्टी, बाबी योग्य

दिशेने वाटचाल करू लागतात. त्या माणसाने स्वप्नातही कल्पिलेले नसते, अशी अनुकूल परिस्थिती त्याच्या वाट्याला येत जाते. आपण म्हणतो की, धाडसी माणसाला दैवही मदत करते. अगदी तसेच घडू लागते.''

जिवंत अनुभव – पुराव्यानिशी सिद्ध झालेला टेरीची सत्यकथा

लहान असताना आपल्याला कोणतीही गोष्ट अशक्य कोटीतील वाटत नाही. सर्वच गोष्टी सहजसुलभ वाटत असतात. लहान मूल म्हणून आपल्यापैकी प्रत्येकालाच तशी देणगी मिळालेली असते. सुदैवाने मी माझी ती देणगी अजूनही संपूर्णतया संपवलेली नाही, नष्ट केलेली नाही. कधी-कधी त्या कल्पनेला धक्का बसतो, पण मोठ्या कामगिरीच्या वेळी माझा तो विश्वास, ती शक्ती माझ्यात पुरेपूर भरून असते.

मी जेव्हा अगदी लहान होतो, तेव्हा मी डॉक्टर व्हावे अशी एक कल्पना माझ्या डोक्यात वास करीत होती. आमच्याकडे वैद्यकीय विषयावरचे ज्ञानकोश फडताळात धूळ खात पडले होते. मला जर डॉक्टर व्हायचे असेल, तर जे-जे डॉक्टर्सना माहीत असेल, त्या सर्व गोष्टींचे ज्ञान मलाही असायला हवे असे मला वाटत होते. दररोज घरी आल्यावर त्या ग्रंथांपैकी एकावरची धूळ मी झटकत असे आणि तो ग्रंथ वाचत असे. मी जर हे सर्व वाचले, आत्मसात केले तर यथावकाश मी डॉक्टर बनलेलो असेन असे मला वाटत असे.

आजही माझ्या जीवनासंबंधी मी तोच दृष्टिकोन बाळगून आहे. योग्य ते ज्ञान, आत्मविश्वास आणि श्रद्धा यांच्या बळावर या जगातली कुठलीही गोष्ट अशक्य नाही. जर तुम्ही योग्य ती खबरदारी घेतलीत, पुरेशी तयारी केलीत तर तुम्ही हृदयात जोपासलेले स्वप्न पूर्ण करण्यापासून तुम्हाला कोणीही अडवू शकणार नाही.

आता कुणीही मित्र मला म्हणाला की, मला अमुक-अमुक गोष्ट जीवनात करायची आहे, तर मी ताबडतोब इंटरनेट

उघडतो आणि त्याला हवी ती माहिती शोधून देतो. त्या सर्व मित्रांच्या आशा-आकांक्षा, स्वप्ने पूर्ण होण्यासाठी सर्वतोपरी मदत करण्याची माझी इच्छा आहे. माझ्या एका मैत्रिणीला स्पॅनिश भाषा शिकण्याची आणि प्रवास करण्याची इच्छा होती, पण त्यासाठी ती काही श्रम घेत असलेली मला कधीही दिसली नाही. तिच्या वाढदिवशी मी तिला मुद्दाम 'एॅन इस्पॅनॉल!' हे प्युर्टो रिको संबंधात लिहिलेले स्पॅनिश पुस्तक भेट दिले. ठोस कृती ठोस फळ देते. तिला जर एखादी गोष्ट करावीशी वाटत असेल, तर मलाही तिला त्यासाठी मदत करायची होती आणि तिने ती गोष्ट तडीस न्यायला हवी. एक सच्चा मित्र म्हणून तिला पाठिंबा द्यायला, मलाही खचितच आवडणार होते, त्यासाठी काहीही करायला मी तयार होतो.

दुर्दैवाने मी आता वयस्कर झालो आहे. आपण बऱ्याच वेळा आपल्या स्वतःच्या स्वप्नांचा पाठपुरावा न करता आपल्या मित्रांच्या, त्यांच्या कुटुंबीयांच्या आशा-आकांक्षासाठी आपला वेळ खर्ची घालतो. आपली सुखासीन स्थिती न सोडता, थोडा त्रास सहन करण्याची तयारी ठेवून आपल्या इच्छांची पूर्ती न करता, जगायला आपण सुरुवात करतो. खरे तर मैदानात जाऊन घाम गाळून कामगिरी करण्याऐवजी, पीटात बसून लांबून आपण मजा बघत राहतो.

मीही कधीही डॉक्टर झालो नाही; पण वैद्यकीय शास्त्रासंबंधी भरपूर वाचन केल्यामुळे हे 'काम' आपले 'नाही' याची जाणीव मात्र झाली आणि त्यामुळे इतर महत्त्वाकांक्षांकडे मी लक्ष देऊ शकलो, त्या इच्छांकडे बघायला वेळ देऊ शकलो. ते इतर मार्ग चोखाळावे लागले याचे मला अजिबात दुःख नाही. पण जर तो वैद्यकीय कॉलेजचा खर्च, वर्षानुवर्षे करावी लागणारी उमेदवारी यांनी तो मार्ग पत्करण्यापासून मला परावृत्त केले असते तर? तर मी एका कधीही न गवसणाऱ्या स्वप्नांचा पाठलाग करून उत्तम वैद्यकीय व्यवसाय करण्याच्या मृगजळामागे धावत राहिलो असतो.

जे शक्यतांची आस धरतात त्यांना संधी मिळतेच मिळते.

होय, सर्व गोष्टी करणे आपल्याला शक्य होतेच असा माझा विश्वास आहे.

आपण महान व्हायचेच आहे हे ठरवून स्वत:ला सकारात्मक विचारात गुंतवून टाका. इतके ते सोपे आहे. हे सर्व एकाच पायावर उभे असते – तो म्हणजे विश्वास. स्वत:वर विश्वास ठेवण्याचा निर्णय. कारण ही समस्या नाही. काही गोष्टी अशक्य कोटीतील आहेत. खरी समस्या ही आहे तुम्हाला त्या 'अशक्य' वाटतात ह्यावर तुमचा 'विश्वास' आहे, खातरी आहे. एकदा का हा 'विश्वास' विचारपूर्वक मनातून हद्दपार केलात की, आकाश-पाताळसुद्धा एकत्र येऊन तुम्ही सर्व गोष्टी शक्य करून दाखवू शकाल, मग शेंडी तुटो वा पारंबी तुटो! तुम्ही निर्णय घ्या आणि तुमच्या मार्गावर एकेक पाऊल टाकायला सुरुवात करा आणि बघा, तुम्ही इकडचा पर्वत तिकडे नेऊन ठेवू शकाल. माझ्या अनुभवावरून मी तुम्हाला खातरी देतो. तुमच्या कल्पनेपेक्षा, तुम्हाला तुमच्याबद्दल वाटते आहे, त्याहून कितीतरी अधिक करून दाखविण्याची तुमची पात्रता आहे, क्षमता आहे. मग यशापासून तुमच्या स्वत:शिवाय तुम्हाला कोणीही रोखू शकणार नाही. संपूर्ण पारदर्शी, किंचितही हीण नसलेला, सगळ्यात मोठा, अत्यंत अनमोल अशी ग्वाही जगातील सर्व तज्ज्ञ देतील असा हिरा अस्तित्वात येणे कधीतरी शक्य आहे का?

होय, आहे. नुसती शक्यता नाही, हे शक्य झाले आहे, प्रत्यक्षात आले आहे.

१९९० सालच्या पूर्वार्धात रिपब्लिक ऑफ लाँगोमध्ये 'द डी बिअर्स मिलेनियम स्टार'चा शोध लागला. लेसरच्या साहाय्याने त्याच्यावर प्रक्रिया करायला तीन वर्षांहून जास्त कालावधी लागला, तेव्हा कुठे त्याला योग्य आकार देता आला. एवढ्या परिश्रमानंतर जे निर्माण झाले तो होता दोनशे तीन कॅरेटचा, अंतर्बाह्य स्वच्छ, कुठलेही हीण नसलेला, पिअर फळाच्या आकाराचा, लखलखता हिरा. डी बेअर्स मिलेनियमच्या संग्रहातला सर्वांत देदीप्यमान मुकुटमणी म्हणून त्याची प्रतिष्ठापना झाली. जगाच्या आशाआकांक्षांचा आणि भविष्यातील स्वप्नांचा प्रतिनिधी, प्रतीक म्हणून तो विराजमान झाला. जगाच्या अपेक्षांना पुरून उरणारा, तेज आणि बुद्धिमत्तेचे प्रतीक ठरणारा, जगाला आपल्या हुशारीने उजळून टाकणारा असा अनमोल 'हिरा' तुम्ही होऊ शकाल का?

तर उत्तर आहे होय, निस्संशय! नुसती शक्यता नाही, तर तसे खरेच होणार आहे!

वैयक्तिक मूल्यमापन

या प्रश्नांची उत्तरे द्या –

१) तुम्ही महान होण्यासाठी काही प्रयत्न करत आहात का? की अल्पसंतुष्ट राहणार आहात?

२) काही ठरवलेल्या गोष्टी अशक्यच आहेत, असे समजून काहीतरी निम्न श्रेणीचे जीवन जगणार आहात? असे मन मारून जगणे हेच तुमचे ध्येय आहे का? तुम्ही ज्याला अशक्य कोटीतील काम समजत आहात ते खरेच अशक्य आहे की, तुम्ही तशी समजूत करून घेतली आहे?

३) तुमची उडी किती मोठी आहे? तुमचा आवाका केवढा आहे? तुम्ही स्वत:ला किती महान समजत आहात?

हिऱ्याला झळाळी द्या

पुढील तीन पायऱ्या चढून हुशारीला वाव द्या आणि तुमच्या कर्तृत्वाची व्याप्ती वाढवा.

१) ज्यांनी असाधारण अडचणींवर मात करून यश संपादिले आहे, अशा तीन व्यक्तींची नावे लिहा. अशक्य ते शक्य करून दाखविण्यासाठी त्यांनी काय केले, ते शोधून काढा.

२) तुमच्या अल्पसंतुष्ट वृत्तीवर आणि CZ पद्धतीच्या विचारपद्धतीवर मात करायला मदत करेल, असा आदर्श माणूस किंवा गुरू शोधा.

३) रोजच्या धकाधकीच्या जीवनातून मननाकरता काही वेळ बाजूला काढून स्वत:च्या अंतर्मनाला शांतता मिळवून देण्याचा प्रयत्न करा आणि ते खतावणीत लिहून ठेवा. ही खतावणी हा

तुमच्या विचारांचा, महत्त्वाकांक्षेचा, भविष्यात तुम्हाला जे व्हायचे आहे ते दाखवणारा आरसा आहे, हे लक्षात घ्या. तुमच्या मनात चाललेल्या विचारांच्या कल्लोळात, सुसंगती आणण्यासाठी तिचा उपयोग होणार आहे. तुमच्या विचारांच्या व्याप्तीवर, प्रगल्भतेवर तुमच्या समृद्ध जीवनाचा डोलारा उभा राहणार आहे म्हणून ते खूप महत्त्वाचे आहे.

◆ www.ReleasingBrilliance.com या साइटवरून अधिक माहिती मिळवा आणि तुमच्या विचारांवरील, बुद्धीवरील मळभ दूर करण्यासाठी आणि अश्वमेधाचा वारू उधळवण्यासाठी त्याची मदत घ्या.

मौक्तिक

'अशक्य' हा शब्द तुमच्या शब्दकोशातून हद्दपार करून, त्या कृतीवर मनापासून विश्वास ठेवा म्हणजे सर्व गोष्टी सहजसुकर होऊन जातील.

सापडले! मी एक तेजस्वी हिरा!

''काहीतरी भव्य-दिव्य गोष्ट करण्याचे अनेक मार्ग उपलब्ध आहेत. हे एक उघड गुपित आहे, हे आपण बऱ्याच काळापासून बघत आहोत. ते एखादे सेवाकार्य असेल; काही असामान्य धाडसाचे कार्य असेल; आपली योजना ज्या जीवनकार्यासाठी झाली असेल, ती घटना असेल किंवा आपल्या जीवितकार्याची ओळख करून घेण्याचा तो प्रयत्न असेल.''

– जोसेफ जावोरस्की, लेखक

तुमचे ईप्सित कार्य पूर्णत्वास नेण्याचे, तुमच्या बुद्धिमत्तेच्या देदीप्यमान प्रकाशाचे, तुमच्या उज्ज्वल भवितव्याचे चित्र तुमच्या मन:पटलावर पडल्याची स्वच्छ-सुंदर प्रतिमा मला काढू द्या; तिचे रेखाटन मला करू द्या. ते कसे असेल ते टिपण्यासाठी थोडा वेळ खर्च करा.

काया-वाचा-मनेकरून ते चित्र कसे असेल याचा आता विचार करा. तुम्हाला काय दिसते आहे? चित्रकाराच्या रंगफळीवरच्या सर्व रंगछटा वापरून जेवढे प्रेक्षणय बनवता येईल तेवढे ते रंगवा. अगदी नवीन नोकरी लागल्यावर पहिल्याच भेटीच्या वेळी तुमचे सहकारी, वरिष्ठ यांनी ज्या उत्साहात तुमचे स्वागत केले होते, त्या वेळी जसे वाटले होते तसे वाटतेय का? किंवा अनंत वर्षांच्या परिश्रमानंतर आणि उद्दिष्टपूर्तीनंतर तुम्हाला नवीन पदोन्नतीचे नवे कोरे ओळखपत्र मिळाले त्या वेळी जी भावना मनात आली होती, तसेच आताही

वाटतेय का?

तुम्हाला कुठला तरी आवाज ऐकू येतोय का? तुमचे अभिनंदन करण्यासाठी शेकडो लोक टाळ्यांचा कडकडाट करत आहेत त्याचा? की तुमच्या लाडक्या लहान मुलाने घुसमटलेल्या आवाजात तुमची प्रेमाने गळाभेट घेतली तेव्हाचा तो मन भरून आल्याचा त्याचा हृद्य स्वर. तुमच्या त्या दीप्तीचा स्वाद कसा आहे? तुमचे यश साजरे करण्यासाठी सगळ्यांनी जी शॅम्पेन उंचावली होती तिच्या चवीसारखी? की जगातल्या उत्तमोत्तम हॉटेल्स/रेस्टॉरंटमधील नवीन आणि वेगवेगळ्या खाद्यपदार्थांच्या रसभरित चमचमीत चवीसारखी?

तुम्हाला कसला तरी सुगंध येत आहे का? होय, तुमच्या बुद्धिमत्तेचा तो दरवळ आहे. महत्त्वाच्या व्यक्तीबरोबर होणाऱ्या बैठकीला जाताना तुमच्या भारी कपड्यांवर तुम्ही जो सुवासाचा फवारा मारता त्याचा, नवीन रंगकामाचा, नवीन जाजमांचा; तुम्ही जेव्हा तुमच्या नवीन उद्योगधंद्याच्या कचेरीचे पहिल्यांदा दार उघडता किंवा नवीन घरात प्रवेश करताना जसा धुंद वास येतो तसा!

एखाद्या वाद्यावर जेव्हा तुम्ही पहिला झणत्कार काढता तसा, तुमच्या पहिल्या पुस्तकाचा प्रकाशन समारंभावेळी नवीन पुस्तकाचा घेतलेला पहिला वास किंवा कोणाच्या मादक मिठीचा पहिला स्पर्श जसा सुखद तसाच काहीसा अनुभव आहे हा! तसाच हा तुमच्या बुद्धिमत्तेच्या आविष्काराचा पहिला स्पर्श हवाहवासा असतो.

तुमच्या हुशारीचा जेव्हा पहिल्यांदा थांग लागला, तिचा शोध लागला, तिला सुप्तावस्थेतून तुम्ही जागृत केलेत आणि तिला बाहेरची खुली हवा दाखवलीत तेव्हा तुमच्या अंतर्मनाला, आत्म्याला कसे वाटले होते, त्याची कल्पना करा, ते आठवा. दुसऱ्या कुणाशीतरी स्वतःशी तुलना करण्यापासून सुटका झाली असे वाटले होते ना? एवढ्या वर्षांनंतर जेव्हा तुम्हाला तुमच्या स्वतःची खरी किंमत आणि खऱ्या योग्यतेची नव्याने ओळख झाली तेव्हा तुमच्या भावना कशा आहेत? तुमच्या स्वत्वाची, खऱ्या आवाजाची, तुमच्यातील तेजाची जाणीव झाल्यावर कसे वाटले?

गेल्या वर्षभरात मी सुमारे हजारभर लोकांना तरी हा प्रश्न विचारला आहे की तुमच्या बुद्धिमत्तेची जाणीव झाल्यावर कसे वाटले? जेव्हा

आत्मा आणि ऊर्जा एकत्र येऊन तुमच्यात नवचैतन्य निर्माण करू लागले तेव्हा काय वाटले? त्यापैकी काही प्रातिनिधिक उत्तरे अशी होती.

- भरून पावलो
- एकसंध झालो
- प्रकाशित झालो
- पूर्णत्वास गेलो
- आत्मविश्वास वाढला
- प्रवाहात आलो
- संवेदनक्षम झालो
- सहजता आली.

माझ्यातील बुद्धिमत्तेचा जेव्हा आविष्कार झाला तेव्हा मी खूप उल्हसित झालो. मला दररोज कशा पद्धतीने आनंदाने आणि खेळीमेळीने माझे जीवन व्यतीत करावयाचे आहे त्याची आंतरिक जाणीव मला झाली. मी त्याला 'क्रियाशील बुद्धिमत्ता' असे संबोधतो. तुमच्या शरीरातील आणि मनातील सर्व प्रक्रियांचे, सर्व चेतनांचे एकसमयावच्छेदेकरून कार्यप्रवण होणे, त्या अनुभवात अंतर्भूत असते. तुमच्या अंतरंगाचे ज्ञान आणि तुमच्या आत्मविश्वासाच्या संमीलनातून तुमच्या क्रियाशीलतेचे परिष्करण घडते. तुमच्या सुप्त बुद्धिमत्तेच्या तिजोरीच्या कुलपाचा हा शेवटचा पेच असतो. जो फिरवला असता तुमची क्रियाशील बुद्धिमत्ता खुली होणार असते.

बहुतांश लोक आपल्या सहाव्या इंद्रियावर विश्वास ठेवणारे असतात. त्याला ते वेगवेगळी नावेही देतात. उदा. आकलनशक्ती, अंतर्ज्ञान, मानसिकता इत्यादी. मीसुद्धा या सहाव्या ज्ञानेंद्रियावर विश्वास ठेवणारा आहे; पण मी त्याला विश्वासाचे इंद्रिय म्हणतो. तुम्ही पूर्वी तुमच्या भवितव्याचे जे स्वप्न बघितले होते, त्याच्याकडे या विश्वासाच्या इंद्रियाने आता बघा....

त्या चित्रात तुम्हीच दिसताहात यावर विश्वास ठेवणे एवढे अवघड वाटतेय? तुम्ही कोण होणार आहात त्याचाच चेहरा त्या माणसाच्या जागी तुम्हाला दिसत नाही का? खरे सांगायचे तर 'तो' तुम्हीच आहात, त्यावर फक्त त्या माणसाचा मुखवटा बसवला आहे. तो माणूस तुमच्यातच आहे. तुमची बुद्धिमत्ता हाच तुमचा आत्मा आहे, तुमचे अस्तित्व आहे. तुमच्या अंतर्मनात, अंतरात्म्याला, तुम्ही एक हुशार बुद्धिवान 'हिरा' आहात याची जाणीव आहे का? तुमच्यातील हीण,

दुर्गुणांचा त्याग केल्यामुळे तुमच्यातील ते बुद्धितत्त्व तेजाळून लोकांपुढे येणार आहे. आतापर्यंत तुमचे जे अस्तित्व होते, व्यक्तिमत्त्व होते त्याचा त्याग करा, त्याला तडीपार करा आणि परमेश्वराने तुम्हाला जसे घडवण्यासाठी जन्म दिला आहे, तसे बनण्याचा निश्चय करा. चला तर मग, थांबलायत कशासाठी?

यापूर्वी तुमच्या आयुष्यात काय घडले, दुर्दैवाचा फेरा, वाईट परिस्थिती, चुकीचे निर्णय, सर्वकाही विसरून जा, स्वत:ला सांभाळा, उभे राहा आणि महान होण्यासाठी सिद्ध व्हा आणि तसे व्हाच. कसेबसे रडतरखडत दिवस ढकलू नका. पूर्ण उत्साहाने, आसुसलेपणाने जीवन 'जगा'; निस्तेज व्यक्तींपासून डोळे दिपवून टाकणारे व्हा! तसे होण्यासाठी आवश्यक त्या सर्व गोष्टी तुम्हाला अवगत आहेत, तुमच्यात आहेत. तुम्ही आईच्या गर्भात होतात तेव्हापासून आणि वडिलांच्या डोळ्यातला एक प्रकाशकिरण होतात तेव्हापासून ते सर्व तुमच्या नसानसांत अस्तित्वात आहे. ते सर्व म्हणजेच तुमचे विचार, तुमच्या श्रद्धा आणि तुमची कृती. या सर्वांपासून, तुमच्यातील सुप्त खजिन्याची 'चावी' बनलेली आहे.

तुम्ही हे पुस्तक वाचायला घेतलेत तेव्हाच मी तुम्हाला एक गोष्ट करायला सांगितली होती, हे तुम्हाला आठवत असेलच. हे पुस्तक दुसऱ्यांदा पुन्हा वाचायला सांगितले होते, तर ती वेळ आता आली आहे. हे पुस्तक दुसऱ्यांदा तुम्ही वाचालच आणि तेव्हा तुमच्या जीवनात काही मोठी उलथापालथ होणार नाही. जोपर्यंत तुम्ही तुमचा जिवलग मित्र निवडत नाही, तुमचा सखा निवडत नाही, वैयक्तिक मूल्यमापन आणि 'हिऱ्याला' झळाळी देणारे प्रयोग करत नाही, तोपर्यंत तुमच्या जीवनात कुठलाही क्रांतिकारी बदल होणार नाही. तुमच्या सुप्त गुणांना बाहेरची हवा दाखविण्यासाठी आणि बुद्धिमत्तेला पूर्ण वाव देण्यासाठी तुम्हाला काहीतरी केले पाहिजे.

या पुस्तकाच्या सुरुवातीच्या प्रकरणात तुम्ही तुमच्या त्या वेळेच्या बुद्धिमत्तेचा अथपासून इतिपर्यंतचा आलेख तयार केला होता. आजही आपल्याला सद्य:स्थितीवर आधारित तोच प्रयोग करावयाचा आहे.

एक प्रयोग – हुशारीचा अश्वमेध

तुमच्या आंतरिक सामर्थ्याची गंतव्य ठिकाणापर्यंत जाण्यासाठी, ओळख करून घेण्यासाठी हा एक प्रयोग करू या. तुम्हाला एक अश्वमेधाचा यशस्वी व जगज्जेता वारू व्हायचे आहे. एक आडवी रेघ काढा व त्यावर आता तुम्ही कुठे आहात तिथे खूण करा.

आपण जेव्हा पहिला प्रयोग केला होता त्याची आणि आजच्या प्रयोगाच्या आलेखाची तुलना करा... काही बदल वाटतोय का? या आलेखावर तुम्ही पुढे सरकलेले दिसत असाल, ते तुम्ही जे-जे प्रयत्न, मेहनत स्वत:वर घेतलीत त्यामुळेच आहे. तुम्ही हेच प्रयत्न सगळ्या पंधरा पैलूंवर घ्याल तेव्हा त्यातील आणखी बारकावे लक्षात येऊन कुठल्या बाबींवर आणखी लक्ष देणे गरजेचे आहे ते तुमच्या ध्यानात येईल. हुशारीचा शोध घेणे, त्याला वाव देणे, हा एक अखंड प्रवास आहे, ते एक ठिकाण नव्हे. दररोज त्या सद्‌गुणांना, हुशारीला, बुद्धिमत्तेला चालना देऊन ती कार्यान्वित राखणे, तल्लख ठेवणे ही एक अखंड साधना आहे.

तुमचा ज्या गोष्टींवर विश्वास आहे, श्रद्धा आहे त्या गोष्टी काया-वाचा-मनेकरून जेव्हा तुम्ही करता तेव्हा तुमच्या हुशारीची, बुद्धिमत्तेची तिजोरी खुली होते. 'डायमंड' (हिरा) हा शब्द ग्रीक 'ॲडॅमस' या शब्दापासून तयार झाला आहे. त्याचा अर्थ आहे 'अजिंक्य!' तुम्ही जेव्हा त्या तुमच्या बुद्धिमत्तेच्या जोरावर जगू लागता, तेव्हा तुमच्या कर्तृत्वालाही काही सीमा किंवा बंधने राहत नाहीत. एका अर्थी तुम्हीही अजिंक्यच होता.

तुम्ही जेव्हा त्या तेजोमय जीवनाचा आस्वाद घेत असता, ते पैसा, पत मिळण्यासाठी नसते, कारण त्या गोष्टी तर आपखुशीनेच तुम्हाला मिळणार आहेत. त्या वेळी तुम्ही एखादे काम किंवा नोकरी करत नसता, तर एका उदात्त ध्येयासाठी तुम्ही झगडत असता हाच दोन्हीमधला

फरक आहे. तुमच्या जीवनकार्याभोवती तुमचे जीवन गुंफून तुम्ही जेव्हा ते वास्तवात उतरवत असता, तेव्हा त्यातच तुमच्या दिव्यत्वाची प्रचिती असते.

हिऱ्याच्या पारदर्शिकत्वावर त्याची किंमत ठरते म्हणजेच त्याच्या एका बाजूकडून सोडलेला प्रकाशकिरण त्याच्या दुसऱ्या बाजूकडून किती प्रमाणात बाहेर पडतो त्यावरच त्याची तेज:पुंजता अवलंबून असते. तुम्ही तुमची बुद्धिमत्ता वापरून या जगाला किती मोठे बनवता, उजळवून टाकता याच्यावरून तुमचीही 'महानता' ठरणार आहे.

होपटाऊन, दक्षिण आफ्रिकेमधील ऑरेंज नदीच्या दक्षिण तीरावर १८६६ साली इरॅस्मस जॅकॉब्ज या धनगराला एक लहानसा, तेजस्वी दगड सापडला. त्या भागात ज्यांना या हिरा/पाचू इत्यादी मौल्यवान खड्यांमधील माहिती होती, अशांपैकी एका डॉक्टरला त्याने तो दगड दाखविला. डॉक्टरने तो एक २१.२५ कॅरटचा हिरा असल्याचे ओळखले. त्या हिऱ्याला 'युरेका' नाव देण्यात आले आणि त्या भागात कॅलिफोर्नियातील सोन्याच्या शोधात येणाऱ्या टोळ्यांप्रमाणे लोकांची टोळधाड हिऱ्याचा शोध घ्यायला येऊ लागली.

'युरेका'चा शब्दश: ग्रीक अर्थ आहे. 'ते मला सापडले' ह्या शब्दाला खरा अर्थ ग्रीक गणितज्ञ आर्किमेडीजने दिला. इ.स.पूर्व तिसऱ्या शतकात सोन्याची शुद्धता कशी मोजावी, याचे उत्तर मिळाल्याच्या नादात तो आपल्या न्हाणीघरातून नग्नावस्थेतच रस्त्यावर 'युरेका, युरेका', 'सापडले, सापडले' असे ओरडत धावत सुटला.

आजच्या काळातही जेव्हा काहीतरी महत्त्वाची, मूल्यवान अशी गोष्ट/वस्तू आपल्याला आढळते तेव्हाही त्या विजयाचे, त्या आनंदाचे आपण याच 'युरेका' शब्दाने वर्णन करतो आणि आता या क्षणीही तुमच्यातील तेजाचा शोध लागण्याहून अधिक आनंददायी, मौल्यवान, महत्त्वाची दुसरी कोणती गोष्ट आहे का?

मीसुद्धा गेली वीस वर्षे माझ्यातील त्या दीप्तीचा शोध घेण्यासाठी आणि ते तेज इतरांना दाखवण्यासाठी जंग-जंग पछाडत आहे. इतरांना त्यांची सुप्त शक्ती दाखवणे, तिला खुली करणे आणि ते तेज इतरांपर्यंत पोहोचवणे, हेच माझे जीवितकार्य आहे याची मला जाणीव झाली आहे. तुमच्यात अस्तित्वात असलेल्या त्या तेजाची आणि तुमची

ओळख करून द्यायला, माझ्या अल्पमतीनुसार, माझा खारीचा वाटा मी उचलू शकलो याचा मला अभिमान आहे. माझा तुमच्यावर पूर्ण विश्वास आहे. तुमच्यातील विविध पैलूंना/गुणांना अधिकाधिक तेजाळून तुम्ही एक देदीप्यमान बहुमोल हिरा होण्यासाठी ज्या-ज्या गुणांची गरज आहे, ते सर्व तुमच्यात आहेत.

जेव्हा तुम्ही ते उच्च पद मिळवाल तेवढे तेजस्वी व्हाल तेव्हा माझी आठवण काढा. माझ्याशी संपर्क साधा (त्यासंबंधीची माहिती या पुस्तकाच्या मलपृष्ठावर दिली आहे.). मला ईमेल करा, फोन करा, व्यक्तिश: गाठ घ्या आणि फक्त एकच शब्द माझ्या कानात उच्चारा, युरेका!

तेव्हा मला आपसूक कळेल की, तुम्हाला 'ते' सापडले आहे आणि तुमच्या तेजाने तुम्ही 'हिरा' म्हणून सिद्ध झाला आहात!

मौक्तिक

तुमची ज्याच्यावर काया-वाचा-मनेकरून श्रद्धा आहे, विश्वास आहे अशी गोष्ट, अशी कृती करण्यात जेव्हा तुम्ही गुंगून जाता, तेव्हाच तुमच्या अंतर्मनातील बुद्धिमत्तेचा स्रोत आतून बाहेर प्रसवायला सुरुवात होते.

मौक्तिके – खास तुमच्यासाठी

- तुम्ही कोठे राहता आणि तुम्ही कोण आहात, कसे आहात, यावर तुमचे भवितव्य ठरत नाही.
- एक हिराच दुसऱ्या हिऱ्याला छेद देऊ शकतो. एक गुणी माणूसच दुसऱ्या गुणी माणसाची पारख करू शकतो.
- हुशार आणि चतुर होण्यासाठी जे-जे हवे, ते तुम्हांपाशी आहे.
- प्रत्येकाचाच उद्धार करणे, हे तुमचे जीवितकार्य नाही. फक्त काही जणांचाच उद्धार करावयाचा आहे.
- तुमच्या नैसर्गिक बुद्धिमत्तेच्या जोरावर तुम्ही काम करता; तेव्हाच तुमच्या हुशारीला खरे तेज चढते.
- विचार, श्रद्धा/विश्वास, कृती आणि निष्पत्ती यांच्यातील परस्परसंबंध हुशार लोकांनाच समजतो.
- तुमच्या 'जन्मखुणा' हुडकणे, हे तुमचे ध्येय आहे.
- जेव्हा तुमचे ध्येय अस्सल, सच्चे असेल तेव्हा तुमच्यासाठी सगळ्यात उत्तम काय जे आहे, त्याकडे तुम्ही आपोआपच आकृष्ट व्हाल.
- वर्षातून किमान एकदा तरी त्या आठ अवधानांची तपासणी करा.
- प्रत्येक निर्णय घेणे; हे तुमच्या अंतर्मनाशी तुम्ही संतुलन ठेवले आहे का? हे तपासण्याची संधी असते.
- आजच्या गोंधळाच्या परिस्थितीत तुमचा आत्मविश्वास हाच; उद्या तुमचा भरवसा ठरणार आहे.

- आतला आवाज ही अशी शक्ती आहे, जी सर्व समजुतींच्या आणि आकलन शक्तींच्या पलीकडे असते.
- तुम्ही एक अस्सल हिरा आहात की नकली काचेचा तुकडा आहात?
- कृती तुम्हाला बलवान बनवते.
- तुमच्या ओळखीचे भरपूर आहेत पण खरेखुरे, जिवाभावाचे कमी आहेत, असे आहे का?
- आपण जो तेजस्वी हिरा होणार आहोत, त्याच्या दीप्तिमानाच्या शक्तीलाही आपण घाबरतो.
- उच्च शब्दवैभवाच्या साहाय्याने तुमचे उज्ज्वल भवितव्य घडवा!
- उत्तम सवयी तुमच्या सुप्त हुशारीला वाव देतात आणि तुमच्या बुद्धिमत्तेला अधिक तेजोमय करतात.
- तुमच्यातील हुशारीला पूर्ण वाव द्या. जीवनाचे, भोवतालच्या लोकांचे जीवन समृद्ध करणारे सत्त्व बना. डोकेदुखी बनू नका.
- तुमच्या बुद्धिवैभवाची कक्षा रुंदावायची असेल, तर तुमच्या विचारांची सीमा क्षितिजापार रुंदावली पाहिजे.
- तुमच्या संपत्तीमध्ये आणखी भर टाकण्यापेक्षा तुमचे स्वत:चे मूल्य, स्वत:ची किंमत, स्वत:ची पात्रता वाढवणे म्हणजेच तुमच्या हुशारीला तेज चढवणे होय.
- साक्षात्कारी क्षणापासून चालना मिळते आणि तिच्या अंगिकारामुळे संस्मरणीय परिणाम घडवणाऱ्या कृती हातून घडतात.
- 'अशक्य' हा शब्द तुमच्या शब्दकोशातून हद्दपार करून, त्या कृतीवर मनापासून विश्वास ठेवा म्हणजे सर्व गोष्टी सहज सुकर होऊन जातील.
- तुमची ज्याच्यावर काया-वाचा-मनेकरून श्रद्धा आहे, विश्वास आहे अशी गोष्ट, अशी कृती करण्यात जेव्हा तुम्ही गुंगून जाता, तेव्हाच तुमच्या अंतर्मनातील बुद्धिमत्तेचा स्रोत आतून बाहेर प्रसवायला सुरुवात होते.

www.ingramcontent.com/pod-product-compliance
Ingram Content Group UK Ltd.
Pitfield, Milton Keynes, MK11 3LW, UK
UKHW021701190726
13853UKWH00001B/395